ಮಕ್ತೂಬ್

ಮಕ್ತೂಬ್

ಪೌಲೋ ಕೊಯೆಲೋ

ಕನ್ನಡಕ್ಕೆ: ಡಾ। ಶಿವಾನಂದ ಬೇಕಲ್

MANJUL
ಮಂಜುಳ ಪಬ್ಲಿಷಿಂಗ್ ಹೌಸ್

First published in India by

MANJUL

Manjul Publishing House

Corporate and Editorial Office

•2nd Floor, Usha Preet Complex, 42 Malviya Nagar, Bhopal 462 003 – India

Sales and Marketing Office

•C-16, Sector 3, Noida, Uttar Pradesh 201301 – India

Website: www.manjulindia.com

Distribution Centres

Ahmedabad, Bengaluru, Bhopal, Kolkata, Chennai,
Hyderabad, Mumbai, New Delhi, Pune

Kannada translation of *Maktub* by *Paulo Coelho*

This edition was published by arrangements with Sant Jordi Asociados Agencia Literaria S.L.U., Barcelona, Spain
www.santjordi-asociados.com
http://paulocoelhoblog.com

This edition first published in 2024

ISBN 978-93-5543-763-1

Jacket design by Jim Tierney
Author photograph © Xavier González

Kannada translation: Dr. Shivanand Bekal

Printed and bound in India by Thomson Press (India) Ltd.

ಓ ಮೇರಿ, ಪಾಪಗಳಿಲ್ಲದ ಗರ್ಭಧಾರಣೆಯಿದು, ನಿಮ್ಮ
ಮೇಲೆಯೇ ಅವಲಂಬಿತರಾಗಿರುವ ನಮಗಾಗಿ
ಪ್ರಾರ್ಥಿಸಿರಿ. ಅಸ್ತು.

ನ್ಹಾ ಚಿಕಾ, ಪ್ಯಾಟ್ರೀಸಿಯಾ ಕ್ಯಾಸ್, ಎಡಿನ್ಹೋ
ಮತ್ತು ಅಲ್ಸಿನೋ ಲೆಯಿಟೋ ನೇಟೋ– ಇವರಿಗೆಲ್ಲ.

ಓ ತಂದೆಯೇ, ಸ್ವರ್ಗ ಮತ್ತು ಭೂಮಿಯ ಧಾತನೇ, ನೀನೇ ಇವನ್ನೆಲ್ಲ ಜ್ಞಾನಾಕ್ಷರಿಂದಲೂ, ವಿವೇಕಿಗಳಿಂದಲೂ ಮರೆಮಾಚಿ ಇರಿಸಿದ್ದೀಯಾ, ಮತ್ತು ಮುಗ್ಧ ಕಂದಮ್ಮಗಳ ಮುಂದೆ ಪ್ರಕಟಿಸಿದ್ದೀಯಾ.

ಲ್ಯೂಕ್ 10:21, ಕೆಜೆವಿ

ಪ್ರಾರಂಭಿಸುವ ಮುನ್ನ

ಮಕ್ತೂಬ್ ಉಪದೇಶವನ್ನು ನೀಡುವಂತಹ ಒಂದು ಪುಸ್ತಕವಲ್ಲ. ಇದರಲ್ಲಿ ಅನುಭವಗಳನ್ನು ಹಂಚಿಕೊಳ್ಳುವುದಿದೆ.

ಇದರಲ್ಲಿ ಹೆಚ್ಚಿನವು ನಾನು ನನ್ನ ಗುರುಗಳನ್ನು ಹನ್ನೊಂದು ವರ್ಷಗಳ ಹಿಂದೆ ಭೇಟಿ ಮಾಡಿ ಪರಸ್ಪರ ಪರಿಚಯವಾದ ನಂತರದ ಅನುಭವಗಳಿವೆ. ಮಿಕ್ಕುಳಿದ ಕಥೆಗಳು ನಾನು ಒಮ್ಮೊಮ್ಮೆ ಭೇಟಿಯಾದ ಮಿತ್ರರು ಅಥವಾ ಜನರಿಂದ ಕೇಳಿದ ಮರೆಯಲಾಗದ ಸಂದೇಶಗಳಾಗಿವೆ. ಕೊನೆಯದಾಗಿ, ನಾನು ಓದಿದ ಪುಸ್ತಕಗಳು ಮತ್ತು ಕಥೆಗಳು–ಜೆಸ್ಯೂಟ್ ಅಂಥೋಣಿ ಡಿ ಮೆಲ್ಲೋ ಹೇಳುವ ಹಾಗೆ – ಮಾನವ ಕುಲದ ಅಧ್ಯಾತ್ಮದ ಪರಂಪರೆಯಿಂದ ಬಂದವುಗಳಾಗಿವೆ.

ಅಲ್ಸಿನೋ ಲೀಟ್ ನೇಟೋ ಅವರ ಫೋನ್ ಕರೆಯೊಂದಿಗೆ *ಮಕ್ತೂಬ್* ಹುಟ್ಟಿಕೊಂಡಿತು. ಅವರು *ಫೋಲಾ ಡಿ ಸಾವೋ ಪೌಲೋ*ದ ಕಲರ್ ಸಪ್ಲಿಮೆಂಟ್‌ನ ಸಂಪಾದಕರಾಗಿದ್ದರು. ಆ ಸಮಯದಲ್ಲಿ ನಾನು ಅಮೆರಿಕಾದಲ್ಲಿದ್ದು, ಅವರದೊಂದು ಪ್ರಸ್ತಾವನೆಯ ಪ್ರಕಾರ ನಾನೊಂದು ದೈನಂದಿನ ಅಂಕಣವನ್ನು ಬರೆಯಬೇಕಿತ್ತು. ಅದರ ಕಲ್ಪನೆ ನನಗಿರಲಿಲ್ಲ. ಒಂದು ಸವಾಲು ಎನ್ನುವಂತೆ ನಾನು ಅವರ ಪ್ರಸ್ತಾಪವನ್ನು ಸ್ವೀಕರಿಸಿದೆ. ಅದು ನನ್ನನ್ನು ಉತ್ಸಾಹಿತನನ್ನಾಗಿಸಿತು, ಯಾಕೆಂದರೆ ಪಂಥಾಹ್ವಾನವನ್ನು ಸ್ವೀಕರಿಸುವುದೇ ಜೀವನವಲ್ಲವೇ ಎಂದುಕೊಂಡೆ.

ಮಕ್ತೂಬ್

ಕೆಲಸ ಬಹಳಷ್ಟು ಹೊರೆಯದ್ದಾಗಿ ಕಂಡು ಬಂದಾಗ, ನಾನು ಈ ಆಹ್ವಾನವನ್ನು ಬಿಟ್ಟುಬಿಡುವುದೆಂದೇ ತೀರ್ಮಾನಿಸಿದೆ. ವಿದೇಶಗಳಿಗೆ ಆಗಿಂದಾಗ್ಯೆ ನನ್ನ ಪುಸ್ತಕಗಳ ಪ್ರಚಾರಕ್ಕಾಗಿ ನಾನು ಹೋಗಬೇಕಾಗಿದ್ದರಿಂದ, ದೈನಂದಿನ ಅಂಕಣವನ್ನು ಬರೆಯುವುದು ನಿಜಕ್ಕೂ ಒಂದು ಹಿಂಸೆಯ ಬಾಬತ್ತಾಯಿತು. ಆದರೂ, ಕೆಲವು ಸಂಕೇತಗಳು ನಾನು ಹೇಗಾದರೂ ಮುಂದುವರಿಸಬೇಕೆಂದು ಸೂಚಿಸಿತು; ಓರ್ವ ಓದುಗನ ಪತ್ರ, ಒಬ್ಬ ಮಿತ್ರನಿಂದ ಬಂದ ಪ್ರತಿಕ್ರಿಯೆ, ಓರ್ವ ಮಹಿಳೆ ಪ್ರಕಟಿತ ಕಡತವನ್ನು ತನ್ನ ಪರ್ಸ್‌ನಲ್ಲಿ ಕಾಪಿಟ್ಟು ಅದನ್ನು ಹೊರತೆಗೆದು ತೋರಿಸಿದಾಗ ನಾನು ಸೋತುಹೋದೆ.

ಕ್ರಮೇಣ, ನನ್ನ ಲೇಖನಗಳು ಹೇಗೆ ವಸ್ತುನಿಷ್ಠ ಮತ್ತು ನೇರವಾಗಿರಬೇಕೆಂದು ನಾನು ಕಲಿತುಕೊಂಡೆ. ನಾನು ಬಹಳಷ್ಟು ಓದುವುದು, ಎಂದೋ ಬಿಟ್ಟುಬಿಟ್ಟಿದ್ದವುಗಳನ್ನು ತಿರುವಿ ಹಾಕುವುದು, ಅಂತೆಯೇ ನಾನು ಮರೆತುಬಿಟ್ಟಿದ್ದ ಅನೇಕ ಕಥೆಗಳನ್ನು ನೆನಪಿಸಿಕೊಂಡಾಗೆಲ್ಲ ಬಹುವಾಗಿ ಸಂತಸಪಟ್ಟೆ.

ನಾನು ನನ್ನ ಗುರುಗಳ ಮಾತುಗಳನ್ನು ಹೆಚ್ಚು ಎಚ್ಚರದಿಂದ ಗುರುತುಹಾಕಿಕೊಳ್ಳತೊಡಗಿದೆ. ನನ್ನ ಸುತ್ತಮುತ್ತ ನಡೆಯುತ್ತಿರುವ ವಿದ್ಯಮಾನಗಳನ್ನು ನೋಡಲು ತೊಡಗಿದ್ದು *ಮಕ್ತೂಬ್* ಬರೆಯಲು ಇನ್ನೊಂದು ಕಾರಣವಾಯಿತು ಮತ್ತು ಅವೆಲ್ಲವೂ ಎಷ್ಟೊಂದು ಅಪ್ಯಾಯಮಾನವಾಯಿತೆಂದರೆ, ಇಂದು ಈ ದೈನಂದಿನ ದಂಧೆಯನ್ನು ಸ್ವೀಕರಿಸಿದ್ದರಿಂದಲೇ ಅನುಗ್ರಹೀತನಾದೆ ಎಂದುಕೊಳ್ಳುತ್ತೇನೆ.

*ಫೋಲಾ ಡಿ ಸಾವೋ ಪೌಲೋ*ದಲ್ಲಿ ಜೂನ್ 10, 1993ರಿಂದ ಜೂನ್ 11, 1994ರ ಅವಧಿಯಲ್ಲಿ ಪ್ರಕಟವಾದ ಲೇಖನಗಳನ್ನು ಈ ಪುಸ್ತಕಕ್ಕೆ ನಾನು ಆಯ್ದುಕೊಂಡಿದ್ದೇನೆ. ಇನ್ನು ಕೆಲವು *ವಾರಿಯರ್ ಆಫ್ ಲೈಟ್*‌ನಲ್ಲಿ ಪ್ರಕಟವಾಗಿದ್ದವು. ಆದ್ದರಿಂದ *ಮಕ್ತೂಬ್* ಮತ್ತು *ವಾರಿಯರ್ ಆಫ್ ಲೈಟ್*‌ನ್ನು *ದಿ ಅಲ್‌ಕೆಮಿಸ್ಟ್*‌ಗೆ ಪರ್ಯಾಯವಾಗಿ ಓದಿಕೊಳ್ಳಬಹುದು.

ಪೌಲೋ ಕೊಯೆಲೋ

ಅಂಥೋಣಿ ಡಿ ಮೆಲ್ಲೋ ತಮ್ಮ ಕಥೆಗಳ ಸಂಗ್ರಹದ ಪುಸ್ತಕವೊಂದರ ಪ್ರಸ್ತಾವನೆಯಲ್ಲಿ ಬರಹಗಾರನ ಪಾತ್ರವನ್ನು ಹೀಗೆ ವರ್ಣಿಸಿದ್ದಾರೆ: "ಆತನ ಪಾತ್ರ ನೇಯ್ಗೆಯವನದ್ದು ಮತ್ತು ಬಣ್ಣ ಹಾಕುವವನದ್ದಾಗಿದೆ. ಆತ ಹತ್ತಿಯ ಮತ್ತು ನೂಲಿನ ಶ್ರೇಷ್ಠತೆಯನ್ನು ಪರಿಗಣಿಸಲಾರ."

ನಾನೂ ಹಾಗೆಯೇ.

ಪೌಲೋ ಕೊಯೆಲೋ

ಪಯಣಿಗ ಹಳ್ಳಿಯ ಮಧ್ಯೆ ಕುಳಿತು ಅದೊಂದು ಸಾಧಾರಣ ಮನೆಯನ್ನು ಎವೆಯಿಕ್ಕದೆ ನೋಡುತ್ತಲಿದ್ದ. ಈ ಹಿಂದೆ ಅವನು ಆ ಮನೆಗೆ ತನ್ನ ಸ್ನೇಹಿತರ ಜೊತೆಗೆ ಬಂದಿದ್ದ. ಆದರೆ ಆ ಮನೆ ಅದೊಂದು ಕ್ಯಾಟಲಮ್ ವಾಸ್ತುಶಿಲ್ಪಿಯ ಕೊಡುಗೆಯಾಗಿದ್ದು ಆ ಶಿಲ್ಪಿ ಎಂದಿಗೂ ಆ ತಾಣದಲ್ಲಿ ಮತ್ತೆ ಕಾಲಿಟ್ಟಿರಲಿಲ್ಲ.

ಈ ಮನೆ ಹಾಳುಪಾಳು ತುಣುಕುಗಳಿಂದ ಕಟ್ಟಲಾದ ಕ್ಯಾಬೋ ಫ್ರಿಯೋಗೆ ಸಮೀಪವೇ ಇದ್ದ ರಿಯೋ ಡಿ ಜನೈರೋದಲ್ಲಿನ ಮನೆಯ ಹಾಗೆಯೇ ಇತ್ತು. 1899ರಲ್ಲಿ, ಇದರ ಒಡೆಯ, ಗ್ಯಾಬ್ರಿಯಲ್ ಒಂದು ಕನಸನ್ನು ಕಂಡಿದ್ದ. ಅದರಲ್ಲಿ ಓರ್ವ ದೇವದೂತ ಅವನಿಗೆ ಹೇಳಿದ್ದ: “ತುಣುಕುಗಳಿಂದ ಒಂದು ಮನೆಯನ್ನು ಕಟ್ಟು.” ಗ್ಯಾಬ್ರಿಯಲ್ ಒಡೆದು ಹೋದ ಹಂಚು, ಪ್ಲೇಟ್, ಆಭರಣಗಳು ಮತ್ತು ಬಿರುಕು ಬಿಟ್ಟ ಹೂಜಿಗಳ ತುಣುಕುಗಳನ್ನು ಸೇರಿಸಿ ಮನೆಯನ್ನು ಕಟ್ಟಲು ತೊಡಗಿದ. “ಅದರಲ್ಲಿನ ಪ್ರತಿಯೊಂದು ತುಣುಕು ಕೂಡಾ ಒಂದಲ್ಲ ಒಂದು ದೃಷ್ಟಿಯಿಂದ ಸುಂದರವಾಗಿಯೇ ಇದೆ,” ಗ್ಯಾಬ್ರಿಯಲ್ ತನ್ನ ನಿರ್ಮಾಣದ ಕುರಿತು ಹೇಳಿಕೊಂಡ. ಮೊದಲ ನಲ್ವತ್ತು ವರ್ಷಗಳ ಕಾಲ ಸ್ಥಳೀಯರೆಲ್ಲ ಅವನೊಬ್ಬ ಹುಚ್ಚನೆಂದು ನಿರ್ಧರಿಸಿದ್ದರು. ಆದರೆ ಕೆಲವು ಪ್ರವಾಸಿಗರು ಈ ಮನೆಯನ್ನು ಕಂಡು ಇದನ್ನು ಸಂದರ್ಶಿಸಲು ತಮ್ಮ ಸ್ನೇಹಿತರನ್ನು ಆಹ್ವಾನಿಸತೊಡಗಿದಾಗ, ಗ್ಯಾಬ್ರಿಯಲ್ ಓರ್ವ ಬುದ್ಧಿವಂತನೆಂದು ತಿಳಿದರು.

ಏನಿದ್ದರೂ ಆತ, ತನ್ನ ಮನೆಯನ್ನು ಕಟ್ಟುವುದನ್ನು ನಿಲ್ಲಿಸಲಿಲ್ಲ ಮತ್ತು ಅವನಿಗೆ ತೊಂಭತ್ತೈದು ವರ್ಷ ಪೂರ್ತಿಯಾದ ಸಮಯದಲ್ಲಿ ಕೊನೆಯ ಒಂದು ಗಾಜಿನ ಚೂರನ್ನು ಲಗತ್ತಿಸಿ ಪ್ರಾಣಬಿಟ್ಟ.

ಪಯಣಿಗ ಸಿಗರೇಟ್‌ನ್ನು ಹೊತ್ತಿಸಿ ಮೌನವಾಗಿ ಸೇದತೊಡಗಿದ. ಈವೊತ್ತು ಅವನು ಗ್ಯಾಬ್ರಿಯಲ್‌ನ ಮನೆಯನ್ನು ಅಂಟೋನಿ ಗೌಡಿಯ ಮನೆಗಳ ನಡುವಿನ ಹೋಲಿಕೆಯನ್ನು ಮಾಡುತ್ತಿದ್ದಿರಲಿಲ್ಲ. ಈವೊತ್ತು ಅವನು ಅದರಲ್ಲಿನ ಪ್ರತಿಯೊಂದು ಗಾಜಿನ ತುಣುಕುಗಳಲ್ಲಿ ಎಲ್ಲರ ಹಾಗೆ ತನಗೆ ಕಾಲಕಾಲಕ್ಕೆ ಸಂಭವಿಸಿದ ತನ್ನದೇ ಅಸ್ತಿತ್ವದ ಪ್ರತಿಫಲನವನ್ನು ಕಾಣುತ್ತಲಿದ್ದ. ಒಂದು ಹಂತದಲ್ಲಿ ಆ ಗಾಜಿನ ತುಣುಕುಗಳು ಆಕಾರಗೊಂಡು ರೂಪುಗೊಳ್ಳಲು ಪ್ರಾರಂಭಿಸಿದವು.

ಪಯಣಿಗ ತನ್ನ ಕೈಯ್ಯಲ್ಲಿದ್ದ ಕಾಗದವನ್ನು ಓದಲು ತೊಡಗಿದಾಗ ಅವನ ಹಿಂದಿನ ಜನ್ಮದ ಘಟನೆಗಳು ನೆನಪಿಗೆ ಬರಲು ತೊಡಗಿದವು. ಅವು ಬದುಕಿನ ತುಣುಕುಗಳೇ ಆಗಿದ್ದವು: ಅವನ ಜೀವಿತದ ಅನುಭವಗಳು, ಪುಸ್ತಕಗಳನ್ನು ಓದಿದಾಗ ಸ್ಮರಣೆಯಲ್ಲಿ ಅಚ್ಚಳಿಯದೆ ಉಳಿದ ಅವಿಸ್ಮರಣೀಯ ಅಧ್ಯಾಯಗಳು, ಅವನ ಗುರುಗಳ ಬೋಧನೆಗಳು, ಅವನ ಸ್ನೇಹಿತರು ಹೇಳಿದ ಅಥವಾ ಇತರರಿಂದ ಕೇಳಿದ ಕಥೆಗಳು, ಅಥವಾ ಅವನದೇ ಕಾಲದ ಸಂಭವಗಳ ಪ್ರತಿಫಲನಗಳು ಮತ್ತು ಅವನ ಪೀಳಿಗೆಯ ಕನಸುಗಳು ಅದರಲ್ಲಿ ಸೇರಿದ್ದವು.

ತನ್ನನ್ನು ದೇವಕನ್ನಿಕೆಯೊಬ್ಬಳು ಸಂದರ್ಶಿಸಿದಂತೆ ಕನಸು ಕಂಡ ವ್ಯಕ್ತಿಯ ಹಾಗೆ ಮತ್ತು ಆ ಮನೆಯನ್ನು ಆತ ಆ ಬಳಿಕ ಕಟ್ಟಿದ ಹಾಗೆ ಪಯಣಿಗ ತನ್ನ ಆಧ್ಯಾತ್ಮಿಕ ವಾಸ್ತುಶಿಲ್ಪವನ್ನು ಅರಗಿಸಿಕೊಳ್ಳಲು ಕೈಲಿದ್ದ ಕಾಗದಗಳನ್ನು ಕ್ರಮವಾಗಿಡಲು ಪ್ರಯತ್ನಿಸಿದ. ಅವನಿಗೆ ನೆನಪಿಗೆ ಬಂತು, ಹುಡುಗನಾಗಿದ್ದಾಗ, ಮಲ್ಬಾ ತಾಹನ್ ಅವರ ಪುಸ್ತಕವೊಂದನ್ನು ಓದಿದ್ದ, ಅದರ ಹೆಸರೇ *ಮಕ್ತೂಬ್!*, ಮತ್ತೆ ಅವನಿಗೆ ನೆನಪಿಗೆ ಬಂತು:

"ಬಹುಶಃ ನಾನು ಕೂಡಾ ಅದನ್ನೇ ಮಾಡಬೇಕಾಗಿದೆ."

ಗುರುಗಳು ಹೇಳುತ್ತಾರೆ:

ನಮಗೆ ಬದಲಾಗುವ ಸಮಯ ಬಂದಿದೆ ಎಂದು ಅನ್ನಿಸಿದಾಗ–ನಮಗರಿವಿಲ್ಲದಂತೆಯೇ–ನಮ್ಮೆಲ್ಲ ಆವರೆಗಿನ ವಿಫಲತೆಗಳ ಧ್ವನಿಸುರುಳಿಯನ್ನು ಮತ್ತೆ ಕೇಳಲು ಶುರು ಮಾಡುತ್ತೇವೆ.

ಹಾಗೆ ನಾವು ವಯಸ್ಸಾದಂತೆ ನಮ್ಮ ಕಷ್ಟಗಳ ಕ್ಷಣಗಳ ಮೊತ್ತವೂ ಹೆಚ್ಚುತ್ತ ಹೋಗುತ್ತದೆ. ಏನಿದ್ದರೂ, ಅದೇ ಸಮಯದಲ್ಲಿ ಅಂತಹ ವಿಫಲತೆಗಳನ್ನು ಗೆಲ್ಲುವ ಅನುಭವಗಳೂ ನಮ್ಮಲ್ಲಿ ಸಾಕಷ್ಟು ಸೇರಿರುತ್ತವೆ ಮತ್ತು ಮುಂದುವರಿಯುವ ದಾರಿಯೂ ಗೊತ್ತಾಗಿರುತ್ತದೆ. ಅವನ್ನು ನಮ್ಮ ಮಾನಸಿಕ ವೀಡಿಯೋದಲ್ಲಿ ದಾಖಲಿಸುವ ಅಗತ್ಯವಿದೆ.

ನಾವು ನಮ್ಮ ವಿಫಲತೆಗಳ ವೀಡಿಯೋಗಳನ್ನಷ್ಟೇ ನೋಡುತ್ತ ಹೋದರೆ, ನಾವು ದುರ್ಬಲರಾಗುತ್ತ ಸಕಾಲಕ್ಕೆ ಕಾರ್ಯತತ್ಪರರಾಗಲು ಅಸಮರ್ಥರಾಗುತ್ತೇವೆ. ನಮ್ಮ ಯಶಸ್ಸಿನ ವೀಡಿಯೋಗಳನ್ನು ವೀಕ್ಷಿಸುತ್ತ ಹೋದಂತೆ ನಾವು ಇದ್ದುದಕ್ಕಿಂತಲೂ ಹೆಚ್ಚಾಗಿ ಬುದ್ಧಿವಂತರಂತೆ ಚಿಂತಿಸಲು ತೊಡಗುತ್ತೇವೆ.

ನಮಗೆ ಎರಡೂ ವೀಡಿಯೋಗಳು ಬೇಕಿವೆ.

ಒಂದು ಚಿಟ್ಟೆಹುಳದ ಬಗ್ಗೆ ಯೋಚಿಸಿ. ಆತ ತನ್ನ ಬದುಕಿನ ಹೆಚ್ಚಿನ ಸಮಯವನ್ನು ಹಕ್ಕಿಗಳನ್ನು ನೋಡುತ್ತ, ತನ್ನ ವಿಧಿ ಮತ್ತು ಬಾಹ್ಯ ರೂಪವನ್ನು ನೋಡುತ್ತ, ಆಕ್ರೋಶವನ್ನು ವ್ಯಕ್ತಪಡಿಸುತ್ತ ನೆಲದ ಮೇಲೆಯೇ ಕಳೆಯುತ್ತಾನೆ. "ನಾನು ಸೃಷ್ಟಿಯ ಅತ್ಯಂತ ನಿಕೃಷ್ಟ ಜೀವಿ," ಎಂದು ಯೋಚಿಸುತ್ತಾನೆ. "ನೆಲದ ಮೇಲೆ ಹರಿದಾಡುವ ಅತೀ ಕುರೂಪ, ಪ್ರತಿಭಟಿಸದ, ತುಚ್ಚೀಕರಿಸಲ್ಪಟ್ಟ ಅಲ್ಪಜೀವಿ ನಾನು."

ಒಂದು ದಿನ, ಏನಿದ್ದರೂ, ಪ್ರಕೃತಿ ಆತನನ್ನು ಗೂಡೊಂದನ್ನು ಕಟ್ಟಲು ಹೇಳಿತು. ಚಿಟ್ಟೆಹುಳಕ್ಕೆ ಗಾಬರಿಯಾಯಿತು. ಹಿಂದೆಂದೂ ಅವನು ಗೂಡನ್ನು ಕಟ್ಟಿರಲಿಲ್ಲ. ತಾನು ತನ್ನದೇ ಗೋರಿಯನ್ನು ಕಟ್ಟಿ ಅದರೊಳಗೆ ಸಾಯುವುದೆಂದು ಬಗೆಯುತ್ತಾನೆ. ಈವರೆಗೆ ಕಳೆದ ತನ್ನ ಬದುಕಿನ ಬಗೆಗೆ ಕ್ರೋಧಿತನಾದ ಅವನು ದೇವರಿಗೆ ಅಹವಾಲನ್ನು ನಿವೇದಿಸಿಕೊಳ್ಳುತ್ತಾನೆ:

"ಈಗಷ್ಟೇ ನಾನು ಜೀವಿಸಲು ತೊಡಗಿದ್ದೇನೆ, ಅಷ್ಟನ್ನೂ ಕಿತ್ತು-ಕೊಳ್ಳುವುದೆಂದರೆ?"

ಅದೇ ನಿರಾಶೆಯಲ್ಲಿ ಆತ ತನ್ನನ್ನು ಗೂಡಿನೊಳಗೆ ಅಡಗಿಸಿಕೊಂಡು ತನ್ನ ಕೊನೆಯ ನಿರೀಕ್ಷೆಯಲ್ಲಿರುತ್ತಾನೆ.

ಕೆಲವು ದಿನಗಳ ಬಳಿಕ ಆತ ಅದೊಂದು ಸುಂದರ ಪತಂಗವಾಗಿ ಮಾರ್ಪಟ್ಟಿರುತ್ತಾನೆ. ಸುತ್ತಲೂ ಆತ ಹಾರಾಡುತ್ತಿದ್ದ ಹಾಗೆ ಜನರೆಲ್ಲ ಅವನನ್ನು ಕಂಡು ಹೊಗಳುತ್ತಾರೆ. ತನ್ನ ಬದುಕು ಹೇಗೆ ತಿರುವನ್ನು ಪಡೆದುಕೊಂಡಿತು ಮತ್ತು ಭಗವಂತನ ಯೋಜನೆಯನ್ನು ಕಂಡು ಅವನಿಗೆ ಅಚ್ಚರಿಯಾಗುತ್ತದೆ.

ಒಬ್ಬ ಅಪರಿಚಿತ, ತಪಸ್ವಿಯೊಬ್ಬನನ್ನು ಕಾಣಲು ಅವರ ಮಠಕ್ಕೆ ತೆರಳಿದ.

"ನಾನು ಉತ್ತಮ ಬದುಕನ್ನು ಜೀವಿಸಲು ಬಯಸುತ್ತೇನೆ," ಆತ ಹೇಳಿದ, "ಆದರೆ ನಾನು ನನ್ನ ಪಾಪ ಕೃತ್ಯಗಳನ್ನು ಮರೆಯಲಾಗುತ್ತಿಲ್ಲ."

ಹೊರಗಡೆ ಬಿರುಗಾಳಿಯನ್ನು ಗಮನಿಸಿದ ತಪಸ್ವಿ, ಅಪರಿಚಿತನಿಗೆ ಹೇಳಿದರು,

"ಇಲ್ಲಿ ಬಹಳಷ್ಟು ಸೆಖೆಯಿದೆ. ಈ ಕೊಠಡಿಯನ್ನು ತಂಪಾಗಿಸಲು ನೀನು ಹೊರಗಡೆ ತೆರಳಿ ಒಂದು ತುಣುಕು ಗಾಳಿಯನ್ನು ಒಳಕ್ಕೆ ತರಬಹುದೇ?"

"ಅದು ಸಾಧ್ಯವಾಗದ ಮಾತು," ಅಪರಿಚಿತ ಉಸುರಿದ.

"ಹಾಗೆಯೇ ಭಗವಂತನನ್ನು ದೂಷಿಸುವವನು ಆ ಕುರಿತು ಯೋಚಿಸುವುದನ್ನು ನಿಲ್ಲಿಸಲಾರ," ತಪಸ್ವಿ ಹೇಳಿದ. "ಆದರೆ ನಿನ್ನಲ್ಲಿ ಪ್ರಲೋಭನೆಗಳಿದ್ದಲ್ಲಿ, ಅವು ನಿನಗೇನೂ ತೊಂದರೆಯನ್ನು ಮಾಡಲಾರವು."

ಗುರುಗಳು ಹೇಳುತ್ತಾರೆ:

ಯಾವುದೇ ನಿರ್ಧಾರವನ್ನು ತೆಗೆದುಕೊಳ್ಳುವ ವೇಳೆ, ಮುಂದಕ್ಕೆ ಸಾಗುತ್ತಾ ಯಾವ ಬಗೆಯ ಪರಿಣಾಮವನ್ನೂ ಸ್ವಾಗತಿಸಬೇಕು. ಆ ಪರಿಣಾಮಗಳು ಏನಿರುತ್ತವೆ ಎಂಬುದು ನಿಮಗಂತೂ ತಿಳಿದಿರುವುದಿಲ್ಲ.

ದೈವೀಕತೆಯ ಕಲೆ ಮಾನವನ ಉದ್ಧಾರಕ್ಕೆ ಮೀಸಲು ಹೊರತು ಭವಿಷ್ಯವನ್ನು ಮನಗಾಣಲು ಇರುವುದಲ್ಲ. ದೈವೀಕತೆ ಒಂದು ಅತ್ಯುತ್ತಮ ಸಲಹೆಗಾರ ಆದರೆ ಭಯಾನಕ ಭವಿಷ್ಯಕಾರ.

ಪ್ರಾರ್ಥನೆಯಲ್ಲಿ ಜೀಸಸ್ ಇದನ್ನೇ ಕಲಿಸಿದರು, ಅವರು ಹೇಳಿದ್ದೇನು: "ನಿಮ್ಮ ಮನದಿಂಗಿತ ನೆರವೇರುತ್ತದೆ." ಯಾವತ್ತಾದರೂ ಅದು ನಮಗೊಂದು ಸಮಸ್ಯೆಯನ್ನು ತಂದೊಡ್ಡುವುದಾದರೆ, ಅದರ ಜೊತೆಗೇ ಪರಿಹಾರವೂ ಬಂದಿರುತ್ತದೆ.

ದೈವೀಕತೆಯ ಕಲೆಯ ಮೂಲಕ ಭವಿಷ್ಯವನ್ನು ತಿಳಿಯಲು ಸಾಧ್ಯವಾಗಿದೆ. ಪ್ರತಿಯೋರ್ವ ದೈವಿಕ ಮನುಷ್ಯನೂ ಶ್ರೀಮಂತನಾಗಿರುತ್ತಾನೆ, ಸಂಸಾರಿ-ಯಾಗಿರುತ್ತಾನೆ ಮತ್ತು ಸಂತುಷ್ಟನಾಗಿರುತ್ತಾನೆ.

ಶಿಷ್ಯ ತನ್ನ ಗುರುವನ್ನು ಕಾಣಲು ಹೋದ.

"ಬಹಳಷ್ಟು ವರ್ಷಗಳಿಂದ ನಾನು ಸಾಕ್ಷಾತ್ಕಾರಕ್ಕಾಗಿ ಪ್ರಯತ್ನಿಸುತ್ತಲೇ ಇದ್ದೇನೆ," ಆತ ಹೇಳಿದ. "ನಾನೀಗ ಬಹಳಷ್ಟು ಸಮೀಪಕ್ಕೆ ಬಂದಿದ್ದೇನೆ ಎಂದು ನನಗನ್ನಿಸುತ್ತದೆ. ಆದರೆ ನನ್ನ ಮುಂದಿನ ಹೆಜ್ಜೆ ಏನಿರಬೇಕೆಂದು ಹೇಳಬೇಕು."

"ನಿನ್ನ ಜೀವನ ನಿರ್ವಹಣೆಗೆ ಏನು ಮಾಡುತ್ತೀಯಾ?" ಗುರುಗಳು ಕೇಳಿದರು.

"ನನ್ನ ಜೀವನ ನಿರ್ವಹಣೆಗೆ ಸದ್ಯ ನಾನು ಏನನ್ನೂ ಮಾಡುತ್ತಿಲ್ಲ, ಯಾಕೆಂದರೆ ನನ್ನ ಹೆತ್ತವರು ನನಗೆ ಸದಾ ಕಾಲ ಆಸರೆ ನೀಡುತ್ತಾ ಬಂದಿದ್ದಾರೆ."

"ನಿನ್ನ ಮುಂದಿನ ಹೆಜ್ಜೆ ಎಂದರೆ ಅರ್ಧ ನಿಮಿಷ ಸೂರ್ಯನನ್ನು ನೋಡುತ್ತಲಿರು," ಗುರುಗಳು ಹೇಳಿದರು.

ಶಿಷ್ಯ ಗುರುಗಳ ಆಜ್ಞೆ ಪಾಲಿಸಿದ.

ಹಾಗೆ ಮಾಡಿದ ಮೇಲೆ ಗುರುಗಳು ಆತನಿಗೆ ತನ್ನ ಸುತ್ತಮುತ್ತಲಿನ ಆಗುಹೋಗುಗಳನ್ನು ವಿವರಿಸಲು ಹೇಳಿದರು.

"ನನಗೆ ಏನೂ ಕಾಣಿಸುತ್ತಿಲ್ಲ, ಯಾಕೆಂದರೆ ಸೂರ್ಯ ನನ್ನನ್ನು ಕುರುಡಾಗಿಸಿದ್ದಾನೆ," ಶಿಷ್ಯ ಉಸುರಿದ.

"ಯಾವಾತನು ಬೆಳಕನ್ನು ಯಾಚಿಸುತ್ತ ಸಾಗುತ್ತಾನೋ ಮತ್ತು ತನ್ನೆಲ್ಲ ಜವಾಬ್ದಾರಿಗಳನ್ನು ಇತರರಿಗೆ ಒಪ್ಪಿಸುತ್ತಾನೋ ಅವನಿಗೆ ಎಂದಿಗೂ ಸಾಕ್ಷಾತ್ಕಾರವಾಗುವುದಿಲ್ಲ. ಯಾವಾತನು ತನ್ನ ಕಣ್ಣುಗಳನ್ನು ಸೂರ್ಯನ ಮೇಲೆಯೇ ಕೇಂದ್ರೀಕರಿಸುವುದಿದ್ದರೆ ಆತ ಕುರುಡನಾಗುವುದರಲ್ಲಿ ಸಂದೇಹವಿಲ್ಲ," ಎಂದರು ಗುರುಗಳು.

ಒಬ್ಬ ಮನುಷ್ಯ ಪೈರನೀಸ್‌ನ ಗಲ್ಲಿಯಲ್ಲಿ ನಡೆದಾಡುತ್ತ ಸಾಗುತ್ತಿದ್ದಾಗ ಓರ್ವ ಮುದುಕ ಕುರಿಗಾಹಿಯನ್ನು ಎದುರಾದ. ಆತ ಕುರಿಗಾಹಿಯ ಜೊತೆಗೆ ಆಹಾರವನ್ನು ಹಂಚಿಕೊಂಡ ಮತ್ತು ಅವರು ಬದುಕಿನ ಬಗೆಗೆ ಬಹಳ ಸಮಯ ಮಾತಾಡುತ್ತ ಕುಳಿತರು.

ಮನುಷ್ಯ ಹೇಳಿದ, ನಿಮಗೆ ಭಗವಂತನಲ್ಲಿ ನಂಬಿಕೆ ಇದ್ದರೆ, ನೀವು ನಿಮ್ಮ ಮುಕ್ತ ಮನಸ್ಸನ್ನು ಉಪಯೋಗಿಸಲಾಗುವುದಿಲ್ಲ ಯಾಕೆಂದರೆ ಭಗವಂತನೇ ಪ್ರತಿಯೊಂದು ನಡೆಯನ್ನು ಆಳುತ್ತಿರುತ್ತಾನೆ.

ಕುರಿಗಾಹಿ ಆತನನ್ನು ಒಂದು ಪರ್ವತದ ಕಣಿವೆಗೆ ಕರೆದೊಯ್ದು, ಅಲ್ಲಿ ಪ್ರತಿಯೊಂದು ಮಾತೂ ಪ್ರತಿಧ್ವನಿಸುತ್ತಿತ್ತು. "ಬದುಕು ಈ ಪರ್ವತದ ಕಣಿವೆಯ ಹಾಗೆ ಮತ್ತು ಅದುವೇ ಪ್ರತಿಯೊಬ್ಬ ವ್ಯಕ್ತಿಯ ಬದುಕಿನ ವಿಧಿಲಿಖಿತವಾಗಿರುತ್ತದೆ," ಕುರಿಗಾಹಿ ಹೇಳಿದ.

"ನಾವೇನು ಮಾಡುತ್ತೇವೆಯೋ ಅದು ಭಗವಂತನ ಹೃದಯಕ್ಕೆ ಒಯ್ಯಲಾಗುತ್ತದೆ ಮತ್ತು ಅದಕ್ಕೆ ತಕ್ಕ ಪ್ರತಿಫಲ ಹಿಂದಿರುಗಿಸಲಾಗುತ್ತದೆ. ಭಗವಂತ ನಮ್ಮ ಕರ್ಮಗಳನ್ನು ಪ್ರತಿಧ್ವನಿಯಾಗಿ ಪರಿವರ್ತಿಸುತ್ತಾನೆ."

ಪೌಲೋ ಕೊಯೆಲೋ

ಮಕ್ತೂಬ್ ಎಂದರೆ "ವಿಧಿ ಲಿಖಿತ." ಅರೇಬಿಕ್ ಮಾತಾಡುವವರಿಗೆ ಅದೊಂದು ಒಳ್ಳೆಯ ಅನುವಾದವಲ್ಲ ಯಾಕೆಂದರೆ, ಅದು ಯಾವತ್ತೋ ನಿರ್ಧಾರವಾಗಿರುತ್ತದೆ. ಭಗವಂತ ಅಷ್ಟೊಂದು ದಯಾನಿಧಿ ಮತ್ತು ನಮಗೆ ಸಹಾಯ ಒದಗಿಸಲು ಅವನು ತನ್ನ ಲೇಖನಿಯನ್ನು ಉಪಯೋಗಿಸುತ್ತಾನೆ.

ಪ್ರಯಾಣಿಕ ನ್ಯೂಯೋರ್ಕ್‌ನಲ್ಲಿದ್ದಾನೆ. ಆತ ತನ್ನ ನಿಗದಿತ ಭೇಟಿಗೆ ತಡವಾಗಿ ಎದ್ದಿದ್ದಾನೆ ಮತ್ತು ರಸ್ತೆಗೆ ಇಳಿಯುವ ಸಮಯ ಅಚ್ಚರಿ ಎಂಬಂತೆ ಅವನ ಕಾರನ್ನು ಪೊಲೀಸರು 'ಟೋ' ಮಾಡಿ ಒಯ್ದುಬಿಟ್ಟಿದ್ದಾರೆ. ಆತ ಮೀಟಿಂಗ್‌ಗೆ ವಿಲಂಬವಾಗಿ ಬಂದಿದ್ದಾನೆ, ಶ್ವಾಸಕೋಶಗಳು ಅಗತ್ಯಕ್ಕಿಂತಲೂ ಹೆಚ್ಚಾಗಿ ಉಸಿರೆಳೆದುಕೊಳ್ಳುತ್ತಿವೆ, ಮತ್ತು ಅವು ಸುಧಾರಿಸುವ ಬಗೆಗೆ ಚಿಂತಿತನಾಗಿದ್ದಾನೆ. ಅದರಿಂದ ಅವನ ಭವಿಷ್ಯದ ಮೇಲೆ ಪರಿಣಾಮ ಬೀರಬಹುದೆಂದು ಭಾವಿಸುತ್ತಾನೆ. ಇದ್ದಕ್ಕಿದ್ದಂತೆ ಅವನಿಗೆ ಹಿಂದಿನ ದಿನ ಬಿದ್ದುಸಿಕ್ಕ ಡಾಲರ್‌ನ ನೆನಪಾಗುತ್ತದೆ. ಕೂಡಲೇ ಅವನು ಆ ಡಾಲರ್‌ಗೂ ಬೆಳಿಗ್ಗೆ ಸಂಭವಿಸಿದ ಘಟನೆಗಳಿಗೂ ಸಂಬಂಧ ಕಲ್ಪಿಸುತ್ತಾನೆ. "ಬಹುಶಃ ಯಾರಿಗೆ ಅದು ಸಲ್ಲಬೇಕಿತ್ತೋ ಅವರಿಗೆ ಸಿಗುವ ಮೊದಲೇ ನಾನು ಅದನ್ನು ತೆಗೆದಿದ್ದಿರಬಹುದು. ಅಥವಾ ಯಾರಿಗೆ ಅದರ ಅಗತ್ಯವಿತ್ತೋ ಅವರ ಹಾದಿಯಿಂದ ನಾನು ನೀಗಿಸಿದ್ದಿರಬಹುದು. ಎಂದರೆ ವಿಧಿಲಿಖಿತದಲ್ಲಿ ನಾನು ಮಧ್ಯೆ ಪ್ರವೇಶಿಸಿದ್ದಿರಬಹುದು."

ಅವನು ಅದರಿಂದ ಆ ಕ್ಷಣವೇ ಮುಕ್ತನಾಗಬೇಕೆಂದು ಬಯಸಿದ. ಪಕ್ಕದಲ್ಲೇ ಕುಳಿತ ಒಬ್ಬ ಭಿಕ್ಷುಕನಿಗೆ ಆ ಹಣವನ್ನು ನೀಡಿದ.

"ಒಂದೇ ಕ್ಷಣ," ಭಿಕ್ಷುಕ ಅಂದ. "ನಾನೊಬ್ಬ ಕವಿ, ಮತ್ತು ನಾನೊಂದು ಕವಿತೆಯೊಂದಿಗೆ ನಿನ್ನ ಋಣವನ್ನು ಸಂದಾಯ ಮಾಡಬೇಕೆಂದಿರುವೆ."

"ಕವಿತೆ ಚಿಕ್ಕದಿರಲಿ, ನಾನು ಜರೂರಿನಲ್ಲಿದ್ದೇನೆ," ಎಂದ ಪ್ರಯಾಣಿಕ.

ಭಿಕ್ಷುಕ ಹೇಳುತ್ತಾನೆ:

"ನೀನು ಇನ್ನೂ ಜೀವಂತವಿರುವುದು ಯಾತಕ್ಕೆಂದರೆ, ನೀನು ಯಾವ ಗಮ್ಯ ಸ್ಥಾನವನ್ನು ತಲುಪಬೇಕಿತ್ತೋ ಅಲ್ಲಿಗೆ ಇನ್ನೂ ತಲುಪಿಲ್ಲ."

ಶಿಷ್ಯ ಗುರುಗಳಿಗೆ ಹೇಳಿದ:

"ನಾನು ನನ್ನ ಹೆಚ್ಚಿನ ಸಮಯವನ್ನು ಯೋಚಿಸಬಾರದ ವಿಷಯಗಳನ್ನು ಯೋಚಿಸುತ್ತ, ಬೇಕಿಲ್ಲದ ವಿಷಯಗಳನ್ನು ಬಯಸುತ್ತ, ಮತ್ತು ಯೋಜಿಸಬೇಕಿಲ್ಲದ ಯೋಜನೆಗಳನ್ನು ಯೋಜಿಸುತ್ತ ಕಳೆದಿದ್ದೇನೆ."

ಗುರುಗಳು ಶಿಷ್ಯನನ್ನು ತನ್ನ ಮನೆಯ ಸಮೀಪದ ಕಾಡಿನೊಳಗೆ ಸಂಚಾರಕ್ಕಾಗಿ ಒಯ್ದರು. ದಾರಿಯಲ್ಲಿ ಒಂದು ಗಿಡವನ್ನು ತೋರಿಸುತ್ತ ಗುರುಗಳು ಅದು ಏನೆಂದು ಶಿಷ್ಯನನ್ನು ಕೇಳಿದರು.

"ಬೆಲ್ಲದೊಣ್ಣ," ಶಿಷ್ಯ ಹೇಳಿದ. "ನೀನು ಅದರ ಎಲೆಗಳನ್ನು ತಿಂದರೆ ಅದು ನಿನ್ನನ್ನು ಕೊಂದೇ ಹಾಕುತ್ತದೆ."

"ಆದರೆ ಅದನ್ನು ನೀನು ನೋಡಿದರಷ್ಟೇ ಅದು ನಿನ್ನನ್ನು ಕೊಲ್ಲಲಾರದು," ಎಂದರು ಗುರುಗಳು. "ಅದೇ ರೀತಿಯಲ್ಲಿ, ಋಣಾತ್ಮಕ ಯೋಚನೆಗಳು ನಿನ್ನನ್ನು ಆವರಿಸಿಕೊಳ್ಳದ ಹೊರತು ನಿನಗೆ ಅವು ಏನನ್ನೂ ಮಾಡಲಾರವು," ಎಂದರು.

ಒಂದು ಪರ್ವತ ಶ್ರೇಣಿ ಫ್ರಾನ್ಸ್ ಮತ್ತು ಸ್ಪೈನ್‌ಗಳನ್ನು ಪ್ರತ್ಯೇಕಿಸುತ್ತದೆ. ಆ ಪರ್ವತ ಶ್ರೇಣಿಗಳ ತಪ್ಪಲಿನಲ್ಲಿರುವ ಆರ್ಜೆಲಿಸ್ ಎಂಬ ಗ್ರಾಮದಲ್ಲಿನ ಗುಡ್ಡದ ಕಣಿವೆಯೊಂದಿದೆ.

ಪ್ರತಿದಿನ ಮಧ್ಯಾಹ್ನ ಮುದುಕನೊಬ್ಬ ಆ ಗುಡ್ಡವನ್ನು ಹತ್ತಿ ಇಳಿಯುತ್ತಾನೆ.

ಪ್ರಥಮ ಬಾರಿಗೆ ಪ್ರಯಾಣಿಕ ಆರ್ಜೆಲಿಸ್‌ಗೆ ಹೋದಾಗ ಈ ವಿದ್ಯಮಾನವನ್ನು ಅವನು ಗಮನಿಸಲಿಲ್ಲ. ಎರಡನೆ ಸಲ ಆತ ತೆರಳಿದಾಗ ಮುದುಕನನ್ನು ದಾಟಿಯೇ ಅವನು ತೆರಳುತ್ತಿದ್ದನೆಂದು ಮನವರಿಕೆಯಾಯಿತು. ನಂತರ ಪ್ರತಿಸಲ ಆತ ಆ ಗ್ರಾಮಕ್ಕೆ ತೆರಳಿದಾಗ ಇನ್ನಷ್ಟು ವಿವರಗಳನ್ನು ಕಲೆ ಹಾಕಿದ: ಮುದುಕನ ಬಟ್ಟೆಬರೆಗಳು, ಅವನ ನಡಿಗೆಯ ಕೋಲು, ಅವನ ಕನ್ನಡಕ ಇತ್ಯಾದಿ. ಮುದುಕನಿಗೆ ಗೊತ್ತಿಲ್ಲದೆ ಹೋದರೂ ಆತ ಆ ಗ್ರಾಮದ ಬಗೆಗೆ ಯೋಚಿಸಿದಾಗೆಲ್ಲ ಮುದುಕನ ಈ ಚರ್ಯೆಗಳನ್ನೂ ನೆನಪಿಸಿಕೊಳ್ಳುತ್ತಿದ್ದ.

ಒಮ್ಮೆ ಮಾತ್ರ ಪ್ರಯಾಣಿಕ ಆ ಮುದುಕನೊಡನೆ ತಮಾಷೆಯಿಂದ ಮಾತಾಡಿದ:

"ಈ ಸುತ್ತಲಿನ ಸುಂದರ ಗುಡ್ಡಗಳಲ್ಲಿ ಭಗವಂತ ಜೀವಿಸುತ್ತಿದ್ದಾನೆ ಎಂದು ನಿಮಗೇನಾದರೂ ಗೊತ್ತೇ?"

"ಭಗವಂತನೇ?," ಮುದುಕ ಕೇಳಿದ, "ಭಗವಂತನಿಗೆ ಜನರು ಎಲ್ಲೆಲ್ಲ ಜೀವಿಸಲು ಬಿಡುತ್ತಾರೋ ಅಲ್ಲೆಲ್ಲ ಆತ ಇರುತ್ತಾನೆ."

ಗುರುಗಳು ತನ್ನ ಶಿಷ್ಯರ ಬಣವನ್ನು ಒಮ್ಮೆ ಭೇಟಿಯಾದಾಗ, ಅವರಿಗೆ ಅಲ್ಲೊಂದು ಅಗ್ಗಿಷ್ಟಿಕೆಯನ್ನು ಹೊತ್ತಿಸಿ ಅದರ ಸುತ್ತ ಕುಳಿತು ಮಾತಾಡಲು ಅನುವು ಮಾಡಿಕೊಡುವಂತೆ ಹೇಳಿದರು.

"ಆಧ್ಯಾತ್ಮಿಕ ಹಾದಿಯೆಂದರೆ ಆ ಅಗ್ನಿಯಂತೆ," ಆತ ಹೇಳಿದರು. "ಯಾರೇ ಅಗ್ನಿಯನ್ನು ಹೊತ್ತಿಸುವ ಮೊದಲು ಅದರಿಂದ ಹೊಮ್ಮುವ ಹೊಗೆಯನ್ನು ತಾಳಿಕೊಂಡು ಕಣ್ಣಲ್ಲಿ ಹರಿವ ನೀರನ್ನು ಸೈರಿಸಿಕೊಳ್ಳಬೇಕು. ತಮ್ಮಲ್ಲಿರುವ ವಿಶ್ವಾಸವನ್ನು ಉದ್ದೀಪಿಸುವುದೂ ಹೀಗೆಯೇ. ಒಮ್ಮೆ ಅಗ್ನಿ ಪ್ರಜ್ವಲಿಸಿ ಉರಿಯಲು ತೊಡಗಿದಾಗ ಹೊಗೆ ಮಾಯವಾಗುತ್ತದೆ. ಜ್ವಾಲೆಗಳು ಎಲ್ಲವನ್ನೂ ಬೆಳಗುತ್ತವೆ ಮತ್ತು ಶಾಂತಿ ಹಾಗೂ ನೆಮ್ಮದಿಯನ್ನು ತರುತ್ತವೆ."

"ಅಗ್ನಿಯನ್ನು ಅನ್ಯರು ನಮಗೆ ಹೊತ್ತಿಸಿ ನೀಡಿದರೆ?" ಶಿಷ್ಯರಲ್ಲೊಬ್ಬ ಕೇಳಿದ. "ಹಾಗೆಯೇ ಹೊಗೆಯನ್ನು ತಡೆಗಟ್ಟಲು ಗುರುಗಳು ನಮಗೆ ಸಹಾಯ ಮಾಡಿದರೆ?"

"ಆತ ನಿಜವಾದ ಗುರುವಾಗಿರುವುದಿಲ್ಲ, ಯಾಕೆಂದರೆ ಆತ ಬೆಂಕಿಯನ್ನು ಎಲ್ಲಿಗೆ ಬೇಕಾದರೂ ಒಯ್ಯಬಹುದು, ಇಲ್ಲವೇ ಆ ಬೆಂಕಿಯನ್ನು ಯಾವಾಗ ಬೇಕಿದ್ದರೂ ನಂದಿಸಬಹುದು. ಅಷ್ಟೇ ಅಲ್ಲ ಆತ ಯಾರಿಗೂ ಬೆಂಕಿಯನ್ನು ಹೊತ್ತಿಸಲು ಕಲಿಸಿಲ್ಲವಾದ್ದರಿಂದ ಆತ ಜಗತ್ತನ್ನೇ ಸುಲಭವಾಗಿ ಅಂಧಕಾರಕ್ಕೆ ನೂಕಬಹುದು."

ನನ್ನೊಬ್ಬ ಗೆಳತಿ ತನ್ನ ಮೂವರು ಮಕ್ಕಳ ಸಹಿತ ಕೆನಡಾದ ದೂರದ ಒಂದು ಸಣ್ಣ ಹೊಲದ ಮನೆಯಲ್ಲಿ ಜೀವಿಸಲು ನಿರ್ಧರಿಸಿದಳು.

ಆಕೆ ತನ್ನ ಬದುಕನ್ನು ಪೂರ್ತಿಯಾಗಿ ಅಧ್ಯಾತ್ಮಿಕಕ್ಕಾಗಿ ಮೀಸಲಿಡಲು ನಿರ್ಧರಿಸಿದಳು.

ಮುಂದಿನ ಒಂದು ವರ್ಷದ ಒಳಗಾಗಿ ಆಕೆ ಒಬ್ಬನ ಪ್ರೀತಿಯಲ್ಲಿ ಬಿದ್ದಳು, ಮರು ಮದುವೆಯಾದಳು, ಸಂತರಿಂದ ಧ್ಯಾನದ ತಂತ್ರಗಳನ್ನು ಕಲಿತಳು, ಅವಳ ಮಕ್ಕಳನ್ನು ಸ್ಕೂಲ್‌ಗೆ ಸೇರಿಸಿದಳು, ಅವರು ಗೆಳೆಯರನ್ನೂ ಶತ್ರುಗಳನ್ನೂ ಹೊಂದಲು ಕಲಿಸಿದಳು, ತನ್ನ ಹಲ್ಲುಗಳನ್ನು ಕಡೆಗಣಿಸಿದಳು, ಹಿಮಬಿರುಗಾಳಿಯಲ್ಲಿ ಸಂಚರಿಸಲು ಕಲಿತಳು, ಪೈಪ್‌ಗಳ ಮಂಜುಗಡ್ಡೆಯನ್ನು ಕರಗಿಸಲು ಕಲಿತಳು, ತಿಂಗಳ ಕೊನೆಯವರೆಗೆ ಹಣ ಉಳಿಯುವಂತೆ ನೋಡಿಕೊಳ್ಳುತ್ತಿದ್ದಳು, ಯಾವುದೇ ಸಹಾಯವನ್ನು ಯಾಚಿಸುತ್ತಿರಲಿಲ್ಲ, ಬೆಚ್ಚಗಿನ ಮನೆಯಲ್ಲಿ ಮಲಗಲು ಕಲಿತಳು, ಯಾವುದೇ ಕಾರಣವಿಲ್ಲದೆ ನಗುತ್ತಿದ್ದಳು, ಹತಾಶೆಯಿಂದ ಅಳುತ್ತಿದ್ದಳು, ಚಾಪೆಲ್ ಒಂದನ್ನು ಕಟ್ಟಿಸಿದಳು, ಮನೆವಾರ್ತೆಯ ಕೆಲಸಗಳನ್ನು ನಿರ್ವಹಿಸುತ್ತಿದ್ದಳು, ಗೋಡೆಗಳಿಗೆ ಬಣ್ಣ ಹಚ್ಚುತ್ತಿದ್ದಳು, ಆಧಾತ್ಮಿಕ ಪಾಠಗಳನ್ನು ಹೇಳಿಕೊಡುತ್ತಿದ್ದಳು.

"ಪ್ರಾರ್ಥನೆಯೊಂದಿಗೆ ಬಾಳಿದ ಬದುಕು ಏಕಾಕಿತನದ ಬದುಕಾಗಿರಲಿಲ್ಲ," ಅವಳು ಹೇಳುತ್ತಿದ್ದಳು. "ಭಗವಂತನ ಪ್ರೀತಿ ಎಷ್ಟೊಂದು ಅಗಾಧವೆಂದರೆ, ಅದನ್ನು ಇತರರೊಂದಿಗೆ ಹಂಚಿಕೊಳ್ಳಬೇಕು."

"ನೀನು ಮೊತ್ತಮೊದಲ ಬಾರಿಗೆ ನಿನ್ನ ದಾರಿಯಲ್ಲಿ ಸಾಗಲು ನಿರ್ಧರಿಸಿದ ಸಂದರ್ಭ ಕೆಲವು ಶಬ್ದಗಳನ್ನು ಆ ಬಾಗಿಲಿನ ಮೇಲೆ ಚಿತ್ರಿಸಲಾಗಿರುತ್ತದೆ," ಗುರುಗಳು ಶಿಷ್ಯನಿಗೆ ಅಂದರು. "ಹಿಂದಿರುಗಿ ಬಂದ ಮೇಲೆ ಆ ಶಬ್ದಗಳು ಏನಿದ್ದವು ಎಂದು ನನಗೆ ಹೇಳು."

ಶಿಷ್ಯ ತನ್ನ ಹೃದಯ ಮತ್ತು ಆತ್ಮವನ್ನೇ ಅರ್ಪಿಸಿಕೊಳ್ಳುತ್ತ ಆ ಬಾಗಿಲನ್ನು ಹುಡುಕುತ್ತ ಹೋದ. ಒಂದು ದಿನ ಅಕಸ್ಮತ್ತಾಗಿ ಆ ಬಾಗಿಲು ಕಣ್ಣಿಗೆ ಬಿತ್ತು. ಗುರುಗಳ ಬಳಿಗೆ ಓಡೋಡುತ್ತ ಬಂದ.

"ಪ್ರಾರಂಭದಲ್ಲಿ ಹೀಗೆ ಬರೆದಿತ್ತು, 'ಇದು ಅಸಾಧ್ಯ' ಅಂತ."

"ಅದನ್ನು ಎಲ್ಲಿ ಬರೆದಿದ್ದರು, ಗೋಡೆಯ ಮೇಲೋ ಬಾಗಿಲ ಮೇಲೋ?" ಗುರುಗಳು ಕೇಳಿದರು.

"ಬಾಗಿಲ ಮೇಲೆ," ಎಂದುತ್ತರಿಸಿದ ಶಿಷ್ಯ.

"ಸರಿ, ಬಾಗಿಲ ಹಿಡಿಯನ್ನು ಹಿಡಿದುಕೊಂಡು ಅದನ್ನು ತೆರೆದು ಬಿಡು."

ಶಿಷ್ಯ ಗುರುಗಳ ಆಜ್ಞೆಯನ್ನು ಪಾಲಿಸಿದ. ಬರೆದ ಅಕ್ಷರಗಳು ಬಾಗಿಲ ಮೇಲೆ ಇದ್ದುದರಿಂದ ಅದನ್ನು ತೆರೆದಾಗ ಅಕ್ಷರಗಳೂ ಬಾಗಿಲಿನ ಜೊತೆಗೆ ಒಳಕ್ಕೆ ಸರಿದವು. ಹಾಗಾಗಿ ಅವನಿಗೆ ಅಕ್ಷರಗಳು ಕಾಣದೆ ಹೋದವು, ಮತ್ತು ಆತ ತನ್ನ ದಾರಿಯಲ್ಲೇ ಮುಂದುವರಿದ.

ಗುರುಗಳು ಹೇಳಿದರು:

ನಿನ್ನ ಕಣ್ಣುಗಳನ್ನು ಮುಚ್ಚು. ಬೇಡ, ನಿನ್ನ ಕಣ್ಣುಗಳನ್ನು ಕೂಡಾ ಮುಚ್ಚುವ ಅಗತ್ಯವಿಲ್ಲ. ಸುಮ್ಮನೆ ಹೀಗೊಂದು ದೃಶ್ಯವನ್ನು ಕಲ್ಪಿಸಿಕೋ: ಹಕ್ಕಿಗಳ ಒಂದು ಹಿಂಡು ಜೊತೆಯಲ್ಲೇ ಹಾರಾಡುವಂತೆ. ಸರಿ, ಈಗ ಆ ಹಿಂಡಿನಲ್ಲಿ ಎಷ್ಟು ಹಕ್ಕಿಗಳಿವೆ ಎಂದು ಹೇಳಲು ಸಾಧ್ಯವೇ? ಐದು? ಹನ್ನೊಂದು? ಹದಿನೇಳು?

ನಿನ್ನ ಉತ್ತರ ಏನೇ ಇದ್ದಿರಲಿ–ಯಾರಿಗೂ ನಿಖರವಾಗಿ ಹೇಳಲು ಅಸಾಧ್ಯ– ಈ ಚಿಕ್ಕ ಪ್ರಯೋಗದಿಂದ ಒಂದಂತೂ ನಿಶ್ಚಿತವಾಗಿ ಹೇಳಬಹುದು. ನಿನಗೆ ಹಕ್ಕಿಗಳ ಗುಂಪನ್ನಷ್ಟೇ ಕಲ್ಪಿಸಿಕೊಳ್ಳಲು ಸಾಧ್ಯವೇ ಹೊರತು ಆ ಹಕ್ಕಿಗಳು ನಿನ್ನ ನಿಯಂತ್ರಣದಲ್ಲಿ ಇದ್ದಿರುವುದಿಲ್ಲ. ಆದರೂ ಆ ದೃಶ್ಯ ಸ್ಪಷ್ಟ ಮತ್ತು ನಿಶ್ಚಿತವಾಗಿತ್ತು. ಅದಕ್ಕೆ ಉತ್ತರ ಎಲ್ಲೋ ಅಡಗಿಕೊಂಡಿತ್ತು, ಅಲ್ಲವೇ?

ಆ ಹಿಂಡಿನಲ್ಲಿ ಎಷ್ಟು ಹಕ್ಕಿಗಳಿರಬೇಕೆಂದು ಯಾರು ತೀರ್ಮಾನಿಸುತ್ತಾರೆ? ನೀನಂತೂ ಅಲ್ಲ.

ಒಬ್ಬ ವ್ಯಕ್ತಿ ಒಂದು ದಿನ ಓರ್ವ ಸನ್ಯಾಸಿಯ ಮಠವನ್ನು ಸಂದರ್ಶಿಸಲು ನಿರ್ಧರಿಸಿದ. ಬೆಂಗಾಡಿನಲ್ಲಿ ಸಾಕಷ್ಟು ಅಲೆದಾಡಿದ ಬಳಿಕ ಆತನಿಗೆ ಸನ್ಯಾಸಿಯನ್ನು ಭೇಟಿಯಾಗಲು ಸಾಧ್ಯವಾಯಿತು.

"ಅಧ್ಯಾತ್ಮದ ಹಾದಿಯಲ್ಲಿ ಮೊದಲ ಹೆಜ್ಜೆ ಏನಿರಬೇಕೆಂದು ತಿಳಿಯ ಬಯಸುವೆ," ಎಂದು ಆತ ಕೇಳಿದ.

ಸನ್ಯಾಸಿ ಆತನನ್ನು ಸಮೀಪದ ಒಂದು ಕೊಳಕ್ಕೆ ಅಲ್ಲಿನ ನೀರಿನಲ್ಲಿ ತನ್ನ ಪ್ರತಿಬಿಂಬವನ್ನು ನೋಡಲು ಹೇಳಿದ. ವ್ಯಕ್ತಿ ಸನ್ಯಾಸಿ ಅಂದಂತೆ ನೀರಿನಲ್ಲಿ ಮುಖವನ್ನು ನೋಡಲು ಯತ್ನಿಸುತ್ತಿದ್ದಂತೆ ಸನ್ಯಾಸಿ ಸಣ್ಣ ಕಲ್ಲೊಂದನ್ನು ನೀರಿಗೆ ಎಸೆದು ಅದರಲ್ಲಿ ಅಲೆಗಳು ಏಳುವಂತೆ ಮಾಡಿದ.

"ನೀವು ನೀರಿಗೆ ಕಲ್ಲೆಸೆದಾಗ ನನಗೆ ನನ್ನ ಮುಖವನ್ನು ಅದರಲ್ಲಿ ನೋಡಲಾಗುವುದಿಲ್ಲ," ವ್ಯಕ್ತಿ ಹಲುಬಿದ.

"ಹಾಗೆಯೇ ಮನಸ್ಸು ಪ್ರಕ್ಷುಬ್ಧವಾಗಿರುವಾಗ ಭಗವಂತನನ್ನು ಹುಡುಕುವುದು ಕಷ್ಟವೇ ಸರಿ," ಸನ್ಯಾಸಿ ಅಂದ, "ಅದುವೇ ಮೊದಲ ಹೆಜ್ಜೆ!"

ಪ್ರಯಾಣಿಕ ಝೆನ್ ಧ್ಯಾನವನ್ನು ಅಭ್ಯಾಸ ಮಾಡುವ ಸಮಯ ಗುರುಗಳು ದೋಜೋನ ಮೂಲೆಗೆ ಸಾಗಿ ಒಂದು ಬಿದಿರಿನ ಬೆತ್ತವನ್ನು ತಂದರು.

ಕೆಲವು ವಿದ್ಯಾರ್ಥಿಗಳು- ಧ್ಯಾನದ ಸಮಯ ತಮ್ಮ ಗಮನವನ್ನು ಕೇಂದ್ರೀಕರಿಸಲು ಅಶಕ್ತರಾದವರು ತಮ್ಮ ಕೈಗಳನ್ನು ಎತ್ತಿದರು- ಗುರುಗಳು ಮೂರು ಸಲ ಅವರ ಭುಜದ ಮೇಲೆ ಬಡಿದರು.

ಪ್ರಾರಂಭದಲ್ಲಿ ಇದು ಮಧ್ಯಕಾಲೀನ ಅಸಂಗತ ಸಂಗತಿಯಂತೆ ತೋರಿತು.

ನಂತರ ಪ್ರಯಾಣಿಕನಿಗೆ ಅನ್ನಿಸಿತು, ಹೌದು ನಿಜಕ್ಕೂ ಅದು ಅವಶ್ಯವೇ, ಯಾಕೆಂದರೆ ಅಧ್ಯಾತ್ಮಿಕ ನೋವು ಭೌತಿಕ ಮಟ್ಟದಲ್ಲಿ ಅನಿವಾರ್ಯವೇ, ಯಾಕೆಂದರೆ ಅದರಿಂದಾಗುವ ಪರಿಣಾಮ ಭಾವನಾತ್ಮಕವಾಗಿರುತ್ತದೆ. ಆತ ಸ್ಯಾಂಟಿಯಾಗೋಕ್ಕೆ ಸಾಗುವ ದಾರಿಯಲ್ಲಿ ಇನ್ನೊಂದು ಅಭ್ಯಾಸವನ್ನು ಕಲಿತಿದ್ದ, ತನ್ನಲ್ಲಿ ಋಣಾತ್ಮಕ ಯೋಚನೆಗಳು ಬಂದಾಗಲೆಲ್ಲ ತನ್ನ ತೋರು ಬೆರಳಿನ

ಉಗುರನ್ನು ಹೆಬ್ಬೆರಳಿನೊಳಗೆ ಚುಚ್ಚಿಕೊಳ್ಳುತ್ತಿದ್ದ. ಋಣಾತ್ಮಕ ಯೋಚನೆಗಳ ವಿಲಕ್ಷಣ ಪರಿಣಾಮಗಳನ್ನು ಅರಿಯಬೇಕೆಂದರೆ ಬಹಳಷ್ಟು ಸಮಯ ಹಿಡಿಯುತ್ತದೆ ಎಂಬುದಂತೂ ಸತ್ಯ. ಅಂತಹ ಯೋಚನೆಗಳು ಆವಿರ್ಭವಿಸುವ ವೇಳೆ ಉಂಟಾಗುವ ಭೌತಿಕ ನೋವು ನಮ್ಮಲ್ಲಿ ಬಹಳಷ್ಟು ಹಾನಿಗೆ ಕಾರಣವಾಗುತ್ತದೆ.

ಮತ್ತೆ ನಾವು ಅವುಗಳನ್ನು ತಪ್ಪಿಸಲು ಯತ್ನಿಸುತ್ತೇವೆ.

ಮೂವತ್ತೆರಡು ವರ್ಷ ವಯಸ್ಸಿನ ಓರ್ವ ರೋಗಿ ಚಿಕಿತ್ಸಕ ರಿಚಾರ್ಡ್ ಕ್ರೌಲಿಯವರಲ್ಲಿಗೆ ಹೋದ.

"ನನಗೆ ಹೆಬ್ಬೆರಳನ್ನು ಚೀಪುವುದನ್ನು ತಡೆಯಲಾಗುತ್ತಿಲ್ಲ," ಆತ ಹೇಳಿದ.

"ಅದರ ಬಗ್ಗೆ ಯೋಚಿಸಬೇಡ," ಕ್ರೌಲಿ ಹೇಳಿದರು, "ಆದರೆ ಪ್ರತಿವಾರ ಹೆಬ್ಬೆರಳಿನ ಬದಲಿಗೆ ಬೇರೊಂದು ಬೆರಳನ್ನು ಚೀಪುವ ಅಭ್ಯಾಸ ಮಾಡು."

ಆ ನಿಮಿಷದಿಂದ ರೋಗಿ ತನ್ನ ಕೈಯನ್ನು ಎತ್ತಿ ಬಾಯಿಗೆ ಒಯ್ದಾಗ ಆ ದಿನ ಯಾವ ಬೆರಳನ್ನು ಚೀಪಬೇಕು ಎಂದು ತಬ್ಬಿಬ್ಬಾಗತೊಡಗಿತು. ವಾರ ಕಳೆಯುವುದರ ಒಳಗೆ ರೋಗಿ ಗುಣಮುಖನಾದ.

"ಕೆಲವೊಮ್ಮೆ ಕೆಟ್ಟ ಅಭ್ಯಾಸಗಳು ಅಂಟಿಕೊಂಡಾಗ ಅದನ್ನು ತೊರೆಯಲು ಕಷ್ಟವಾಗುತ್ತದೆ," ಎನ್ನುತ್ತಾರೆ ರಿಚಾರ್ಡ್ ಕ್ರೌಲಿ. ಅಂತಹ ಸಮಯದಲ್ಲಿ ನಮಗೊದಗುವ ಸವಾಲುಗಳನ್ನು ಎದುರಿಸಲು ಹೊಸ ಧೋರಣೆಗಳನ್ನು, ನಿರ್ಧಾರಗಳನ್ನು ಮತ್ತು ಆಯ್ಕೆಗಳನ್ನು ಅಪ್ಪಿಕೊಂಡರೆ, ಕೆಟ್ಟ ಅಭ್ಯಾಸಗಳು ಅನಾಯಾಸವಾಗಿ ನಮ್ಮಿಂದ ಹೊರಟುಹೋಗುತ್ತವೆ."

ಪ್ರಾಚೀನ ರೋಮ್ ನಗರದಲ್ಲಿ ಸಿಬಿಲ್ಸ್ ಎಂಬ ಮಾಟಗಾತಿಯರ ಒಂದು ಗುಂಪು ಇತ್ತು. ಅವರು ರೋಮ್‌ನ ಭವಿಷ್ಯದ ಬಗೆಗೆ ಒಂಭತ್ತು ಪುಸ್ತಕಗಳನ್ನು ಬರೆದಿದ್ದರು. ಅವರು ತಮ್ಮ ಒಂಭತ್ತು ಪುಸ್ತಕಗಳನ್ನು ರೋಮನ್ ಸಾಮ್ರಾಟ ಟಿಬೆರಿಸ್‌ಗೆ ಅರ್ಪಿಸಿದರು.

"ಇವುಗಳ ಬೆಲೆ ಏನು?" ಟಿಬೆರುಸ್ ಕೇಳಿದರು.

"ನೂರು ಚಿನ್ನದ ನಾಣ್ಯಗಳು," ಸಿಬಿಲ್ಸ್ ಉತ್ತರಿಸಿದರು.

ಸಿಟ್ಟಿಗೆದ್ದ ಟಿಬೆರುಸ್ ಅವರನ್ನು ದೂರಕ್ಕೆ ಅಟ್ಟಿದ. ಸಿಬಿಲ್ಸ್ ಒಂಭತ್ತು ಪುಸ್ತಕಗಳಲ್ಲಿ ಮೂರನ್ನು ಸುಟ್ಟು ಹಾಕಿ ರಾಜನಲ್ಲಿಗೆ ಹಿಂದಿರುಗಿದರು.

"ಅವುಗಳಿಗೆ ಅದೇ ನೂರು ಚಿನ್ನದ ನಾಣ್ಯದ ಬೆಲೆ," ಎಂದರು ಈಗಲೂ.

ಟಿಬೆರುಸ್ ನಕ್ಕರು ಮತ್ತು ಅವರ ಪುಸ್ತಕಗಳನ್ನು ಕೊಳ್ಳಲು ನಿರಾಕರಿಸಿದರು. ಈಗಿನ ಆರು ಪುಸ್ತಕಗಳಿಗೆ ಮೊದಲಿನ ಒಂಭತ್ತರ ಬೆಲೆಯನ್ನೇ ಯಾಕಾಗಿ ಕೊಡಬೇಕು?

ಸಿಬಿಲ್ಸ್ ಮತ್ತೆ ಮೂರು ಪುಸ್ತಕಗಳನ್ನು ಸುಟ್ಟು ಹಾಕಿದರು. ಮತ್ತೆ ರಾಜನಲ್ಲಿಗೆ ಮೂರು ಪುಸ್ತಕಗಳೊಂದಿಗೆ ಹಿಂದಿರುಗಿದರು.

"ಅವುಗಳ ಬೆಲೆ ನೂರು ಚಿನ್ನದ ನಾಣ್ಯಗಳು," ಅವರು ಹೇಳಿದರು. ಅಷ್ಟಾಗುವಾಗ ಟಿಬೆರಸ್‌ನ ಕುತೂಹಲ ಹೆಚ್ಚಿತು ಅವರು ಪೂರ್ತಿ ಹಣವನ್ನು

ತೆತ್ತು ತನ್ನ ಸಾಮ್ರಾಜ್ಯದ ಭವಿಷ್ಯದ ಕುರಿತಾದ ಕೆಲವು ಸಂಗತಿಗಳನ್ನು ಮನವರಿಕೆ ಮಾಡಿಕೊಂಡರು.

ಗುರುಗಳು ಹೇಳುತ್ತಾರೆ:

ಜೀವನ ಕಲೆಯನ್ನು ಕಲಿಯಬೇಕಿದ್ದರೆ ಅವುಗಳೊಂದಿಗೆ ತಾಕಲಾಡುವುದಲ್ಲ, ಅವುಗಳು ತನ್ನಿಂದ ತಾನೇ ಅವಕಾಶಗಳಾಗಿ ಹೊರಹೊಮ್ಮಿ ಬರುತ್ತವೆ.

ಇಪ್ಪತ್ತನೇ ಶತಮಾನದ ಅತ್ಯಂತ ಗೌರವಾನ್ವಿತ ಕ್ವೇಕರ್ಸ್‌ಗಳಲ್ಲಿ ಒಬ್ಬರಾದ ರುಫುಸ್ ಜಾನ್ಸ್ ಹೀಗೆ ಬರೆದಿದ್ದಾರೆ:

"ಬಾಬೆಲ್‌ನಂತಹ ನವೀನ ಗೋಪುರಗಳನ್ನು ಕಟ್ಟಲು ನಾನು ಬಯಸುವುದಿಲ್ಲ, ಕ್ಷಮಿಸಿ, ನನಗೆ ದೇವರನ್ನು ತಲುಪುವುದಷ್ಟೇ ಸಾಕು.

"ಅಂತಹ ಗೋಪುರಗಳು ಅಸಹ್ಯವಾಗಿವೆ; ಅವುಗಳಲ್ಲಿ ಕೆಲವನ್ನು ಇಟ್ಟಿಗೆ ಮತ್ತು ಗಾರೆಯಿಂದ ಕಟ್ಟಲಾಗಿವೆ, ಇನ್ನುಳಿದವನ್ನು ಪವಿತ್ರ ಗ್ರಂಥಗಳನ್ನು ಪೇರಿಸಿಟ್ಟು ಕಟ್ಟಲಾಗಿವೆ. ಕೆಲವನ್ನು ಪ್ರಾಚೀನ ಆಚರಣೆಗಳಿಂದ, ಮತ್ತು ಹೆಚ್ಚಿನವನ್ನು ಆಧುನಿಕ ವಿಜ್ಞಾನದೊಂದಿಗೆ, ಭಗವಂತನ ಅಸ್ತಿತ್ವದ ಪುರಾವೆಗಳೊಂದಿಗೆ ನಿರ್ಮಿಸಲಾಗಿವೆ.

"ಇವುಗಳನ್ನು ನಾವು ಕತ್ತಲಿನ ಏಕಾಕಿತನದ ಬುಡದಿಂದ ಏರಬೇಕಾಗುತ್ತದೆ. ಅದು ನಮಗೆ ಭೂಮಿಯ ಒಂದು ವಿಹಂಗಮ ನೋಟವನ್ನೇನೋ ನೀಡಬಹುದು, ಆದರೆ ಅದು ನಮ್ಮನ್ನು ಸ್ವರ್ಗಕ್ಕೆ ಒಯ್ಯಲಾರದು.

"ಇವುಗಳಿಂದ ನಮಗೇನು ಸಿಗುತ್ತದೆ ಎಂದರೆ ಭಾಷೆ ಮತ್ತು ಭಾವನೆಗಳ ನಡುವಿನ ಅವೇ ಹಳೆಯ ಗೊಂದಲಗಳು.

"ಭಗವಂತನಿಗೆ ಬೇಕಾಗಿರುವುದು ನಂಬಿಕೆ, ಪ್ರೇಮ, ಹರ್ಷ ಮತ್ತು ಪ್ರಾರ್ಥನೆಗಳ ಸೇತುವೆ."

ಇಬ್ಬರು ರಬ್ಬಿಗಳು(ಯಹೂದಿಯರ ಗುರು) ನಾಜ಼ಿ ಜರ್ಮನಿಯ ಯಹೂದಿಗಳಿಗೆ ಆಧ್ಯಾತ್ಮಿಕವಾಗಿ ಸಮಾಧಾನವನ್ನು ನೀಡಲು ಪ್ರಯತ್ನಿಸುತ್ತಿದ್ದರು, ಸ್ವತಃ ತಮ್ಮ ಜೀವಕ್ಕೇ ಅಪಾಯ ಒದಗಿದರೂ ಕೂಡಾ. ಅನೇಕ ಯಹೂದಿ ಸಮುದಾಯಗಳಲ್ಲಿ ಅವರು ಪ್ರವಚನಗಳನ್ನು ನೀಡುತ್ತಿದ್ದರು.

ಕೊನೆಯಲ್ಲಿ ಅವರನ್ನು ಸೆರೆಹಿಡಿದರು. ರಬ್ಬಿಗಳಲ್ಲಿ ಒಬ್ಬ ನಿರಂತರವಾಗಿ ತಮಗೇನು ಸಂಭವಿಸಬಹುದೋ ಎನ್ನುವ ಆತಂಕದಲ್ಲೇ ಪ್ರಾರ್ಥನೆಯನ್ನು ಸಲ್ಲಿಸುತ್ತಿದ್ದ. ಇನ್ನೊಬ್ಬ ರಬ್ಬಿ ದಿನವಿಡೀ ನಿದ್ದೆ ಮಾಡುತ್ತಲೇ ಸಮಯ ಕಳೆದ.

"ನೀನ್ಯಾಕೆ ಅಷ್ಟೊಂದು ನಿದ್ದೆ ಮಾಡ್ತಾ ಇದ್ದೀಯಾ?" ಭಯಭೀತನಾದ ರಬ್ಬಿ ಕೇಳಿದ.

"ನನ್ನ ಶಕ್ತಿಯನ್ನು ಉಳಿಸಿಕೊಳ್ಳಲು ಇದರಿಂದ ಸಾಧ್ಯ ಯಾಕೆಂದರೆ ಅದು ಮುಂದಕ್ಕೆ ಉಪಯೋಗಕ್ಕೆ ಬಂದೀತು," ಅಂದ ಇನ್ನೊಬ್ಬ ರಬ್ಬಿ.

"ನಿನಗೆ ಭಯವಾಗುತ್ತಿಲ್ಲವೇ? ನಮಗೇನು ಸಂಭವಿಸಬಹುದೆಂದು ನಿನಗೆ ಗೊತ್ತಿಲ್ಲವೇ?"

"ನಮ್ಮನ್ನು ಅವರು ಸೆರೆಮನೆಗೆ ತಳ್ಳುವವರೆಗೆ ನನಗೆ ಭಯವಿತ್ತು. ಈಗಂತೂ ಸೆರೆಮನೆಗೆ ಬಂದಿದ್ದಾಯ್ತು. ಇನ್ನು ಭಯಪಡುವುದೇನಿದೆ ಹೇಳು? ಈಗ ಭಯಪಡುವ ಸಮಯ ಕಳೆದು ಹೋಗಿದೆ. ಇನ್ನು ಭರವಸೆಯೊಂದೇ ನಮಗಿರುವ ಆಧಾರ."

ಗುರುಗಳು ಹೇಳುತ್ತಾರೆ:

"ನನಗದು ಬೇಕಿಲ್ಲ." ಈ ಶಬ್ದಗಳನ್ನು ನಾವು ಸಂಶಯದಿಂದ ನೋಡಬೇಕಿದೆ. ನಾವು ಮಾಡಲು ಬಯಸದಿರುವ ವಿಷಯಗಳೇನು?

ಅವು ಅಪಾಯಕಾರಿಯಾಗಿರುವುದರಿಂದ ನಮಗದು ಬೇಡವೇ?

ಇಲ್ಲೊಂದು ಉದಾಹರಣೆಯಿದೆ: ಅಪರಿಚಿತರೊಂದಿಗೆ ಮಾತಾಡುವುದು. ಅದು ಕೇವಲ ಒಂದು ಸಹಜ ಸಂಭಾಷಣೆಯೇ, ಚಿಕ್ಕ ಮಾತುಕತೆಯೇ, ಅಥವಾ ಹೃದಯದಿಂದ ಹೃದಯಕ್ಕೆ ತಲುಪುವ ವಿಷಯವೇ, ನಾವು ಅಪರಿಚಿತರ ಜೊತೆಗೆ ಮಾತಾಡುವುದಿಲ್ಲ.

ಮತ್ತು "ಅದೇ ಒಳಿತೆಂದು ನಮಗನಿಸುತ್ತದೆ."

ನಾವು ಸಹಾಯ ಮಾಡಲಾರೆವು ಅಥವಾ ನಮಗೆ ಸಹಾಯ ಸಿಗುವ ಹಾಗಿಲ್ಲ.

ಇತರರೊಂದಿಗೆ ಅಂತರ ಕಾಯ್ದುಕೊಳ್ಳುವುದರಿಂದ ನಾವು ಎಷ್ಟು ಹೆಚ್ಚು ಪ್ರಮುಖರೆಂದು ಅನ್ನಿಸಿಕೊಳ್ಳುತ್ತೇವೋ, ಅಷ್ಟು ಹೆಚ್ಚು ಆತ್ಮವಿಶ್ವಾಸ ಹೊಂದಿರುತ್ತೇವೆ. ಸಹಜ ಬದುಕಿನಲ್ಲಿ, ನಮ್ಮ ದೇವದೂತ ಇನ್ನೊಬ್ಬರ ಧ್ವನಿಯಲ್ಲಿ ಪ್ರತ್ಯಕ್ಷನಾಗುವುದು ನಮಗೆ ಬೇಕಿಲ್ಲ.

ಒಬ್ಬ ವಯಸ್ಸಾದ ಸನ್ಯಾಸಿಯನ್ನು ಆ ಕಾಲದ ಓರ್ವ ಅತ್ಯಂತ ಶಕ್ತಿಶಾಲಿ ಸಾಮ್ರಾಟ ತನ್ನ ದರ್ಬಾರಿಗೆ ಕರೆಸಿದ.

"ಒಬ್ಬ ಪುಣ್ಯಪುರುಷ ಇಷ್ಟೊಂದು ಅಲ್ಪದರಲ್ಲೇ ತೃಪ್ತನಾಗಿ ಜೀವಿಸುವುದನ್ನು ಕಂಡು ನನಗೆ ಅಸೂಯೆ ಎನಿಸುತ್ತದೆ," ಎಂದ ಮಹಾರಾಜ.

"ಮಹಾರಾಜರೇ, ನನಗಿಂತಲೂ ಇನ್ನಷ್ಟು ಅಲ್ಪದರಲ್ಲೇ ತೃಪ್ತನಾಗಿರುವುದನ್ನು ಕಂಡು ನನಗೂ ಅಸೂಯೆ ಎನಿಸುತ್ತದೆ," ಸನ್ಯಾಸಿ ಉತ್ತರಿಸಿದ.

"ಈ ಸಮಸ್ತ ರಾಜ್ಯವೇ ನನಗೆ ಸೇರಿರುವಾಗ ಹಾಗೇಕೆ ಹೇಳುತ್ತೀಯಾ?"

"ಚುಟುಕಾಗಿ ಹೇಳುವುದಿದ್ದರೆ," ಮುದುಕ ಹೇಳಿದ. "ಸಮಸ್ತ ಗೋಳದ ಸಂಗೀತ ನನ್ನಲ್ಲಿದೆ, ಸಮಸ್ತ ಜಗತ್ತಿನ ನದಿಗಳೂ, ಪರ್ವತಗಳೂ ನನ್ನಲ್ಲಿವೆ, ಚಂದ್ರ ಮತ್ತು ಸೂರ್ಯ ನನಗೇ ಸೇರಿದ್ದು, ಯಾಕೆಂದರೆ ಭಗವಂತನೇ ನನ್ನ ಕೈಲಿದ್ದಾನೆ. ಆದರೆ ಮಹಾರಾಜರೇ, ನಿಮ್ಮ ಕೈಲಿ ಕೇವಲ ಈ ಸಾಮ್ರಾಜ್ಯ ಮಾತ್ರವೇ ಇದೆ!"

ಪೌಲೋ ಕೊಯೆಲೋ

"ಭಗವಂತನು ವಾಸಿಸುವ ಪರ್ವತಕ್ಕೆ ಸಾಗುವ," ಸರದಾರ ತನ್ನ ಸಂಗಡಿಗ ಸರದಾರನಿಗೆ ಹೇಳಿದ. "ನಮ್ಮನ್ನೆಲ್ಲ ಪೊರೆವ ಭಗವಂತ ನಮ್ಮ ಭಾರವನ್ನು ಹಾಗೆಯೇ ಉಳಿಸಿಕೊಂಡಿರುತ್ತಾನೆ ಎಂಬುದನ್ನು ನಾನು ಸಾಧಿಸಬೇಕಿದೆ."

"ನನ್ನ ನಂಬಿಕೆಯನ್ನು ದೃಢೀಕರಿಸಲು ನಾನಲ್ಲಿಗೆ ಹೋಗುವೆ,"

ಇನ್ನೊಬ್ಬ ಸರದಾರ ಹೇಳಿದ. ಕತ್ತಲಾಗುವ ಹೊತ್ತಿಗೆ ಅವರಿಬ್ಬರೂ ಪರ್ವತದ ಶಿಖರವನ್ನು ತಲುಪಿದ್ದರು. ಆ ಕತ್ತಲಲ್ಲಿ ಅವರಿಗೆ ಧ್ವನಿಯೊಂದು ಕೇಳಿಸಿತು:

"ನಿಮ್ಮ ಕುದುರೆಗಳನ್ನು ಏರಿ ಹೋಗಿ, ಆದರೆ ಹಾಗೆ ಹೋಗುವಾಗ ನೆಲದಲ್ಲಿ ಬಿದ್ದಿರುವ ಕಲ್ಲುಗಳನ್ನು ಹೆಕ್ಕಿಕೊಳ್ಳಿ!"

"ಕಂಡೆಯಾ?" ಮೊದಲ ಸರದಾರ ಹೇಳಿದ. ನಾವು ಅಷ್ಟು ದೂರದಿಂದ ಬಂದೆವು. ಈಗ ಅವನು ನಮಗೆ ಇನ್ನಷ್ಟು ಭಾರವನ್ನು ಹೊರಲು ಹೇಳುತ್ತಿದ್ದಾನೆ. ನಾನು ಹಾಗೆ ಮಾಡಲಾರೆ!"

ಎರಡನೆ ಸರದಾರ ಧ್ವನಿಯ ಆಜ್ಞೆಯನ್ನು ಅನುಸರಿಸಿದ. ಅವರು ಪರ್ವತದ ತಪ್ಪಲಿಗೆ ಬಂದು ತಲುಪಿದಾಗ ಬೆಳ್ಳಂಬೆಳಕಾಗಿತ್ತು. ಸೂರ್ಯನ ಕಿರಣಗಳು

ಭಕ್ತ ಸರದಾರ ತಂದ ಕಲ್ಲುಗಳ ಮೇಲೆ ಬಿದ್ದು ಹೊಳೆದವು. ಅವು ವಜ್ರಗಳಾಗಿ ಮಾರ್ಪಟ್ಟಿದ್ದವು.

ಗುರುಗಳು ಹೇಳುತ್ತಾರೆ:

ಭಗವಂತ ವಿಚಿತ್ರ ನಿರ್ಧಾರಗಳನ್ನು ತೆಗೆದುಕೊಳ್ಳಬಹುದು. ಆದರೆ ಅವೆಲ್ಲ ನಮ್ಮ ಒಳಿತಿಗಾಗಿಯೇ ಮಾಡಿರುತ್ತಾನೆ.

ಗುರುಗಳು ಹೇಳುತ್ತಾರೆ:

ನನ್ನ ಪ್ರೀತಿಯ ಸಖನೇ, ನೀನೆಂದಿಗೂ ಕೇಳಿರದ ವಾರ್ತೆಯೊಂದಿದೆ. ನನಗದು ಬೀಸಿತ್ತು, ನಾನು ವಾರ್ತೆಯನ್ನು ತುಸು ಮೃದುವಾಗಿಸಿ, ಮಿಂಚುವ ಬಣ್ಣ ಬಳಿದು, ಸ್ವರ್ಗದ ಭರವಸೆಗಳನ್ನು ತುಂಬಿ, ಪರಿಪೂರ್ಣತೆಯ ನೋಟಗಳನ್ನು ಬಳಸಿ ಅವನ್ನು ವಿಜೃಂಭಿಸುವಂತೆ ಮಾಡಬೇಕೆಂದಿದ್ದೆ, ಆದರೆ ಅವೆಲ್ಲವೂ ಈಗಲೂ ಅಸ್ತಿತ್ವದಲ್ಲಿದ್ದರೂ, ಸದ್ಯ ಅಪ್ರಸ್ತುತವೆನಿಸುತ್ತವೆ.

ಆಳವಾಗಿ ಉಸಿರೆಳೆದುಕೋ. ನಾನು ಮುಚ್ಚುಮರೆಯಿಲ್ಲದೆ ಮಾತಾಡಬೇಕಿದೆ ಮತ್ತು ನಾನೇನು ಅನ್ನಬೇಕಿದೆ, ಅದು ಸತ್ಯವಾಗಿದೆ. ಅದೊಂದು ಎಂದಿಗೂ ತಪ್ಪಾಗಲಾರದ ಭವಿಷ್ಯವಾಣಿಯಾಗಿದ್ದು ಯಾವುದೇ ದೋಷಕ್ಕೆ ಆಸ್ಪದವಿರುವುದಿಲ್ಲ.

ವಾರ್ತೆ ಏನೆಂದರೆ ನೀನು ಸಾವನ್ನಪ್ಪಲಿದ್ದೀಯಾ.

ಅದು ನಾಳೆಯೇ ಸಂಭವಿಸಬಹುದು ಅಥವಾ ಇನ್ನು ಮುಂದೆ ಐವತ್ತು ವರ್ಷಗಳ ನಂತರವೂ ಸಂಭವಿಸಬಹುದು. ಆದರೆ ನೀನು ಸಾಯುವುದಂತೂ ನಿಶ್ಚಿತ. ನಿನಗೆ ಬೇರೇನಾದರೂ ಯೋಜನೆಗಳಿದ್ದರೂ ಅವೆಲ್ಲ ನಗಣ್ಯ.

ಈವೊತ್ತು ನೀನೇನು ಮಾಡಬೇಕು ಅದನ್ನು ನಿಖರವಾಗಿ ಮಾಡಿಮುಗಿಸು. ನಾಳೆಯೂ ಅಷ್ಟೇ. ಮಿಕ್ಕುಳಿದ ಜೀವಿತಾವಧಿಯಲ್ಲೂ ಅಷ್ಟೇ.

ಓರ್ವ ಶ್ವೇತ ವರ್ಣೀಯ ಅನ್ವೇಷಕ ಆಫ್ರಿಕಾದ ಹೃದಯ ಭಾಗದಲ್ಲಿದ್ದ ತನ್ನ ಗಮ್ಯ ಸ್ಥಾನಕ್ಕೆ ತಲುಪುವ ತವಕದಲ್ಲಿದ್ದ. ಹಾಗಾಗಿ ತನ್ನ ಸ್ಥಳೀಯ ಸಂಗಡಿಗರಿಗೆಲ್ಲ ವೇಗವಾಗಿ ನಡೆಯುವುದಕ್ಕಾಗಿ ಹೆಚ್ಚುವರಿ ರಖಂನ್ನು ನೀಡಿದ. ಹಲವು ದಿನಗಳ ಕಾಲ ಅವರು ಅದನ್ನೇ ಮಾಡಿದರು.

ಒಂದು ಮಧ್ಯಾಹ್ನ ಅವರೆಲ್ಲ ನೆಲದ ಮೇಲೆ ಕುಳಿತಿರುವಾಗ, ತಮ್ಮ ಬೆನ್ನಿನ ಮೇಲಿನ ಮೂಟೆಗಳನ್ನು ಕೆಲಕ್ಕಿಳಿಸಿ ಮುಂದಕ್ಕೆ ಸಾಗಲು ನಿರಾಕರಿಸಿದರು. ಅನ್ವೇಷಕ ಎಷ್ಟೇ ಹಣವನ್ನು ನೀಡಿದರೂ ಸಂಗಡಿಗರು ಹೊರಡಲು ಒಪ್ಪಲೇ ಇಲ್ಲ. ಅವರ ಈ ಬಗೆಯ ನಡವಳಿಕೆಗೆ ಕಾರಣವೇನೆಂದು ಕೇಳಿದರೆ, ಅವನಿಗೆ ಸಿಕ್ಕ ಉತ್ತರ ಹೀಗಿತ್ತು:

"ನಾವೆಷ್ಟು ವೇಗವಾಗಿ ಸಾಗಿದರೂ ನಾವೇನು ಮಾಡುತ್ತಿದ್ದೇವೆ ಎಂಬ ಅರಿವು ನಮಗಿರಲಿಲ್ಲ. ನಾವೀಗ ನಮ್ಮ ಆತ್ಮಗಳು ನಮ್ಮನ್ನು ಸೇರಲು ತವಕಿಸುತ್ತಿದ್ದೇವೆ."

ಅವರ್ ಲೇಡಿ, ಮೇರಿ, ಜೀಸಸ್ ತನ್ನ ಕೈಯಲ್ಲಿ ಇರಿಸಿಕೊಂಡು ಭೂಮಿಯ ಮೇಲಣ ಮೊನಾಸ್ಟ್ರಿಯೊಂದನ್ನು ಸಂದರ್ಶಿಸಲು ಬಂದಳು.

ಸನ್ಯಾಸಿಗಳೆಲ್ಲ ಅವಳನ್ನು ಸ್ವಾಗತಿಸುವುದಕ್ಕಾಗಿ ಸಾಲಿನಲ್ಲಿ ನಿಂತರು: ಒಬ್ಬಾತ ಕೆಲವು ಕವನಗಳನ್ನು ಓದಿದ, ಇನ್ನೋರ್ವ ಬೈಬಲ್‌ನಿಂದ ಆಯ್ದ ಕೆಲವು ಉದ್ಧರಣೆಗಳನ್ನು ತೋರಿಸಿದ, ಮತ್ತೊಬ್ಬ ಎಲ್ಲಾ ಸಂತರ ಹೆಸರುಗಳನ್ನು ಹೇಳಿದ.

ಸಾಲಿನ ಕೊನೆಯಲ್ಲಿದ್ದ ಒಬ್ಬ ವಿನಮ್ರ ಸನ್ಯಾಸಿಗೆ ಆ ಕಾಲದ ಸಂತರ ಕುರಿತಂತೆ ಕಲಿಯುವ ಅವಕಾಶ ಒದಗಿತು.

ಆತನ ಹೆತ್ತವರು ಸರ್ಕಸ್ ಒಂದರಲ್ಲಿ ದುಡಿಯುವ ಸಾಮಾನ್ಯ ಮಂದಿಯಾಗಿದ್ದರು. ಆತನ ಸರದಿ ಬಂದಾಗ ಸ್ವಾಗತದ ಸರದಿಯನ್ನು ಮೊಟಕುಗೊಳಿಸುವಂತೆ ಮಾಡಿದರು, ಯಾಕೆಂದರೆ ಆ ಸನ್ಯಾಸಿ ಮಠಕ್ಕೆ ಅಗೌರವವನ್ನು ತರಬಹುದೆಂಬ ಭಯ ಅವರಿಗಿದ್ದಿತು.

ಆದರೆ ಆತ ಕೂಡಾ ಮೇರಿಯ ಕಡೆಗೆ ತನ್ನ ಪ್ರೀತಿಯನ್ನು ತೋರಿಸಬೇಕೆಂದು ಬಗೆದ. ತನ್ನ ಸಂಗಡಿಗ ಸಹೋದರರ ಅನೂರ್ಜಿತ ನೋಟಕ್ಕೆ ಬಲಿಯಾದರೂ ಆತ ನಾಚಿಕೆ ಮತ್ತು ಹೆದರಿಕೆಯೊಂದಿಗೆ ಕೆಲವು ಕಿತ್ತಳೆ ಹಣ್ಣುಗಳನ್ನು ತನ್ನ

ಕಿಸೆಯಿಂದ ತೆಗೆದು ಮೇಲಕ್ಕೆ ಎಸೆದು ಸರ್ಕಸ್‌ನಲ್ಲಿ ತನ್ನ ಹೆತ್ತವರಿಂದ ಕಲಿತಂತೆ ಜಿಗಿಲ್ ಮಾಡುತ್ತ ಆಟವಾಡಿದ.

ಅದನ್ನು ನೋಡಿದ ಮಗು ಜೀಸಸ್ ಚಪ್ಪಾಳೆ ತಟ್ಟಿ ನಗಲಾರಂಭಿಸಿತು. ಮೇರಿ ಅವನೊಬ್ಬನಿಗಷ್ಟೇ ತನ್ನ ಕೈಗಳನ್ನು ನೀಡಿ ಕುಲುಕಿದಳು ಮತ್ತು ಕ್ಷಣಹೊತ್ತು ಜೀಸಸ್‌ನ್ನು ಅವನ ಕೈಗಳಿಗೆ ನೀಡಿದಳು.

ಎಲ್ಲಾ ಸಮಯದಲ್ಲೂ ಸ್ಥಿರತೆಯನ್ನು ಕಾಯ್ದುಕೊಳ್ಳಲು ಪ್ರಯತ್ನಿಸಬೇಡಿ. ಸಂತ ಪೌಲ್ ಹೇಳಿದ ಹಾಗೆ: "ಈ ಜಗತ್ತಿನಲ್ಲಿ ಬುದ್ಧಿವಂತಿಕೆ ಭಗವಂತನ ದೃಷ್ಟಿಯಲ್ಲಿ ಮೂರ್ಖತನ."

ಸ್ಥಿರತೆ ಎಂದಾಗ ನಿಮ್ಮ ಟೈ ನಿಮ್ಮ ಸಾಕ್ಸನ ಜೊತೆಗೆ ಹೊಂದುವಂತಿರಬೇಕು. ಅದರ ಭಾವನೆಗಳ ಸತ್ವ ನಿನ್ನೆಯಂತೆ ಇಂದೂ ಇರಬೇಕಾಗುತ್ತದೆ. ಆದರೆ ಜಗತ್ತು ನಿರಂತರವಾಗಿ ಬದಲಾಗುತ್ತಿರುತ್ತದೆ.

ನೀವು ಎಲ್ಲಿಯವರೆಗೆ ಯಾರಿಗೂ ಕೆಟ್ಟದ್ದನ್ನು ಬಯಸುವುದಿಲ್ಲವೋ ನಿಮ್ಮ ಭಾವನೆಗಳನ್ನು ಆಗೀಗ ಬದಲಿಸುತ್ತ ಬದಲಿಸುತ್ತ ಹೋಗಬಹುದು.

ನಿಮಗೆ ಹಾಗೆ ಮಾಡಲು ಅಧಿಕಾರವಿದೆ. ಇತರರು ಏನು ಭಾವಿಸುತ್ತಾರೆ ಎನ್ನುವುದು ಬೇಡ, ಅವರೇನೇ ಅಂದುಕೊಳ್ಳಲಿ.

ಆದ್ದರಿಂದ ಸುಮ್ಮನೆ ವಿಶ್ರಮಿಸಿ. ಜಗತ್ತೇ ನಿಮ್ಮ ಸುತ್ತ ತಿರುಗುತ್ತಿರಲಿ. ಅದು ನಿಮ್ಮನ್ನು ಅಚ್ಚರಿಗೊಳಿಸುವಂತೆ ತರಲಿ. "ಬುದ್ಧಿವಂತರನ್ನು ಅವಮಾನಿಸಲೇ ಭಗವಂತ ಜಗತ್ತಿನಲ್ಲಿ ಮೂರ್ಖರನ್ನು ಆಯ್ದುಕೊಂಡಿದ್ದಾನೆ ಎನ್ನಬೇಕಾಗುತ್ತದೆ," ಎಂದರು ಸಂತ ಪೌಲ್.

ಗುರುಗಳು ಹೇಳುವ ಹಾಗೆ:

ಸಾಮಾನ್ಯ ವಿಷಯದಿಂದ ಉತ್ತಮವಾದುದನ್ನು ಪಡೆಯುವುದು ಒಳಿತೇ.

ನಮಗೆ ಸಾಧ್ಯ, ಉದಾಹರಣೆಗೆ, ನಾವು ಕೆಲಸಕ್ಕೆ ತೆರಳುವ ಸಮಯ ಮಾರ್ಗದಲ್ಲಿ ಡ್ಯಾನ್ಸ್ ಮಾಡುತ್ತ ಸಾಗಬಹುದು. ಕಣ್ಣಿಗೆ ಒಬ್ಬ ಅಪರಿಚಿತನನ್ನು ಕಂಡಾಗ ಮೊದಲ ಸಲವೇ ಪ್ರೀತಿಯಿಂದ ಮಾತಾಡಿಸಬಹುದು. ಎಷ್ಟೇ ವಿಚಿತ್ರವೆನಿಸಿದರೂ, ನಂಬಲು ಸಾಧ್ಯವೇ ಇಲ್ಲವಾದರೂ ನಮ್ಮ ಬಾಸ್‌ಗೆ ಒಂದು ಐಡಿಯಾವನ್ನು ನೀಡಬಹುದು. ಅಥವಾ ನಾವು ಎಂದೋ ಬಯಸಿದ ಒಂದು ಸಂಗೀತವಾದ್ಯವನ್ನು, ನುಡಿಸಲು ಬರದಿದ್ದರೂ ಖರೀದಿಸಿ ಇಟ್ಟುಕೊಳ್ಳಬಹುದು. ಬೆಳಕಿನ ಯೋಧರು ಅಂತಹ ದಿನಗಳನ್ನು ಕಳೆಯಲು ಸಾಧ್ಯ.

ಇನ್ನೂ ಗಂಟಲಲ್ಲಿ ಸಿಲುಕಿಕೊಂಡಿರುವ ಅತೀ ಹಳೆಯ ಒಂದು ಯಾತನೆಯನ್ನು ನೆನೆದುಕೊಂಡು ಕಣ್ಣೀರು ಹಾಕಬಹುದು. ಯಾವತ್ತೂ ಫೋನ್ ಮಾಡಿ ಮಾತನಾಡಲಾರೆನೆಂದು ಶಪಥ ಹಾಕಿಕೊಂಡ ಆದರೆ ಆತನ ಧ್ವನಿ ಕೇಳಲು ತವಕಿಸುವ ಹಾಗಿದ್ದರೆ ಒಂದು ಸಂದೇಶವನ್ನು ನಮ್ಮ ವಾಯ್ಸ್

ಮೇಲ್‌ನಲ್ಲಿ ಹಾಕಬಹುದು. ಪ್ರತಿದಿನ ನಾವು ನಮ್ಮಷ್ಟಕ್ಕೆ ಬರೆದಿಡುವ ಹಸ್ತಪ್ರತಿ ಇಂದೇಕೆ ಭಿನ್ನವಾಗಿರಬಾರದು.

ಇಂದು ಎಲ್ಲಾ ತಪ್ಪುಗಳನ್ನು ಮಾಡಲು ಬಿಡಬಹುದು ಮತ್ತು ಕ್ಷಮಿಸಬಾರದೇಕೆ. ಇಂದಿನ ದಿನ ಜೀವಂತವಿರುವುದನ್ನು ಸಂಭ್ರಮಿಸಬೇಕು.

ವಿಜ್ಞಾನಿ ರೋಜರ್ ಪೆನ್‌ರಸ್ ತನ್ನ ಸ್ನೇಹಿತನ ಜೊತೆ ಮಾತಾಡುತ್ತ ರಸ್ತೆಯಲ್ಲಿ ಸಾಗುತ್ತಿದ್ದ. ರಸ್ತೆಯನ್ನು ದಾಟುವ ಪ್ರಯುಕ್ತ ಅವರಿಬ್ಬರೂ ಕ್ಷಣ ಕಾಲ ಮೌನ ವಹಿಸಿದರು.

"ರಸ್ತೆಯನ್ನು ದಾಟುವ ಸಮಯ ನನಗೊಂದು ಅದ್ಭುತ ಐಡಿಯಾ ಹೊಳೆಯಿತು ಗೊತ್ತಾ," ಪೆನ್‌ರಸ್ ಎಂದ. "ಆದರೆ ರಸ್ತೆ ದಾಟಿ ಇನ್ನೊಂದು ಬದಿಗೆ ಸಾಗಿ ಸಂಭಾಷಣೆಯನ್ನು ಮುಂದುವರಿಸುತ್ತಿದ್ದ ಹಾಗೆ ಕೆಲವೇ ಕ್ಷಣಗಳ ಹಿಂದೆ ಹೊಳೆದ ಆ ಐಡಿಯಾವನ್ನು ನೆನಪಿಸಿಕೊಳ್ಳಲು ಸಾಧ್ಯವಾಗಲಿಲ್ಲ."

ಆ ದಿನ ನಂತರದ ಸಮಯದಲ್ಲಿ ಪೆನ್‌ರಸ್‌ಗೆ ಅದೇನೋ ಬಗೆಹರಿಯದ ವಿಕ್ಷಿಪ್ತ ವಿಷಯ ಮನಸ್ಸಿಗೆ ಬಂತು.

"ಅದೇನೋ ಬಹು ಮುಖ್ಯವಾದ ವಿಷಯವೊಂದು ನನ್ನ ಅರಿವಿಗೆ ಬಂದ ಹಾಗಾಯಿತು," ಆತ ಹೇಳಿದ. ಅವರು ಅಂದು ಸಂಭಪಿಸಿದ ಎಲ್ಲಾ ವಿಷಯಗಳನ್ನು ಮೆಲುಕು ಹಾಕಿದರು. ಅದರಲ್ಲಿ ಆ ದಿನ ರಸ್ತೆಯನ್ನು ದಾಟುತ್ತಿದ್ದ ವೇಳೆ ಮನಸ್ಸಿಗೆ ಬಂದ ಐಡಿಯಾ ಕೂಡಾ ಅರಿವಿಗೆ ಬಂತು. ಈ ಸಲ ಆತ ಅದನ್ನು ಬರೆದಿಡಲು ಸಾಧ್ಯವಾಯಿತು.

ಅದು ಆಧುನಿಕ ಭೌತಶಾಸ್ತ್ರದಲ್ಲಿ ಕ್ರಾಂತಿಕಾರಿ ಸಂಶೋಧನೆ ಎನಿಸಿದ ಬ್ಲಾಕ್‌ಹೋಲ್‌ನ ಅಸ್ತಿತ್ವದ ಕುರಿತಾಗಿತ್ತು. ಆ ಐಡಿಯಾ ಹೇಗೆ ನೆನಪಾಯಿತೆಂದರೆ ರಸ್ತೆ ದಾಟುವ ಸಮಯ ಅದೇನು ಮೌನ ತಾಳಲಾಯಿತೋ ಅದರಿಂದ ಸಾಧ್ಯವಾಯಿತು.

ಸಂತ ಅಂತೋಣಿ ಮರುಭೂಮಿಯಲ್ಲಿ ಜೀವಿಸುತ್ತಿದ್ದ ಕಾಲದಲ್ಲಿ ಒಬ್ಬ ಯುವಕ ಅವರನ್ನು ಕಾಣಲು ಬಂದ.

"ಫಾದರ್, ನನ್ನಲ್ಲಿದ್ದ ಎಲ್ಲವನ್ನೂ ಮಾರಾಟ ಮಾಡಿ ಬಂದ ಹಣವನ್ನು ಬಡವರಿಗೆ ಹಂಚಿಬಿಟ್ಟಿದ್ದೇನೆ. ಈ ಮರುಭೂಮಿಯಲ್ಲಿ ಜೀವನ ಸಾಗಿಸುವ ಸಲುವಾಗಿ ಸ್ವಲ್ಪವೇ ಹಣವನ್ನು ಉಳಿಸಿಕೊಂಡಿದ್ದೇನೆ. ಜೀವನ್ಮುಕ್ತಿಗೆ ತಾವು ನನಗೆ ದಾರಿ ತೋರಿಸಬೇಕು."

ತನ್ನಲ್ಲಿ ಉಳಿಸಿಕೊಂಡಿರುವ ಆ ಕೆಲವೇ ವಸ್ತುಗಳನ್ನು ಮಾರಾಟ ಮಾಡಿಬಿಡುವಂತೆ ಸಂತ ಅಂತೋಣಿ ಆತನಿಗೆ ಅಂದರು. ಆ ವಿಕ್ರಯದಿಂದ ಬಂದ ಹಣದಿಂದ ಮಾಂಸವನ್ನು ಖರೀದಿಸಿ ತರಲು ಹೇಳಿದರು. ಹಾಗೆ ಪೇಟೆಯಿಂದ ಹಿಂದಿರುಗುವ ಸಮಯ ಆ ಮಾಂಸವನ್ನು ತನ್ನ ದೇಹಕ್ಕೆ ಕಟ್ಟಿಕೊಂಡಿರುವಂತೆಯೂ ಹೇಳಿದರು. ಅದರಿಂದ ಮಾಂಸವನ್ನು ಪಕ್ಷಿಗಳು ಕಿತ್ತುತಿನ್ನಲು ಅವಕಾಶವಾಗುತ್ತದೆಂದರು.

ಯುವಕ ಒಪ್ಪಿದ. ಆತ ಹಿಂದಿರುಗುವ ಸಮಯ ಮಾಂಸವನ್ನು ತಿನ್ನಲು ನಾಯಿ ಮತ್ತಿತರ ಪ್ರಾಣಿ ಪಕ್ಷಿಗಳು ಅವನ ಮೇಲೆರಗಿದವು.

"ನಾನಿಲ್ಲಿದ್ದೇನೆ ನೋಡಿ," ಎನ್ನುತ್ತ ತನ್ನ ಹರಿದ ಬಟ್ಟೆ ಮತ್ತು ಗೀರುಗಳಿಂದ ತುಂಬಿದ ದೇಹವನ್ನು ತೋರಿಸಿದ ಯುವಕ.

"ಯಾರು ಹೊಸ ಹಾದಿಯಲ್ಲಿ ಸಾಗುವುದಕ್ಕೆ ಮನಸ್ಸು ಮಾಡುತ್ತಾರೆ, ಅಂಥವರು ತಮ್ಮ ಹಿಂದಿನ ಬದುಕಿಗೆ ಕೊಂಚ ಜೋತು ಬಿದ್ದಿರುತ್ತಾರೆ ಮತ್ತು ತಮ್ಮ ಹಳೆಯ ಬದುಕು ಚಿಂದಿ ಚಿಂದಿಯಾಗಿ ಮುಗಿಯುವುದನ್ನು ಕಾಣುತ್ತಾರೆ," ಎಂದರು ಸಂತ.

ಗುರುಗಳು ಎನ್ನುತ್ತಾರೆ:

ಇಂದು ನಿಮಗೆ ದೇವರು ಕೊಟ್ಟ ಎಲ್ಲಾ ಪ್ರೀತಿಯ ವಸ್ತುಗಳನ್ನು ಬಳಸಿ ಸಂತುಷ್ಟರಾಗಿ. ಅವನ್ನು ಉಳಿಸುವ ಪ್ರಮೇಯ ಬೇಡ. ಅವನ್ನು ಸಂರಕ್ಷಿಸಿ ಇಡಬೇಕಿಲ್ಲ. ಮುಂದೊಂದು ದಿನ ಅವನ್ನು ಉಪಯೋಗಿಸಬಹುದೆಂದು ರಕ್ಷಿಸಿ ಠೇವಣಿ ಇಡಲು ಯಾವುದೇ ಬ್ಯಾಂಕು ಇರುವುದಿಲ್ಲ. ಆ ಅನುಗ್ರಹಗಳನ್ನು ನೀವಿಂದು ಉಪಯೊಗಿಸದಿದ್ದರೆ, ಅವು ಮುಂದೆ ಸಾರ್ವಕಾಲಿಕವಾಗಿ ಕಳೆದು ಹೋಗಬಹುದು.

ನಾವೆಲ್ಲ ನಮ್ಮ ಬದುಕಿನ ಶಿಲ್ಪಿಗಳೆಂದು ಭಗವಂತನಿಗೆ ಗೊತ್ತು. ಒಂದು ದಿನ ಅವನು ನಮಗೆ ಶಿಲೆಯೊಂದನ್ನು ನೀಡಿ ಕೆತ್ತಲು ಅವಕಾಶ ನೀಡುತ್ತಾನೆ; ಇನ್ನೊಂದು ದಿನ, ಬ್ರಶ್ ಮತ್ತು ಕ್ಯಾನವಾಸ್‌ನ್ನು ಅಥವಾ ಲೇಖನಿಯನ್ನು ನೀಡಿ ಚಿತ್ರಿಸುವುದೋ, ಬರೆಯಬೇಕೋ ಎನ್ನುತ್ತಾನೆ. ಆದರೆ ಬಣ್ಣ ಬಳಿಯಬೇಕೆನ್ನುವಾಗ ಶಿಲೆಗಳು ವ್ಯರ್ಥ, ಶಿಲ್ಪವನ್ನು ಕೆತ್ತಬೇಕೆನ್ನುವಾಗ ಪೆನ್ ವ್ಯರ್ಥ.

ಪ್ರತಿದಿನವೂ ಅದರದೇ ಆದ ಪವಾಡಗಳಿರುತ್ತವೆ. ಆ ಅನುಗ್ರಹಗಳನ್ನು ಸ್ವೀಕರಿಸಿ ನಿಮ್ಮದೇ ಸಣ್ಣದೊಂದು ಕೃತಿಯನ್ನು ಇಂದೇ ತಯಾರಿಸಲು ಯತ್ನಿಸಿ.

ನಾಳೆ ನಿಮಗೆ ಇನ್ನಷ್ಟು ಅನುಗ್ರಹಗಳು ಲಭ್ಯವಾಗುತ್ತವೆ.

ಪಿಯೇಡ್ರಾ ನದಿಯ ತಟದಲ್ಲಿರುವ ಆ ಸನ್ಯಾಸಿ ಮಠದ ಸುತ್ತ ಸಸ್ಯಶಾಮಲೆ ಹಬ್ಬಿಕೊಂಡಿದ್ದು, ಸ್ಪೈನ್‌ನ ಆ ಭಾಗದಲ್ಲಿ ಅದೊಂದು ಅಪರೂಪದ ಹಿತವಾದ ಪ್ರದೇಶವಾಗಿ ಕಾಣಿಸುತ್ತಿತ್ತು. ಆ ಸಣ್ಣ ನದಿ ಮುಂದೆ ಉಗ್ರ ಸ್ವರೂಪ ತಾಳಿ ಹಲವು ಕವಲುಗಳಾಗಿ ಹರಿದು ಡಜ಼ನ್‌ಗೂ ಹೆಚ್ಚು ಧುಮ್ಮಿಕ್ಕುವ ಜಲಪಾತವಾಗಿ ಮುಂದುವರಿಯುತ್ತದೆ.

ಪ್ರಯಾಣಿಕ ಆ ನದಿಯ ಅಂಚಿನಲ್ಲಿ ನೀರಿನ ಸಂಗೀತವನ್ನು ಆಲಿಸುತ್ತ ಸಾಗಿದ್ದಾನೆ. ಸ್ವಲ್ಪದರಲ್ಲೇ ಅವನಿಗೆ ಆ ಜಲಪಾತದ ಕೆಳಗೆ ಒಂದು ಚಿಕ್ಕ ಗುಹೆ ಕಾಣಿಸುತ್ತದೆ. ನೈಸರ್ಗಿಕವಾಗಿ ಹರಿವ ನೀರಿನ ರಭಸಕ್ಕೆ ಶಿಲೆಗಳು ಕೊರೆದು ಅಂದವಾಗಿ ನಯವಾದ ರೂಪಗಳಾಗಿ ಪರಿವರ್ತಿತವಾದುದನ್ನು ಅವನು ಗಮನಿಸುತ್ತಾನೆ. ಅಲ್ಲೇ ಶಿಲೆಯೊಂದರ ಮೇಲೆ ಭಾರತದ ಮೊತ್ತ ಮೊದಲ ನೋಬಲ್ ಪುರಸ್ಕಾರವನ್ನು ಪಡೆದ ಪ್ರಖ್ಯಾತ ಕವಿ ರವೀಂದ್ರನಾಥ್ ಠಾಗೋರರ ಕವನವೊಂದು ಬರೆದಿರುವುದನ್ನು ಗಮನಿಸುತ್ತಾನೆ.

"ಈ ಶಿಲೆಗಳನ್ನು ಇಷ್ಟು ನಿಖರವಾಗಿ ಯಾವನೇ ಶಿಲ್ಪಿ ತನ್ನ ಸುತ್ತಿಗೆಯಿಂದ ಕೆತ್ತಿ ರೂಪಿಸಿದ್ದಲ್ಲ. ಅವು ಸೌಮ್ಯವಾಗಿ ಹರಿದು, ನಲಿಯುತ್ತ ಹಾಡುತ್ತ ರೂಪುಗೊಂಡಿವೆ. ಒರಟುತನ ನಾಶಪಡಿಸುತ್ತದೆ; ಸೌಮ್ಯತೆ ರೂಪಿಸುತ್ತದೆ."

ಗುರುಗಳು ಹೇಳಿದರು:

ಸಂತೋಷ ಪಡುವುದಕ್ಕೆ ಬಹುತೇಕ ಮಂದಿ ಹೆದರುತ್ತಾರೆ. ಅಂಥವರಿಗೆ ಆ ಶಬ್ದ ತಮ್ಮ ಹವ್ಯಾಸವನ್ನು ಬದಲಿಸುವಂತೆ ಅಥವಾ ತಮ್ಮ ಗುರುತನ್ನು ಕಳೆದುಕೊಳ್ಳುವಂತೆ ಮಾಡುತ್ತದೆಯಂತೆ.

ನಮಗೆ ಸಂಭವಿಸುವ ಉತ್ತಮ ವಿಷಯಗಳಿಗೆ ನಾವು ಅನರ್ಹರು ಎನ್ನುವ ಹಾಗೆ ನಾವು ನಂಬಿದ್ದೇವೆ. ನಾವು ಅವನ್ನು ಯಾಕಾಗಿ ಸ್ವೀಕರಿಸುವುದಿಲ್ಲವೆಂದರೆ, ಅದರಿಂದ ನಾವು ಭಗವಂತನಿಗೆ ಋಣಿಯಾಗಿರುತ್ತೇವೆ ಎಂದಂದುಕೊಂಡು. ನಮ್ಮ ಅನಿಸಿಕೆ ಹೀಗಿರುತ್ತದೆ:

"ಸಂತಸದ ಬಟ್ಟಲಿನಿಂದ ನಾವು ಪಾನ ಮಾಡುವುದು ತರವಲ್ಲ, ಏಕೆಂದರೆ, ಆ ಬಟ್ಟಲನ್ನು ನಮ್ಮಿಂದ ಯಾವತ್ತಾದರೂ ಕಸಿದುಕೊಳ್ಳಲು ಸಾಧ್ಯವಿದೆ. ಮಾತ್ರವಲ್ಲ ಅದರಿಂದ ನಾವು ಇನ್ನಷ್ಟು ಶೋಕಕ್ಕೆ ತುತ್ತಾಗುತ್ತೇವೆ."

ನಾವೆಷ್ಟು ಕುಬ್ಜರಾಗುತ್ತೇವೆ ಎಂದರೆ ಬೆಳೆಯುವುದಕ್ಕೆ ನಾವು ಆಸ್ಪದವನ್ನೇ ನೀಡುವುದಿಲ್ಲ. ಅಳುವುದಕ್ಕೆ ನಾವೆಷ್ಟು ಅಂಜುತ್ತೇವೆ ಎಂದರೆ ನಗುವುದನ್ನೇ ನಾವು ನಿಲ್ಲಿಸಿಬಿಡುತ್ತೇವೆ.

ಸ್ಕೆಟಿಸ್ ಸನ್ಯಾಸಿ ಮಠದಲ್ಲಿ ಒಂದು ಮಧ್ಯಾಹ್ನ, ಒಬ್ಬ ಸನ್ಯಾಸಿ ಇನ್ನೊಬ್ಬ ಸನ್ಯಾಸಿಯ ಅವಹೇಳನ ಮಾಡಿದ. ಹಿರಿಯ ಸನ್ಯಾಸಿ ಮುಖ್ಯಸ್ಥ ಅಬೊಟ್ ಸಿಸೊಯಿಸಿಸ್ ಆತನನ್ನು ಕ್ಷಮಿಸಿಬಿಡುವಂತೆ ಹೇಳಿದರು.

ಸನ್ಯಾಸಿ, "ಅದು ಖಂಡಿತವಾಗಿಯೂ ಸಾಧ್ಯವಿಲ್ಲ," ಎಂದುಬಿಟ್ಟ. ಅವನು ಏನು ಹೇಳಿದನೋ ಅದಕ್ಕೆ ತಕ್ಕ ಶಾಸ್ತಿ ಆಗಲೇಬೇಕು," ಎಂದು ಹಠಹಿಡಿದ.

ಅದೇ ಹೊತ್ತಿಗೆ ಅಬೊಟ್ ಸಿಸೊಯಿಸ್ ತಮ್ಮ ಹಸ್ತಗಳನ್ನು ಮೇಲಕ್ಕೆ ಚಾಚಿ ಪ್ರಾರ್ಥಿಸತೊಡಗಿದರು:

"ಏಸು ಸ್ವಾಮಿಯೇ, ನಮಗೆ ಕೇಡು ಬಗೆದವರನ್ನು ಶಿಕ್ಷಿಸುವುದಕ್ಕೆ ಇನ್ನು ಮುಂದೆ ನಿನ್ನ ಅಗತ್ಯವಿಲ್ಲ, ಯಾಕೆಂದರೆ ನಮ್ಮ ಮೇಲೇರಿ ಬಂದವರ ವಿರುದ್ಧ ಕ್ರಮ ಕೈಗೊಳ್ಳಲು ನಾವೇ ಶಕ್ತರಿದ್ದೇವೆ. ಪ್ರತೀಕಾರಕ್ಕೆ ನಮ್ಮದೇ ಕೈಗಳನ್ನು ಬಳಸುತ್ತೇವೆ ಹಾಗೂ ಕೆಡುಕು ಮತ್ತು ಉತ್ತಮವಾದುದನ್ನು ನಾವೇ ವ್ಯವಹರಿಸಿಕೊಳ್ಳುತ್ತೇವೆ. ಆದ್ದರಿಂದ ನಮ್ಮನ್ನು ನಮ್ಮಷ್ಟಕ್ಕೇ ಬಿಟ್ಟುಬಿಡಿ, ನಮ್ಮ ಬಗ್ಗೆ ಯಾವುದೇ ಕಾಳಜಿ ಬೇಡ."

ಇದರಿಂದ ನಾಚಿಕೆಗೆಟ್ಟ ಸನ್ಯಾಸಿ ತನ್ನ ಸಹಪಾಠಿ ಸನ್ಯಾಸಿಯನ್ನು ತಕ್ಷಣ ಕ್ಷಮಿಸಲು ಉದ್ಯುಕ್ತನಾದ.

"ಆಧ್ಯಾತ್ಮಿಕ ಸಂಪತ್ತನ್ನು ನಾವು ನಮ್ಮಷ್ಟಕ್ಕೇ ಪಡೆಯಬೇಕೆಂದು ಮಹಾನ್ ಗುರುಗಳು ಹೇಳುವುದಿದೆ. ಹಾಗಿದ್ದರೆ ನಾವೆಲ್ಲ ಇಲ್ಲಿರುವುದು ಯಾತಕ್ಕಾಗಿ?" ಎಂದು ಕೇಳಿದ ಒಬ್ಬ ಶಿಷ್ಯ.

"ನೀವೆಲ್ಲ ಇಲ್ಲಿರುವುದು ಯಾಕಾಗಿ ಎಂದರೆ ಒಂದು ಮರದ ಬದಲು ಕಾಡಿನಲ್ಲಿರುವ ಎಲ್ಲಾ ಮರಗಳು ಒಂದಾಗಿರುವಾಗ ಶಕ್ತಿಯುತವಾಗಿರುತ್ತವೆ," ಎಂದರು ಗುರುಗಳು. ಕಾಡಿನಲ್ಲಿ ಮರಗಳು ಜೊತೆಯಾಗಿರುವುದರಿಂದ ಹವೆಯನ್ನು ಕಾಪಾಡಲು, ಬಿರುಗಾಳಿಯನ್ನು ತಡೆಯಲು ಮತ್ತು ಮಣ್ಣು ಫಲವತ್ತಾಗಿರಲು ಸಹಾಯ ಮಾಡುತ್ತವೆ. ಆದರೆ ಮರವನ್ನು ಬಲಿಷ್ಠವಾಗಿಸುವುದೇ ಅದರ ಬೇರುಗಳು. ಹಾಗೆಯೇ ಒಂದು ಮರದ ಬೇರುಗಳು ಇನ್ನೊಂದು ಮರವನ್ನು ಬೆಳೆಯಲು ಬಿಡುವುದಿಲ್ಲ.

"ಜೊತೆಯಲ್ಲಿ ಇರುವುದರಿಂದ ಒಂದೇ ಗುರಿಯನ್ನು ಮನಸ್ಸಿನಲ್ಲಿ ಇಟ್ಟುಕೊಂಡು ಮತ್ತು ಪ್ರತಿಯೊಂದು ಅದರಷ್ಟಕ್ಕೇ ಬೆಳೆಯುವುದಕ್ಕೆ ಅನುವುಮಾಡಿ ಕೊಡುವುದರಿಂದ ಭಗವಂತನ ಕಡೆಗಿನ ಹಾದಿಯಲ್ಲಿ ಸಾಗಿ ಅವನೊಂದಿಗೆ ಐಕ್ಯವಾಗಲು ಸುಗಮವಾಗುತ್ತದೆ."

ಪಯಣಿಗ ಹತ್ತು ವರ್ಷದವನಿದ್ದಾಗ ತಾಯಿ ಅವನನ್ನು ದೈಹಿಕ ಶಿಕ್ಷಣದ ಕೋರ್ಸ್‌ಗೆ ಕಳುಹಿಸಿದರು.

ವ್ಯಾಯಾಮದ ಒಂದು ಹಂತದಲ್ಲಿ ಅವನು ಸೇತುವೆಯ ಮೇಲಿನಿಂದ ಕೆಳಗಿನ ನೀರಿಗೆ ಧುಮ್ಮುಕ್ಕ ಬೇಕಿತ್ತು. ಅವನು ಸಾಲಿನ ಕೊನೆಗೆ ಸಾಗಿ ಮಿಕ್ಕ ಮಕ್ಕಳು ಹಾರುವುದನ್ನು ಕಂಡು ಭಯಪಡುತ್ತಿದ್ದ. ಸರದಿಯಲ್ಲಿ ಕೊನೆಗೆ ಇರುತ್ತಿದ್ದ. ಒಂದು ದಿನ ಇದನ್ನು ಕಂಡ ಉಪಾಧ್ಯಾಯರು ಅವನನ್ನು ಸಾಲಿನಲ್ಲಿ ಮೊದಲನೆಯವನಾಗಿ ನಿಲ್ಲಿಸಿದರು.

ಅವನಿಗೆ ಹೆದರಿಕೆಯಾದರೂ ಕ್ಷಿಪ್ರದಲ್ಲೇ ಅದು ಮುಗಿದು ಹೋಗುತ್ತಿದ್ದುದರಿಂದ ಅವನ ಹೆದರಿಕೆ ಕೂಡಲೇ ಮಾಯವಾಗಿಬಿಡುತ್ತಿತ್ತು.

ಗುರುಗಳು ಹೇಳುತ್ತಾರೆ:

ಯಾವುದೇ ವಿಷಯವನ್ನು ಅದರಷ್ಟಕ್ಕೇ ನಡೆದುಹೋಗುವುದಕ್ಕೆ ಬಿಡಬೇಕು. ಮಿಕ್ಕ ಸಮಯದಲ್ಲಿ ನಾವು ನಮ್ಮ ಅಂಗಿಯ ತೋಳುಗಳನ್ನು ಮೇಲಕ್ಕೇರಿಸಿ ಸಿದ್ಧವಾಗಿ ಶುರು ಮಾಡಬೇಕಾಗುತ್ತದೆ. ಆಗ, ಅತ್ಯಂತ ಕೆಟ್ಟ ಸ್ಥಿತಿಯನ್ನು ಎದುರಿಸಬೇಕಿರುವುದರಿಂದ ನಾವು ಆ ಕೆಲಸವನ್ನು ತುಸು ಮುಂದಕ್ಕೆ ಹಾಕುವುದೇ ಕ್ಷೇಮ.

ಒಂದು ಮುಂಜಾನೆ ಬುದ್ಧನ ಸುತ್ತ ಅವನ ಶಿಷ್ಯಂದಿರು ಸುತ್ತುವರಿದು ಕುಳಿತ್ತಿದ್ದರು. ಅವರಲ್ಲೊಬ್ಬ ಅವರ ಸಮೀಪಕ್ಕೆ ಬಂದ.

"ದೇವರು ನಿಜಕ್ಕೂ ಅಸ್ತಿತ್ವದಲ್ಲಿದ್ದಾನೆಯೇ?" ಅವನ ಪ್ರಶ್ನೆ.

"ಹೌದು ಇದ್ದಾನೆ," ಬುದ್ಧ ಉತ್ತರಿಸಿದ.

ಮಧ್ಯಾಹ್ನದ ಊಟದ ನಂತರ ಇನ್ನೊಬ್ಬ ಶಿಷ್ಯ ಬಂದು ಪ್ರಶ್ನಿಸಿದ,

"ದೇವರು ಅಸ್ತಿತ್ವದಲ್ಲಿ ಇದ್ದಾನೆಯೇ?"

"ಇಲ್ಲ, ಅವನು ಅಸ್ತಿತ್ವದಲ್ಲಿ ಇಲ್ಲ," ಬುದ್ಧನೆಂದ.

ಸಂಜೆಯ ಹೊತ್ತಿಗೆ ಮತ್ತೊಬ್ಬ ಬಂದು ಪ್ರಶ್ನಿಸಿದ,

"ದೇವರು ಅಸ್ತಿತ್ವದಲ್ಲಿ ಇದ್ದಾನೆಯೇ?"

"ಅದನ್ನು ನೀನೇ ನಿರ್ಧರಿಸಬೇಕು," ಬುದ್ಧನ ಉತ್ತರ.

"ಗುರುಗಳೇ, ಇದೇನಿದು? ಅಸಂಗತವಾದ ಉತ್ತರವನ್ನು ನೀಡುತ್ತಿದ್ದೀರಾ?" ಅವರಲ್ಲೊಬ್ಬ ಶಿಷ್ಯ ಪ್ರಶ್ನಿಸಿದ.

"ಯಾಕೆಂದರೆ ನಿಮ್ಮಲ್ಲಿ ಪ್ರತಿಯೊಬ್ಬರೂ ಭಿನ್ನವಾಗಿದ್ದೀರಿ," ಬುದ್ಧನ ಸಮಜಾಯಿಕೆ ಬಂತು. "ಮತ್ತು ನೀವು ಪ್ರತಿಯೊಬ್ಬರೂ ನಿಮ್ಮದೇ ರೀತಿಯಲ್ಲಿ ಭಗವಂತನನ್ನು ಸಮೀಪಿಸುತ್ತೀರಿ. ಅದು ನಿಶ್ಚಿತವಾಗಿರಬಹುದು, ಸಂದೇಹ–ಪೂರ್ಣವಾಗಿರಬಹುದು ಅಥವಾ ನಿರಾಕರಣೆ ಇರಬಹುದು."

ನಾವೆಲ್ಲರೂ ನಟನೆಯಲ್ಲೋ, ರಚನಾತ್ಮಕ ಕಾರ್ಯಗಳಲ್ಲೋ, ನಿರ್ಧಾರ ತೆಗೆದುಕೊಳ್ಳುವುದರಲ್ಲೋ ಅಥವಾ ವ್ಯವಸ್ಥೆ ಮಾಡುವುದರಲ್ಲೋ ವ್ಯಸ್ತರಾಗಿರುತ್ತೇವೆ. ನಾವು ಸದಾ ಕಾಲ ಏನಾದರೊಂದು ಯೋಜಿಸುತ್ತಿರುತ್ತೇವೆ, ಏನಾದರೊಂದು ಮುಗಿಸುವುದರಲ್ಲಿ ಮಗ್ನರಾಗಿರುತ್ತೇವೆ ಅಥವಾ ಮೂರನೆಯದಾಗಿ ಏನಾದರೊಂದನ್ನು ಅನ್ವೇಷಿಸುವುದರಲ್ಲಿ ವ್ಯಸ್ತರಿರುತ್ತೇವೆ.

ಅದರಲ್ಲೇನೂ ತಪ್ಪಿಲ್ಲ; ಅದರಿಂದ ನಾವು ನಮ್ಮ ಬದಕನ್ನು ಕಟ್ಟಿಕೊಂಡು ಜಗತ್ತನ್ನು ಬದಲಿಸುತ್ತೇವೆ. ಆದರೆ ಭಗವಂತನ ಆರಾಧನೆಯೂ ಜೀವನದ ಭಾಗವಾಗಿರಬೇಕು.

ಆಗೀಗ ನಿಂತು, ನಿಮ್ಮಿಂದ ಹೊರಗೆ ಬನ್ನಿ, ಮತ್ತು ಮೌನವಾಗಿ ವಿಶ್ವಕ್ಕೆ ತೆರೆದುಕೊಳ್ಳಿ.

ದೇಹ ಮತ್ತು ಆತ್ಮದೊಂದಿಗೆ ಮೊಣಕಾಲೂರಿ. ಏನನ್ನೂ ಯಾಚಿಸದೆ, ಏನನ್ನೂ ಯೋಚಿಸದೆ, ಕೃತಜ್ಞತೆಯ ಭಾವನೆಯೂ ಇಲ್ಲದೆ. ಸುಮ್ಮನೆ ನಮ್ಮ ಸುತ್ತ ಹರಡಿರುವ ಸದ್ದಿಲ್ಲದ ಪ್ರೇಮವನ್ನು ಅನುಭವಿಸಿ. ಅಂತಹ ಸನ್ನಿವೇಶದಲ್ಲಿ ಅಯಾಚಿತವಾಗಿ ಕೆಲವು ಕಣ್ಣೀರಿನ ಬಿಂದುಗಳು ಹೊರಕ್ಕೆ ಜಿನುಗಬಹುದು– ಅದು ಸಂತೋಷದ ಕಣ್ಣೀರೂ ಇರಬಹುದು ಅಥವಾ ದುಃಖದವೂ ಇರಬಹುದು.

ಅಚ್ಚರಿಪಡುವುದಕ್ಕೇನೂ ಇರುವುದಿಲ್ಲ. ಅದೊಂದು ಉಡುಗೊರೆಯೆಂದು ಭಾವಿಸಿ. ಆ ಕಣ್ಣೀರ ಹನಿಗಳು ನಿಮ್ಮ ಆತ್ಮವನ್ನು ಶುಭ್ರವಾಗಿಸುತ್ತದೆ.

ಗುರುಗಳು ಹೇಳಿದರು:

ನಿಮಗೆ ಅಳುವುದು ಬೇಕಿದ್ದರೆ ಮಕ್ಕಳಂತೆ ಅತ್ತುಬಿಡಿ.

ನೀವು ಮಗುವಾಗಿದ್ದಾಗ ಮೊತ್ತಮೊದಲಾಗಿ ಬದುಕಿನಲ್ಲಿ ಕಲಿತ್ತಿದ್ದು ಎಂದರೆ, ಅಳುವುದನ್ನು. ಅದುವೇ ನೀವು ಜೀವಂತವಾಗಿರುವ ಸಂಕೇತವೆನ್ನಬೇಕು. ನೀವು ಸ್ವತಂತ್ರರಿರುವುದನ್ನು ಎಂದಿಗೂ ಮರೆಯದಿರಿ ಮತ್ತು ನಿಮ್ಮ ಭಾವನೆಗಳನ್ನು ವ್ಯಕ್ತಪಡಿಸುವಲ್ಲಿ ಯಾವುದೇ ಅಂಜಿಕೆ ಬೇಕಾಗಿಲ್ಲ.

ಚೀರಾಡಿ, ನಿಮಗೆ ಬೇಕಿದ್ದರೆ ಗಟ್ಟಿಯಾಗಿ ಬಿಕ್ಕಿಬಿಕ್ಕಿ ಅತ್ತುಬಿಡಿ. ಹಾಗೆಯೇ ಮಕ್ಕಳು ಕೂಡಾ ಮಾಡುವುದು, ಹಾಗೆ ಮಾಡುವುದರಿಂದ ತಮ್ಮ ಹೃದಯಕ್ಕೆ ನೆಮ್ಮದಿ ಸಿಗುತ್ತದೆ ಎಂದು ಅವರಿಗೆ ಗೊತ್ತಿದೆ.

ಮಕ್ಕಳು ಹೇಗೆ ಅಳುವನ್ನು ನಿಲ್ಲಿಸುತ್ತಾರೆ ಎಂದು ನಿಮಗೆ ಗೊತ್ತೇ?

ಅವರ ಗಮನ ವಿಚಲಿತವಾದಾಗ ಅಥವಾ ಅವರನ್ನು ಯಾರಾದರೂ ಹೊಸ ಸಾಹಸ ಮಾಡುವಂತೆ ಕರೆದಾಗ.

ಮಕ್ಕಳು ತಕ್ಷಣ ತಮ್ಮ ಅಳುವನ್ನು ನಿಲ್ಲಿಸಿಬಿಡುತ್ತಾರೆ.

ಅದು ನಿಮಗೂ ಸಾಧ್ಯ. ಆದರೆ ನೀವು ಮಕ್ಕಳಂತೆ ಕೂಗಿ ಅತ್ತರೆ ಮಾತ್ರ ಅದು ಸಾಧ್ಯ.

ವಕೀಲನಾಗಿದ್ದ ಆ ಪಯಣಿಗ ಫೋರ್ಟ್ ಲಾಡೆರ್‌ಡಾಲ್‌ನಲ್ಲಿ ತನ್ನ ಗೆಳತಿಯೊಂದಿಗೆ ಮಧ್ಯಾಹ್ನದ ಊಟ ಮಾಡುತ್ತಿದ್ದ. ಪಕ್ಕದ ಟೇಬಲ್‌ನಲ್ಲಿನ ಬಹಳವಾಗಿ ಅಮಲಿನಲ್ಲಿದ್ದ ಒಬ್ಬ ವ್ಯಕ್ತಿ ಇವರ ಸಂಭಾಷಣೆಯಲ್ಲಿ ಮೂಗು ತೂರಿಸಲು ಯತ್ನಿಸುತ್ತಿದ್ದ. ಒಂದು ಹಂತದಲ್ಲಿ ತಮ್ಮನ್ನು ತಮ್ಮಷ್ಟಕ್ಕೇ ಬಿಟ್ಟುಬಿಡುವಂತೆ ವಕೀಲ ಅಂದರೆ, ಕುಡುಕ ಅಂದ,

"ಯಾಕೆ? ಯಾವೊಬ್ಬ ವಿನೀತ ಸ್ವಭಾವದ ವ್ಯಕ್ತಿಯೂ ವ್ಯಕ್ತಪಡಿಸಿರದಂತೆ ನಾನು ಪ್ರೇಮದ ವಿಷಯ ಹೇಳಲಿರುವುದರಲ್ಲಿ ತಪ್ಪೇನಿದೆ? ನನಗೆ ಅತೀವ ಸಂತೋಷವಾಗಿದೆ ಮತ್ತು ಅದನ್ನು ಇಬ್ಬರು ಅಪರಿಚಿತರಲ್ಲಿ ಹಂಚಿಕೊಂಡು ಸಂಭ್ರಮಿಸುವುದಕ್ಕೆ ಉತ್ಸುಕನಾಗಿದ್ದೇನೆ. ಅದರಲ್ಲಿ ತಪ್ಪೇನಿದೆ?"

"ಇದು ಅದಕ್ಕೆ ತಕ್ಕುದಾದ ಸಮಯವಲ್ಲ," ಆಕೆ ಅಂದಳು.

"ಅಂದರೆ, ನೀವು ಆನಂದದಲ್ಲಿದ್ದೀರಿ ಎನ್ನುವುದನ್ನು ತೋರಿಸಿಕೊಳ್ಳುವುದಕ್ಕೂ ಸೂಕ್ತ ಸಮಯವಿರಬೇಕು ಎನ್ನುತ್ತೀರೇನು?" ಕುಡುಕ ಕೇಳಿದ.

ಮರುಕ್ಷಣವೇ ಕುಡುಕನನ್ನು ಇವರಿಬ್ಬರು ತಮ್ಮ ಟೇಬಲ್‌ಗೆ ಕರೆದು ತಮ್ಮ ಜೊತೆ ಸೇರಿಕೊಳ್ಳುವಂತೆ ಹೇಳಿದರು.

ಗುರುಗಳು ಹೇಳುತ್ತಾರೆ:

ನಾವು ನಮ್ಮ ಶರೀರವನ್ನು ಚೆನ್ನಾಗಿ ಗೌರವಿಸಬೇಕು. ಯಾಕೆಂದರೆ ಅದು ಪವಿತ್ರವಾದ ಆತ್ಮದ ಮತ್ತು ನಮ್ಮ ಪ್ರೇಮದ ತಂಗುದಾಣವಾಗಿರುತ್ತದೆ.

ಸದಾ ಕಾಲ ನಮ್ಮ ಕನಸುಗಳು ಸಾಕಾರಗೊಳ್ಳಲು ನಮ್ಮ ಪ್ರಯತ್ನವನ್ನೆಲ್ಲ ಅದರ ಮೇಲೆ ಕೇಂದ್ರೀಕರಿಸಬೇಕು.

ಏನಿದ್ದರೂ, ಬದುಕು ಸಣ್ಣ ಸಣ್ಣ ಸಂತೋಷಗಳಲ್ಲೇ ಅಡಗಿದೆ ಎನ್ನುವುದನ್ನು ನಾವೆಂದಿಗೂ ಮರೆಯಬಾರದು. ಅವೆಲ್ಲವೂ ನಮ್ಮ ಬದುಕಿನಲ್ಲಿ ನಡೆಯುವ ಹೋರಾಟಗಳನ್ನು ಗೆಲ್ಲುವುದಕ್ಕಾಗಿ, ನಮಗೆ ಪ್ರಚೋದಿಸುವಂತೆ ಅಲ್ಲಲ್ಲಿ ಒದಗಿಸಲಾಗಿದೆ ಎಂಬುದನ್ನು ನಾವು ಮರೆಯಬಾರದು.

ಸಂತೋಷವಾಗಿರುವುದು ಪಾಪವೇನೂ ಅಲ್ಲ. ನಮ್ಮ ಆಹಾರ ಪದ್ಧತಿಯಲ್ಲಾಗಲೀ, ನಿದ್ದೆಯ ಅವಧಿಯಲ್ಲಾಗಲೀ, ಸಂತಸದ ಕ್ಷಣಗಳಲ್ಲಾಗಲೀ ಆಗೊಮ್ಮೆ ಈಗೊಮ್ಮೆ ದೈನಂದಿನ ನಿಯಮಗಳನ್ನು ಮುರಿಯುವುದರಲ್ಲಿ ತಪ್ಪೇನೂ ಇರುವುದಿಲ್ಲ.

ಕೆಲವು ಅಸಂಬದ್ಧ ಕಾರ್ಯಗಳಲ್ಲಿ ತೊಡಗಿ ನೀವು ನಿಮ್ಮ ಸಮಯವನ್ನು ಹಾಳು ಮಾಡಿಕೊಳ್ಳುವಾಗ ನಿಮ್ಮನ್ನೇ ಹಳಿದುಕೊಳ್ಳುವುದು ತರವಲ್ಲ. ಅವುಗಳಿಂದ ನಿಮಗೆ ಸಿಗುವ ಆನಂದ ನಿಮ್ಮ ಮುಂದಿನ ಬಾಳುವೆಯಲ್ಲಿ ಮಹತ್ತರ ಪಾತ್ರವನ್ನು ವಹಿಸಬಹುದು.

ಭಗವಂತನ ಸಂದೇಶವನ್ನು ಪ್ರಸಾರ ಮಾಡಲು ಗುರುಗಳು ಪ್ರಯಾಣಿಸುತ್ತಿದ್ದ ಸಮಯದಲ್ಲಿ ಗುರು ಮತ್ತು ಶಿಷ್ಯರು ವಾಸವಾಗಿದ್ದ ಮನೆಗೆ ಬೆಂಕಿ ಹತ್ತಿಕೊಂಡಿತು.

"ಗುರುಗಳು ನಮಗೆ ಈ ಮನೆಯ ಉಸ್ತುವಾರಿಯನ್ನು ಒಪ್ಪಿಸಿ ಹೊರಟು ಹೋಗಿದ್ದರು, ಆದರೆ ಅದನ್ನು ಕಾಪಾಡಲು ನಮ್ಮಿಂದ ಸಾಧ್ಯವಾಗಲಿಲ್ಲ," ಒಬ್ಬ ಶಿಷ್ಯ ಉದ್ಗರಿಸಿದ.

ಸುಟ್ಟುಹೋದ ಮನೆಯ ಅಳಿದುಳಿದ ವಸ್ತುಗಳನ್ನು ಉಪಯೋಗಿಸಿಕೊಂಡು ಶಿಷ್ಯರು ಅದನ್ನು ಪುನಃ ನಿರ್ಮಿಸಲು ತೊಡಗಿದರು. ಆದರೆ ಗುರುಗಳು ಅವರು ಎಣಿಸಿದ್ದಕ್ಕಿಂತ ಮುಂಚಿತವಾಗಿ ಹಿಂದಿರುಗಿದರು. ಕೆಲಸ ತ್ವರಿತವಾಗಿ ಮುಂದುವರಿದಿದ್ದರಿಂದ ಅವರು ಸಂತಸದಿಂದ ನುಡಿದರು:

"ಅರೆ! ವಾಹ್! ಇದೊಂದು ಹೊಸ ಮನೆ! ನಾವು ಪ್ರಪಂಚದಲ್ಲೇ ಎತ್ತರಕ್ಕೆ ಏರುತ್ತಿದ್ದೇವೆ."

ನಾಚಿಕೆಪಟ್ಟ ಶಿಷ್ಯನೊಬ್ಬ ಉದ್ಗರಿಸುತ್ತ ನಡೆದ ಸಂಗತಿಗಳನ್ನು ವಿವರಿಸಿದ.

"ನನಗೆ ಅರ್ಥವಾಗುತ್ತದೆ," ಗುರುಗಳು ಹೇಳಿದರು. "ಇಷ್ಟೇ ನಾನು ಹೇಳ ಬಯಸುವುದು, ಯಾರಿಗೆ ಬದುಕಿನಲ್ಲಿ ವಿಶ್ವಾಸವಿದೆಯೋ ಮತ್ತು ಯಾರು ತಮ್ಮ ಬದುಕಿನಲ್ಲಿ ಹೊಸ ಹಂತವನ್ನು ತಲುಪಲು ಆಶಿಸುತ್ತಾರೋ ಅದನ್ನು ನಾನಿಲ್ಲಿ ಕಾಣುತ್ತಿದ್ದೇನೆ. ಯಾರು ಎಲ್ಲವನ್ನೂ ಕಳೆದುಕೊಂಡು ಬಹುತೇಕ ಜನರಿಗಿಂತ ಪುನಃ ಉತ್ತಮ ಸ್ಥಿತಿಗೆ ಬರುತ್ತಾರೋ ಅವರು ಹಿಂದಿಗಿಂತಲೂ ಹೆಚ್ಚಿನದನ್ನು ಸಾಧಿಸಲು ಸಾಧ್ಯವಾಗುತ್ತದೆ."

ಒಂದು ಮೇಲ್ದರ್ಜೆಯ ನ್ಯೂಯಾರ್ಕ್ ರೆಸ್ಟೋರೆಂಟ್‌ಗೆ ತಲುಪಲು ಪಿಯಾನೊ ವಾದಕ ಆರ್ಥರ್ ರೂಬಿನ್ ಸ್ಟೀನ್‌ಗೆ ತುಸು ತಡವಾಯಿತು. ಅವನ ಸ್ನೇಹಿತರು ಚಿಂತಿತರಾದರು. ಕೊನೆಗೆ ಅವರು ತನಗಿಂತ ಮೂವತ್ತು ವರ್ಷ ಚಿಕ್ಕವಳಾದ ಒಬ್ಬ ಸುಂದರ ಮಹಿಳೆಯ ಸೊಂಟದಲ್ಲಿ ಕೈಯಿಟ್ಟು ಆಗಮಿಸಿದರು.

ಸ್ವಲ್ಪ ಜಿಪುಣತನಕ್ಕೆ ಹೆಸರಾದ ಆತ ಅಂದು ಬಹಳ ದುಬಾರಿ ಊಟಕ್ಕೆ ಆರ್ಡರ್ ಮಾಡಿದರು ಮಾತ್ರವಲ್ಲ ಅತಿ ಅಪರೂಪವೆನಿಸುವ ಆಧುನಿಕ ವೈನ್‌ನನ್ನು ತರಿಸಿದರು.

"ನನಗೆ ಗೊತ್ತು, ನೀವೆಲ್ಲ ಕೌತುಕಗೊಂಡಿದ್ದೀರಿ ಅಂತ," ರೂಬಿನ್‌ಸ್ಟೀನ್ ಅಂದರು, "ಆದರೆ, ನಾನಿಂದು ನನ್ನ ವಿಲ್‌ನ್ನು ಬರೆಯುವ ಸಲುವಾಗಿ ವಕೀಲರಲ್ಲಿಗೆ ಹೋಗಿದ್ದೆ. ನಾನು ಬಹುದೊಡ್ಡ ಮೊಬಲಗನ್ನು ನನ್ನ ಮಗಳಿಗೂ ಸಂಬಂಧಿಕರಿಗೂ ಬರೆದಿಟ್ಟೆ. ಉದಾರವಾಗಿ ಸಾಕಷ್ಟು ಹಣವನ್ನು ವಿವಿಧ ಸಂಸ್ಥೆಗಳಿಗೆ ದಾನವಾಗಿ ಬರೆದೆ. ಆದರೆ ವಿಲ್‌ನಲ್ಲಿ ನನ್ನನ್ನೇ ಸೇರಿಸಿಕೊಂಡಿಸಿಲ್ಲ ಎಂದು ಒಮ್ಮಿಂದೊಮ್ಮೆಗೇ ನನಗೆ ಅರಿವಾಯಿತು. ಎಲ್ಲಾ ಹಣ ಬೇರೆಯವರಿಗೇ ಹೋಗುತ್ತಿತ್ತು.

"ಹಾಗಾಗಿ ಹೀಗೆ ತೀರ್ಮಾನಿಸಿದೆ, ನಾನು ಇನ್ನು ಮೇಲೆ ನನಗಾಗಿ ಇನ್ನಷ್ಟು ಉದಾರವಾಗಿರುತ್ತೇನೆ ಅಂತ."

ಗುರುಗಳು ಹೇಳಿದರು:

ನೀವು ನಿಮ್ಮ ಕನಸುಗಳನ್ನು ನೆಚ್ಚಿಕೊಂಡಿದ್ದರೆ ಅವನ್ನು ಪೂರ್ತಿಯಾಗಿ ಬದ್ಧರಾಗಿ ಅನುಸರಿಸಿ. "ನನಗಿದು ಹೇಳಿಸಿದ್ದಲ್ಲ," ಎನ್ನುವ ಹಾಗೆ ಅವನ್ನು ಬಾಗಿಲ ಕಡೆಗೆ ತೋರಿಸಿ ಹೊರಗಟ್ಟಬೇಡಿ. ಆ ಶಬ್ದಗಳಲ್ಲಿ ಸೋಲಿನ ಬೀಜಗಳಿದ್ದಿರುತ್ತವೆ.

ನೀವು ಆಯ್ದುಕೊಂಡ ಹಾದಿಯನ್ನು ಆತುಕೊಳ್ಳಿ, ಕೆಲವೊಮ್ಮೆ ನೀವು ಎಡವಿರಬಹುದು, ನೀವು ಅದನ್ನು ಇನ್ನಷ್ಟು ಸೊಗಸಾಗಿ ಮಾಡಬಲ್ಲಿರಿ ಎಂದು ಅನ್ನಿಸಿದಾಗ ಕೂಡಾ. ನೀವೀಗ ಕೈಗೊಂಡ ಕೆಲಸವನ್ನು ಮುಂದೆ ಇನ್ನೂ ಚೆನ್ನಾಗಿ ಮಾಡಬಲ್ಲಿರಿ ಎಂದು ಅನ್ನಿಸಿದಾಗ, ಮಾಡಿಬಿಡಿ. ಆದರೆ ನಿಮ್ಮ ಮಿತಿಯನ್ನು ಅಂಗೀಕರಿಸಿದಾಗ, ನೀವೆಂದಿಗೂ ಆ ಕೆಲಸವನ್ನು ಮಾಡಲಾರಿರಿ.

ನಿಮ್ಮ ಪಯಣದಲ್ಲಿ ಎಂದಿಗೂ ಧೃತಿಗೆಡಬೇಡಿ. ಇತರರ ಟೀಕೆಗಳಿಗೆ ಕಿವಿಗೊಡಬೇಡಿ. ನಿಮ್ಮ ಸ್ವಂತ ಟೀಕೆಯಿಂದಲೂ ದುರ್ಬಲರಾಗದಿರಿ.

ನಿಮ್ಮ ನಿದ್ರಾರಹಿತ ರಾತ್ರಿಗಳಲ್ಲಿ ದೇವರು ನಿಮ್ಮ ಜೊತೆಗೇ ಇರುತ್ತಾನೆ ಮತ್ತು ನಿಮ್ಮ ಕಣ್ಣೀರನ್ನು ಅವನು ತನ್ನ ಪ್ರೀತಿಯಿಂದ ಒರೆಸುತ್ತಾನೆ.

ದೇವರು ಎಂದರೆ ಧೈರ್ಯವೇ ಹೊರತು ಬೇರೇನೂ ಅಲ್ಲ.

ಗುರುಗಳು ತಮ್ಮ ಶಿಷ್ಯರಿಗೆ ಸ್ವಲ್ಪ ಆಹಾರವನ್ನು ತರಲು ಹೇಳಿದರು. ಅವರೆಲ್ಲ ಪ್ರಯಾಣಿಸುತ್ತಿದ್ದುದರಿಂದ ಅವರಿಗೆ ಸ್ವತಃ ಅಡುಗೆ ಮಾಡಲು ಸಾಧ್ಯವಿರಲಿಲ್ಲ.

ಕತ್ತಲಾಗುತ್ತಿದ್ದಂತೆ ಶಿಷ್ಯರೆಲ್ಲ ವಾಪಸ್ಸು ಬಂದರು. ಪ್ರತಿಯೊಬ್ಬರೂ ಇತರರಿಂದ ಬೇಡಿಕೊಂಡು ತಮಗೆಷ್ಟು ಸಾಧ್ಯವೋ ಅಷ್ಟನ್ನು ತಂದರು: ಅದರಲ್ಲಿ ಕೊಳೆತ ಹಣ್ಣುಗಳಿದ್ದವು, ಹಳಸಿದ ಬ್ರೆಡ್ ಮತ್ತು ಕೆಟ್ಟುಹೋದ ವೈನ್ ಇದ್ದವು.

ಏನಿದ್ದರೂ, ಒಬ್ಬ ಶಿಷ್ಯ ಮಾತ್ರ ಹಣ್ಣಾದ ತಾಜಾ ಆ್ಯಪಲ್‌ಗಳ ಒಂದು ಮೂಟೆಯನ್ನೇ ಹೊತ್ತು ತಂದ. ಆ್ಯಪಲ್‌ಗಳನ್ನು ಹಂಚುತ್ತ ಆತ ಹೇಳಿದ,

"ನನ್ನ ಗುರುಗಳಿಗೆ ಮತ್ತು ಸಹೋದರ ಬಂಧುಗಳಿಗೆ ಯಾವ ತೆರನಾಗಿ ನನಗೆ ಸಹಾಯ ಮಾಡಲು ಸಾಧ್ಯವೋ ಅದನ್ನು ಸಂಪ್ರೀತಿಯಿಂದ ಮಾಡುವೆ."

"ಇವು ನಿನಗೆ ಎಲ್ಲಿ ಸಿಕ್ಕಿದವು?" ಗುರುಗಳು ಕೇಳಿದರು.

"ಇವನ್ನು ನಾನು ಕದ್ದು ತರಬೇಕಾಯಿತು," ಶಿಷ್ಯ ಹೇಳಿದ. "ನಾನು ಯಾರನ್ನೆಲ್ಲ ಭೇಟಿಯಾದೆನೋ ಅವರೆಲ್ಲ ನನಗೆ ಕೊಳೆತ ಸಾಮಗ್ರಿಗಳನ್ನೇ ನೀಡಿದರು, ನಾವು ದೇವರ ಮಾತುಗಳನ್ನೇ ಪ್ರವಚನ ಮಾಡಿ ಪ್ರಸಾರ ಮಾಡುತ್ತಿದ್ದರೂ."

"ಸರಿ, ನೀನು ನಿನ್ನ ಆ್ಯಪಲ್‌ಗಳನ್ನು ತೆಗೆದುಕೋ ಮತ್ತು ಇಲ್ಲಿಂದ ಜಾಗ ಖಾಲಿ ಮಾಡು. ಮತ್ತೆಂದೂ ಹಿಂದಿರುಗಿ ಬರುವುದು ಬೇಡ," ಗುರುಗಳು ಹೇಳಿದರು. "ಯಾರು ನನಗಾಗಿ ಕದಿಯುತ್ತಾರೋ, ಅವರು *ನನ್ನಿಂದ* ಕದಿಯುವುದರಲ್ಲಿ ಸಮಾಪ್ತಿಗೊಳ್ಳುತ್ತಾರೆ."

ನಾವು ಜಗತ್ತಿನಲ್ಲಿ ನಮ್ಮ ಕನಸುಗಳ ಮತ್ತು ಆದರ್ಶಗಳ ಅನ್ವೇಷಣೆಯಲ್ಲಿ ಹೊರಟಿದ್ದೇವೆ. ನಮಗೆ ಸುಲಭವಾಗಿ ಕೈಗೆಟುಕುವ ಹಾಗಿದ್ದರೂ ಅವನ್ನು ತ್ಯಜಿಸಿ ಅವನ್ನು ಕೈಗೆಟುಕದಿರುವ ಜಾಗಗಳಲ್ಲಿ ಹುಡುಕುತ್ತೇವೆ. ನಮ್ಮ ತಪ್ಪುಗಳು ನಮಗೆ ಅರಿವಾದರೂ, ನಮಗೆ ಹತ್ತಿರವೇ ಇರುವ ಜಾಗದಲ್ಲಿ ಅವುಗಳು ಇದ್ದರೂ, ನಾವು ದೂರದಲ್ಲಿ ಅವನ್ನು ಅರಸಿಕೊಂಡು ಹೋಗಿ ವಿನಾ ಸಮಯವನ್ನು ಪೋಲು ಮಾಡುತ್ತೇವೆ. ನಾವು ನಮ್ಮ ತಪ್ಪುಗಳನ್ನು ನಮ್ಮ ಮೇಲೆಯೇ ಹೊರಿಸಿಕೊಂಡು ದೋಷಾರೋಪಣೆ ಮಾಡುತ್ತೇವೆ. ಅದರಿಂದ ನಮಗೆ ಸಾಕಷ್ಟು ನೋವನ್ನು ಅನುಭವಿಸಬೇಕಾಗಿ ಬಂದಿರುತ್ತದೆ.

ಗುರುಗಳು ಹೇಳುತ್ತಾರೆ:

ನಿಧಿ ನಿಮ್ಮ ಮನೆಯಲ್ಲೇ ಹೂತಿಟ್ಟಿದ್ದರೂ, ನೀವು ದೂರಕ್ಕೆ ಸಾಗಿ ಹೋದಾಗಷ್ಟೇ ಅದು ಅಲ್ಲಿಯೇ ಇದೆ ಎಂದು ನಿಮಗೆ ಮನವರಿಕೆಯಾಗುತ್ತದೆ. ಜೀಸಸ್‌ನನ್ನು ನಿರಾಕರಿಸಿ ಆ ನೋವನ್ನು ಪೀಟರ್ ಅನುಭವಿಸದೇ ಹೋಗಿದ್ದರೆ, ಆತ ಚರ್ಚ್‌ನ ಫಾದರ್ ಆಗಿ ಆಯ್ಕೆಯಾಗುತ್ತಿರಲಿಲ್ಲ.

ತಪ್ಪಿತಸ್ಥ ಮಗ ಎಲ್ಲವನ್ನೂ ಹಿಂದಕ್ಕೆ ಬಿಟ್ಟು ಹೋಗಿರದಿರುತ್ತಿದ್ದರೆ, ಆತನ ತಂದೆ ಅವನು ಮರಳಿ ಬಂದಾಗ ಅಷ್ಟೊಂದು ಸಂಭ್ರಮದಿಂದ ಭೋಜನವನ್ನು ಏರ್ಪಡಿಸುತ್ತಿರಲಿಲ್ಲ.

ನಮ್ಮ ಬದುಕಿನ ಮುದ್ರೆಯ ಮೇಲೆ ಹೀಗೆ ಬರೆದಿರುತ್ತದೆ: "ನೀನು ನನ್ನ ಮೌಲ್ಯವನ್ನು ನಿನ್ನಿಂದ ನಾನು ದೂರವಾದ ಮೇಲಷ್ಟೇ ತಿಳಿಯುವೆ." ಹಾಗಿದ್ದರೆ ಪಯಣವನ್ನು ಮೊಟಕುಗೊಳಿಸುವ ಪ್ರಮೇಯವೇ ಬೇಡ.

ಗುರುಗಳು ತಮ್ಮ ನೆಚ್ಚಿನ ಶಿಷ್ಯನನ್ನು ಭೇಟಿ ಮಾಡಿ ಆತನ ಆಧ್ಯಾತ್ಮಿಕ ಬದುಕಿನ ಪ್ರಗತಿ ಹೇಗೆ ಸಾಗಿದೆ ಎಂದು ಕೇಳಿದರು. ತನ್ನ ಪ್ರತಿಯೊಂದು ಕ್ಷಣವನ್ನೂ ಭಗವಂತನ ಸ್ಮರಣೆಯಲ್ಲೇ ಕಳೆಯುತ್ತಿದ್ದೇನೆ ಎಂದು ಆತ ಹೇಳಿದ.

"ಹಾಗಿದ್ದರೆ ಮಿಕ್ಕುಳಿದ ಸಮಯವನ್ನು ನಿನ್ನ ಶತ್ರುಗಳನ್ನು ಕ್ಷಮಿಸುವುದಕ್ಕೆ ಬಳಸುತ್ತಿದ್ದೀಯಾ ಎಂದ ಹಾಗಾಯ್ತು," ಎಂದರು ಗುರುಗಳು.

ಶಿಷ್ಯ ಚಕಿತನಾಗಿ ಗುರುಗಳ ಕಡೆಗೆ ತಿರುಗಿ ಹೇಳಿದ,

"ಆದರೆ ನನಗೆ ಹಾಗೆ ಬೇಕಿಲ್ಲ. ನಾನು ನನ್ನ ಶತ್ರುಗಳನ್ನು ದ್ವೇಷಿಸುವುದಿಲ್ಲ."

"ದೇವರು ನಿನ್ನಲ್ಲಿ ಕೊಪಗೊಂಡಿದ್ದಾನೆ ಎಂದು ನಿನಗೆ ಅನ್ನಿಸುತ್ತಿದೆಯಾ?" ಗುರುಗಳು ಕೇಳಿದರು.

"ಖಂಡಿತವಾಗಿಯೂ ಇಲ್ಲ!" ಶಿಷ್ಯ ಉತ್ತರಿಸಿದ.

"ಆದರೂ ನೀನು ಭಗವಂತನನ್ನು ಕ್ಷಮಿಸುವಂತೆ ಕೇಳುತ್ತಿಲ್ಲವೇ? ಹಾಗೆಯೇ ಶತ್ರುಗಳನ್ನು ನೀನು ದ್ವೇಷಿಸದಿದ್ದರೂ, ಅದೇ ರೀತಿಯಲ್ಲಿ ಕ್ಷಮೆಯನ್ನು ಯಾಚಿಸು. ಕ್ಷಮಿಸುವ ಮೂಲಕ ನೀನು ನಿನ್ನ ಹೃದಯವನ್ನು ತೊಳೆದು ಅದಕ್ಕೆ ಪರಿಮಳವನ್ನು ಪೂಸುತ್ತಿದ್ದೀಯಾ ಎಂದು ಭಾವಿಸು."

ಟೌಲಾನ್‌ನ ಆಕ್ರಮಣದ ಸಮಯದಲ್ಲಿ ಬಾಂಬ್‌ನ ಭೀಕರ ಸುರಿಮಳೆ-ಯಾಗುತ್ತಿದ್ದಾಗ ಯುವಪ್ರಾಯದ ನೆಪೋಲಿಯನ್ ಒಂದು ಎಲೆಯಂತೆ ಕಂಪಿಸುತ್ತಿದ್ದ.

ಒಬ್ಬ ಯೋಧ ಇದನ್ನು ಗಮನಿಸಿದಾಗ, ಆತ ತನ್ನ ಬಳಗದವರಿಗೆ ಇದನ್ನು ಸೂಚಿಸಿದ:

"ನೋಡಿ ಆತ ಪೂರ್ತಿಯಾಗಿ ಭಯಭೀತಿಯಿಂದ ನಡುಗುತ್ತಿದ್ದಾನೆ!"

"ಹೌದು," ನೆಪೋಲಿಯನ್ ಅಂದ, "ಆದರೆ ಏನೇ ಆಗಲಿ ನಾನು ಹೋರಾಟವನ್ನು ಮುಂದುವರಿಸುತ್ತೇನೆ. ನನ್ನ ಅರ್ಧದಷ್ಟು ಭಯವನ್ನು ನೀವು ಹೊಂದಿದ್ದರೆ ನೀವು ಯಾವತ್ತೋ ಪಲಾಯನ ತೆಗೆಯುತ್ತಿದ್ದಿರಿ."

ಗುರುಗಳು ಹೇಳುತ್ತಾರೆ:

ಭಯ ಅಂಜುಬುರುಕುತನದ ಲಕ್ಷಣವಲ್ಲ. ಯಾವುದೇ ಸನ್ನಿವೇಶದಲ್ಲಿ ಭಯ ನಮಗೆ ಆತ್ಮಸ್ಥೈರ್ಯವನ್ನೂ, ಗೌರವಾನ್ವಿತ ಭಾವನೆಯನ್ನೂ ನೀಡುತ್ತದೆ. ಯಾರು ಭಯಭೀತಿಯಿಂದ ಇರುತ್ತಾರೋ, ಆದರೆ ಆತ್ಮಸ್ಥೈರ್ಯವನ್ನು ಕಳೆದುಕೊಳ್ಳುವುದಿಲ್ಲವೋ, ಅಂಥವರು ತಮ್ಮ ಧೈರ್ಯವನ್ನು ದೃಢೀಕರಿಸಿ-ದಂತಾಗುತ್ತದೆ. ಯಾರು ಅಪಾಯಕಾರೀ ಸನ್ನಿವೇಶಗಳನ್ನು ಅವು ಅಪಾಯ ತರುವುದಿಲ್ಲವೆಂದು ಭಾವಿಸಿ ಮುನ್ನುಗ್ಗುತ್ತಾರೋ, ಅಂಥವರು ಬೇಜವಾಬ್ದಾರಿಯ ವ್ಯಕ್ತಿಗಳಾಗಿರುತ್ತಾರೆ.

ಪಯಣಿಗ ಸೈಂಟ್ ಜಾನ್ಸ್‌ನ ಭೋಜನ ಕೂಟದಲ್ಲಿ ಪ್ರದರ್ಶನ ಮಳಿಗೆಗಳನ್ನು, ಶೂಟಿಂಗ್ ಗ್ಯಾಲರಿಗಳನ್ನು ವೀಕ್ಷಿಸುತ್ತ ಮತ್ತು ಮನೆಯಲ್ಲಿ ತಯಾರಿಸಿದ ತಿಂಡಿತಿನಿಸುಗಳನ್ನು ಸವಿಯುತ್ತ ಭಾಗವಹಿಸಿದ.

ಇದ್ದಕ್ಕಿದ್ದ ಹಾಗೆ ಒಬ್ಬ ಕೋಡಂಗಿ ಅವನ ಚರ್ಯೆಗಳನ್ನು, ನಡೆನುಡಿಗಳನ್ನು ಅನುಕರಣೆ ಮಾಡಲು ತೊಡಗಿದ. ನೆರೆದ ಜನರು ನಗುತ್ತಿದ್ದ ಹಾಗೆಯೇ ಪಯಣಿಗನೂ ನಗತೊಡಗಿದ. ಕೊನೆಯಲ್ಲಿ ಪಯಣಿಗ ಕೋಡಂಗಿಯನ್ನು ಕಾಫಿಗೆ ಕರೆದ.

"ನೀನು ಬದುಕಿಗೆ ಧುಮ್ಮಿಕ್ಕು," ಕೋಡಂಗಿ ಹೇಳಿದ. "ನೀನು ಜೀವಂತ ಇದ್ದಿರುವುದಾದರೆ, ನಿನ್ನ ಕೈಗಳನ್ನು ಬೀಸಬೇಕು, ಕುಣಿದು ಕುಪ್ಪಳಿಸಬೇಕು, ಸದ್ದು ಮಾಡುತ್ತಿರಬೇಕು, ನಗಬೇಕು ಮತ್ತು ಜನರೊಂದಿಗೆ ಮಾತನಾಡಬೇಕು, ಯಾಕೆಂದರೆ ಬದುಕು ಸಾವಿನ ತೀರಾ ತದ್ವಿರುದ್ಧವಾಗಿರುತ್ತದೆ. ಸಾವೆಂದರೆ ಒಂದೇ ಜಾಗದಲ್ಲಿ ಸ್ಥಿರವಾಗಿ ಇರುವುದು. ನೀನು ಕೂತಲ್ಲೇ ಕೂತಿದ್ದರೆ ಸಂಪೂರ್ತಿಯಾಗಿ ಜೀವಿಸುತ್ತಿಲ್ಲ ಎನ್ನಬಹುದು."

ಒಬ್ಬ ಪರಾಕ್ರಮಿ ರಾಜ ತನ್ನ ಬೆನ್ನು ನೋವನ್ನು ಶಮನಗೊಳಿಸುವ ತಾಕತ್ತು ಹೊಂದಿರುವನೆಂದು ಹೇಳಲಾದ ಒಬ್ಬ ಫಾದರ್‌ರನ್ನು ತನ್ನರಮನೆಗೆ ಬರುವಂತೆ ಹೇಳಿ ಕಳುಹಿಸಿದ.

"ದೇವರು ನಮ್ಮನ್ನು ಕಾಪಾಡುತ್ತಾನೆ," ಫಾದರ್ ಹೇಳಿದರು. "ಆದರೆ ಮೊದಲಿಗೆ ಆ ನೋವಿಗೆ ಕಾರಣವೇನೆಂದು ತಿಳಿಯಬೇಕು. ತಪ್ಪೊಪ್ಪಿಗೆ ನೀಡಿದಾಗ, ನಾವು ನಮ್ಮ ಸಮಸ್ಯೆಯನ್ನು ಎದುರಿಸಲು ಶಕ್ತರಾಗುತ್ತೇವಷ್ಟೇ ಅಲ್ಲ, ಹಲವು ವಿಷಯಗಳಿಂದ ಅದು ನಮ್ಮನ್ನು ಮುಕ್ತವಾಗಿಸುತ್ತದೆ."

ಫಾದರ್ ರಾಜನ ಬದುಕಿನ ವಿಷಯಗಳನ್ನು ಪರಾಂಬರಿಸಲು ತೊಡಗಿದ. ಹೇಗೆ ತನ್ನ ಸಹಚರರನ್ನು ಆತಂಕದಿಂದ ಮತ್ತು ಕಷ್ಟಗಳಿಂದ ಹೊರಬರಲು ಸಹಾಯ ಒದಗಿಸುತ್ತಾನೆ ಮುಂತಾಗಿ ಪ್ರಶ್ನಿಸಿದ. ರಾಜ ಫಾದರ್ ಕಡೆಗೆ ತಿರುಗುತ್ತ ಹೇಳಿದ:

"ನಾನು ಅಂತಹ ವಿಷಯಗಳ ಕುರಿತಂತೆ ಮಾತಾಡಲು ಬಯಸುವುದಿಲ್ಲ. ನನಗೆ ಯಾವುದೇ ಪ್ರಶ್ನೆಗಳನ್ನು ಕೇಳದಿರುವಂತಹ ನನ್ನ ನೋವನ್ನು ನಿವಾರಿಸಬಲ್ಲ ವೈದ್ಯನನ್ನು ಕಳಿಸಿ," ಎಂದ ರಾಜ.

ಫಾದರ್ ಹೊರಟು ಹೋದರು ಮತ್ತು ಸ್ವಲ್ಪ ಸಮಯದ ಬಳಿಕ ತನ್ನ ಜೊತೆಗೆ ಒಬ್ಬನನ್ನು ಕರೆತಂದರು.

"ಇವನೇ ನಿನಗೆ ಸೂಕ್ತ ವ್ಯಕ್ತಿ," ಎಂದರು. "ನನ್ನ ಮಿತ್ರನೊಬ್ಬ ಪಶುವೈದ್ಯನಾಗಿದ್ದು, ಇವನು ತನ್ನ ರೋಗಿಗಳ ಜೊತೆಗೆ ಮಾತಾಡದೆ ಚಿಕಿತ್ಸೆ ನಡೆಸುತ್ತಾನೆ," ಎಂದ.

ಒಂದು ಮುಂಜಾನೆ, ಗುರುಗಳು ತನ್ನ ಶಿಷ್ಯನ ಜೊತೆಗೆ ಹಳ್ಳಿಯಲ್ಲಿ ನಡೆಯುತ್ತ ಸಾಗುತ್ತಿದ್ದರು.

ತನಗೊಂದು ಶುದ್ಧೀಕರಿಸುವ ಆಹಾರ ಪದ್ಧತಿಯನ್ನು ಶಿಫಾರಸು ಮಾಡುವಿರಾ? ಎಂದು ಕೇಳಿದ ಶಿಷ್ಯ. ಎಲ್ಲಾ ಆಹಾರವೂ ಶುದ್ಧವಾದುದೇ ಎಂದು ಎಷ್ಟೇ ಗುರುಗಳು ಹೇಳಲು ಯತ್ನಿಸಿದರೂ, ಶಿಷ್ಯ ಗುರುವಿನ ಮಾತನ್ನು ನಂಬದೆ ನಿರಾಕರಿಸುತ್ತಲೇ ಹೋದ.

"ಯಾವ ಆಹಾರ ನಮ್ಮನ್ನು ದೇವರ ಸಮೀಪಕ್ಕೆ ಒಯ್ಯುತ್ತದೆಯೋ, ಅಂತಹ ಆಹಾರ ಸೂಕ್ತ ಇರಬೇಕಲ್ಲವೇ?" ಎಂದನಾತ.

"ನೀನು ಸರಿಯಾಗೇ ಹೇಳಿರಬಹುದು. ಉದಾಹರಣೆಗೆ, ಆ ಅಣಬೆಗಳನ್ನು ನೋಡು," ಎಂದರು ಗುರುಗಳು.

ಶಿಷ್ಯ ಉತ್ಸುಕನಾದ. ಅಣಬೆಗಳು ಶುದ್ಧೀಕರಿಸುತ್ತವೆ ಎಂದು ತಿಳಿದಾಗ, ಆತ ಭಾವಪರವಶತೆಯಲ್ಲಿ ತೇಲಾಡಿದ. ಆದರೆ ಆ ಅಣಬೆಗಳನ್ನು ಹತ್ತಿರದಲ್ಲಿ ನಿರುಕಿಸಿದಾಗ, ಆತ ಚೀರಿಕೊಂಡ:

"ಅವು ವಿಷಯುಕ್ತ ಅಣಬೆಗಳು! ಅವನ್ನು ನಾವು ತಿಂದರೆ ಒಂದೇ ತಾಸಿನಲ್ಲಿ ಸತ್ತುಹೋಗಬಹುದು!"

"ಅದನ್ನೇ ನಾನು ನಿನಗೆ ಶಿಫಾರಸ್ಸು ಮಾಡುತ್ತಿರುವುದು, ದೇವರ ಹತ್ತಿರಕ್ಕೆ ಹೋಗಬೇಕಿದ್ದರೆ ಅದೇ ಆಹಾರವನ್ನು ನೀನು ತಿನ್ನಬೇಕು," ಗುರುಗಳು ಹೇಳಿದರು.

1981ರ ಚಳಿಗಾಲದಲ್ಲಿ ಪಯಣಿಗ ತನ್ನ ಪತ್ನಿಯೊಂದಿಗೆ ಪ್ರೇಗ್ ನಗರದ ರಸ್ತೆಯಲ್ಲಿ ಅಡ್ಡಾಡುತ್ತಿದ್ದಾಗ ಒಬ್ಬ ಯುವಕ ತನ್ನ ಸುತ್ತಲಿನ ಕಟ್ಟಡಗಳ ಚಿತ್ರಗಳನ್ನು ಆಸ್ತೆಯಿಂದ ಬಿಡಿಸುವುದನ್ನು ಕಂಡ. ಅವುಗಳಲ್ಲಿ ಒಂದು ಚಿತ್ರವನ್ನು ಮೆಚ್ಚಿಕೊಂಡ ಪಯಣಿಗ ಅದನ್ನು ಖರೀದಿಸಲು ನಿರ್ಧರಿಸಿದ.

ಆತ ಹಣವನ್ನು ನೀಡಲು ಹೊರಟಾಗ, ಯುವಕ ಆ 23°F ಡಿಗ್ರಿ ಚಳಿಯಲ್ಲೂ ಗ್ಲೌಸ್‌ನ್ನು ತೊಡದೆ ಕೆಲಸ ಮಾಡುತ್ತಿದ್ದುದನ್ನು ಗಮನಿಸಿದ.

"ನೀನೇಕೆ ಗ್ಲೌಸ್‌ಗಳನ್ನು ತೊಡುವುದಿಲ್ಲ?" ಅವನು ಕೇಳಿದ.

"ನಾನು ಪೆನ್ಸಿಲ್‌ನ್ನು ಹಿಡಿಯಬೇಕಾಗಿದೆ, ಆದ್ದರಿಂದ."

ಅವರಿಬ್ಬರು ಪ್ರೇಗ್ ನಗರದ ಬಗೆಗೆ ಸ್ವಲ್ಪ ಮಾತಾಡಿದರು. ಯುವಕ ಪಯಣಿಗನ ಪತ್ನಿಯ ಒಂದು ಚಿತ್ರವನ್ನು ಪುಕ್ಕಟೆಯಾಗಿ ಬಿಡಿಸಿಕೊಡಲು ಮುಂದಾದ.

ಪಯಣಿಗ ಹಾಗೆ ಮಾತಾಡುತ್ತಿದ್ದ ಹಾಗೆ ವಿಚಿತ್ರವೊಂದನ್ನು ಗಮನಿಸಿದ. ಯುವಕ ಮತ್ತು ಪಯಣಿಗ ಐದು ನಿಮಿಷಗಳ ಕಾಲ ಮಾತಾಡಿದ್ದರು, ಆದರೆ ಅವರಿಬ್ಬರೂ ತಮಗೆ ಪರಸ್ಪರ ತಿಳಿಯದಿರುವ ವಿಭಿನ್ನವಾದ ಭಾಷೆಯನ್ನು ಆಡಿದ್ದರು.

ಅವರು ಕೇವಲ ಆಂಗಿಕ ಸಂಕೇತಗಳಿಂದ, ನಗುವಿನಿಂದ ಮತ್ತು ಮುಖದ ಹಾವಭಾವಗಳಿಂದ ಸಂವಹನ ಸಾಧಿಸಿದ್ದರು. ಅದೇನೋ ಹಂಚಿಕೊಳ್ಳಲು ಬಯಸಿದಾಗ ಅವರಿಗೆ ಭಾಷೆಯ ಜಗತ್ತಿನ ಶಬ್ದಗಳ ಅವಶ್ಯಕತೆ ಇದ್ದಿರಲಿಲ್ಲ ಎಂದು ತಿಳಿದು ಬಂತು.

ಹಸ್ಸಮ್‌ನನ್ನು ಅವನ ಓರ್ವ ಸ್ನೇಹಿತ ಮಸೀದಿಗೆ ಕರೆದೊಯ್ದ. ಅಲ್ಲೊಬ್ಬ ಕುರುಡ ಭಿಕ್ಷೆ ಬೇಡುತ್ತಿದ್ದ.

"ಕುರುಡ ದೇಶದಲ್ಲೇ ಅತ್ಯಂತ ವಿವೇಕವುಳ್ಳ ವ್ಯಕ್ತಿ," ಆತ ಹೇಳಿದ.

"ನೀನೆಷ್ಟು ಸಮಯದಿಂದ ಕುರುಡನಿದ್ದೀಯಾ?" ಹಸ್ಸಮ್ ಕುರುಡನಿಗೆ ಕೇಳಿದ.

"ಹುಟ್ಟಿನಿಂದಲೇ," ಆತ ಹೇಳಿದ.

"ಅಷ್ಟೊಂದು ಜ್ಞಾನವನ್ನು ನೀನು ಹೇಗೆ ಗಳಿಸಿದೆ?"

"ನನ್ನ ಕರುಡುತನವನ್ನು ಅಂಗೀಕರಿಸಲು ನಿರಾಕರಿಸಿ ನಾನೊಬ್ಬ ಖಗೋಲ ಶಾಸ್ತ್ರಜ್ಞನಾಗಲು ಯತ್ನಿಸಿದೆ," ವ್ಯಕ್ತಿ ಹೇಳಿದ. "ನನಗೆ ಆಕಾಶವನ್ನು ನೋಡಲು ಅಸಾಧ್ಯವೆಂದಾದಾಗ, ನಾನು ನಕ್ಷತ್ರಗಳನ್ನು, ಸೂರ್ಯನನ್ನು ಮತ್ತು ಎಲ್ಲಾ ತಾರಾಗಣವನ್ನು ವೀಕ್ಷಿಸಲು ಹವಣಿಸಿದೆ. ನಾನು ದೇವರ ಕೆಲಸಕ್ಕೆ ಸಮೀಪಿಸಿದ ಹಾಗೆ, ಅವನ ಜ್ಞಾನಕ್ಕೂ ಸಮೀಪನಾದೆ."

ಸ್ಪೈನ್‌ನ ಒಂದು ದೂರದ ಪಟ್ಟಣದಲ್ಲಿ ಒಲೈಟ್‌ನ ಒಂದು ಬಾರ್‌ನಲ್ಲಿ ಅದರ ಒಡೆಯ ಹೀಗೊಂದು ಬೋರ್ಡ್‌ನ್ನು ತಗುಲಿಸಿದ್ದ:

"ನಾನು ಎಲ್ಲಾ ಉತ್ತರಗಳನ್ನು ಕಂಡುಹಿಡಿಯಲು ಶಕ್ತನಾದಾಗ, ಅವರು ಎಲ್ಲಾ ಪ್ರಶ್ನೆಗಳನ್ನು ಬದಲಿಸಿದರು."

ಗುರುಗಳು ಹೇಳಿದರು:

ನಾವೆಲ್ಲ ಉತ್ತರಗಳನ್ನು ಕಂಡುಹಿಡಿಯುವುದರಲ್ಲೇ ವ್ಯಸ್ತರಾಗಿರುತ್ತೇವೆ. ನಮಗೆ ಗೊತ್ತು ನಮ್ಮ ಬದುಕಿನ ಅರ್ಥವನ್ನು ತಿಳಿಯಬೇಕಿದ್ದರೆ, ಉತ್ತರಗಳ ಪ್ರಾಮುಖ್ಯತೆಯನ್ನು ತಿಳಿಯಬೇಕಾಗುತ್ತದೆ.

ನಮ್ಮ ಬದುಕನ್ನು ಸಂಪೂರ್ತಿಯಾಗಿ ಬಾಳಬೇಕು ಎಂಬುದೇ ಮುಖ್ಯ, ಮತ್ತು ಅದರಿಂದ ಬದುಕಿನ ಅರ್ಥ ಕಾಲಕಾಲಕ್ಕೆ ಪ್ರಕಟವಾಗುತ್ತ ಹೋಗುತ್ತದೆ. ನಾವು ಬಲವಂತವಾಗಿ ಬದುಕಿನ ಅರ್ಥವನ್ನು ಅರಿಯಲು ಯತ್ನಿಸಿದರೆ ಪ್ರಕೃತಿ ತನ್ನ ಕೆಲಸವನ್ನು ನಿರ್ವಹಿಸಲು ಅಡ್ಡಿಪಡಿಸಿದಂತಾಗುತ್ತದೆ ಮತ್ತು ನಾವು ಭಗವಂತನ ಸಂಕೇತಗಳನ್ನು ಅರಿಯಲು ಅಶಕ್ತರಾಗುತ್ತೇವೆ.

ಇದು ಆಸ್ಟ್ರೇಲಿಯಾದ ಒಂದು ಕಥೆ. ಮಾಗುಸ್ ಎಂಬಾತ ತನ್ನ ಮೂವರು ಸಹೋದರಿಯರ ಸಂಗಡ ರಸ್ತೆಯಲ್ಲಿ ವಾಕಿಂಗ್ ಹೊಗುತ್ತಿದ್ದಾಗ ಆ ಕಾಲದ ಅತ್ಯಂತ ಹೆಸರಾಂತ ಯೋಧನೊಬ್ಬ ಅವರನ್ನು ಭೇಟಿಯಾದ.

"ನಾನು ಈ ಮೂವರು ಸುಂದರ ಹುಡುಗಿಯರಲ್ಲಿ ಒಬ್ಬಳನ್ನು ಮದುವೆಯಾಗಲು ಬಯಸುತ್ತೇನೆ," ಯೋಧ ಹೇಳಿದ.

"ಒಬ್ಬಳನ್ನು ಮಾತ್ರ ಮದುವೆಯಾದರೆ ಮಿಕ್ಕುಳಿದವರು ಬೇಸರ-ಪಟ್ಟುಕೊಳ್ಳಬಹುದು. ಮೂವರು ಪತ್ನಿಯರನ್ನು ಹೊಂದಬಹುದಾದ ಬುಡಕಟ್ಟು ಜನಾಂಗದ ಒಬ್ಬ ಯೋಧನನ್ನು ನಾನು ಹುಡುಕುತ್ತಿದ್ದೇನೆ," ಎಂದು ಮಾಗುಸ್ ಮುಂದೆ ಸಾಗುತ್ತಲೇ ನುಡಿದ.

ಅವರು ಆಸ್ಟ್ರೇಲಿಯಾ ಭೂಖಂಡವನ್ನೆಲ್ಲ ವರ್ಷಾನುಗಟ್ಟಲೆ ಸುತ್ತುತ್ತ ಸಾಗಿದರು, ಆದರೆ ಅವರಿಗೆ ಅಂತಹ ಬುಡಕಟ್ಟಿನವರು ಸಿಗಲೇ ಇಲ್ಲ.

"ನಮ್ಮಲ್ಲಿ ಒಬ್ಬರಾದರೂ ಸುಖವಾಗಿರುತ್ತಿದ್ದರು," ವಯಸ್ಸು ಮೀರುತ್ತಿರುವ ಸಹೋದರಿಯರಲ್ಲಿ ಒಬ್ಬಳು ಅಂದಳು. ಅವರೆಲ್ಲ ಈ ಸಾಗಾಟದಲ್ಲಿ ಬೇಸತ್ತು ಹೋಗಿದ್ದರು.

"ನಾನು ತಪ್ಪು ಮಾಡಿದೆ," ಮಾಗುಸ್ ಹೇಳಿದ. "ಈಗ ಕಾಲಮೀರಿದೆ."

ಅವನು ತನ್ನ ಮೂವರೂ ಸಹೋದರಿಯರನ್ನು ಕಗ್ಗಲ್ಲಿನ ಬಂಡೆಗಳನ್ನಾಗಿ ಮಾರ್ಪಡಿಸಿದ. ಹಾಗಾಗಿ ಯಾರಾದರೂ ಆ ದಾರಿಯಲ್ಲಿ ಸುಳಿದರೆ 'ಒಬ್ಬರ ಸಂತೋಷ ಮಿಕ್ಕುಳಿದವರ ದುಃಖಕ್ಕೆ ಯಾವತ್ತೂ ಸರಿಸಮವಾಗದು ಎಂದು ಜನರು ತಿಳಿದಿರಲಿ' ಎಂದುಕೊಂಡ.

ಪತ್ರಕರ್ತ ವಾಗ್ನರ್ ಕರೆಲ್ಲಿ ಅರ್ಜೆಂಟೀನಾದ ಸಾಹಿತಿ ಜಾರ್ಜ್ ಲೂಯಿಸ್ ಬೋರ್ಗಸ್‌ರನ್ನು ಸಂದರ್ಶಿಸಲು ಹೋದ.

ಸಂದರ್ಶನದ ಕೊನೆಯಲ್ಲಿ ಅವರು ಮಾತಾಡುತ್ತ, ಭಾಷೆ ಶಬ್ದಗಳನ್ನೂ ಮೀರಿರುತ್ತದೆ ಮತ್ತು ಅಂತಹ ಮಹತ್ತಾದ ಸಾಮರ್ಥ್ಯ ಮಾನವನಲ್ಲಿದೆ ಎಂದುಕೊಂಡರು.

"ನಾನೊಂದು ಉದಾಹರಣೆಯನ್ನು ನೀಡಬಲ್ಲೆ," ಬೋರ್ಗಸ್ ಅಂದ.

ನಂತರ ಆತ ಒಂದು ವಿಚಿತ್ರ ಭಾಷೆಯಲ್ಲಿ ಮಾತಾಡತೊಡಗಿದ. ತನ್ನ ಮಾತನ್ನು ಮುಗಿಸಿದ ಮೇಲೆ ಕೆರಲ್ಲಿಗೆ ಏನಾದರೂ ಅರ್ಥವಾಯಿತೇ ಎಂದು ಕೇಳಿದ.

ಕರೆಲ್ಲಿ ಉತ್ತರಿಸುವ ಮೊದಲು, ಅವರ ಫೋಟೋ ತೆಗೆಯಲು ಬಂದಿದ್ದ ಛಾಯಾಗ್ರಾಹಕ ಹೇಳಿದ,

"ಇದು ದೇವರಿಗೆ ಸಂದಾಯವಾದ ಪ್ರಾರ್ಥನೆ."

"ನಿಜಕ್ಕೂ ಹೌದು," ಬೋರ್ಗಸ್ ಅಂದ. "ನಾನಿದನ್ನು ಫಿನ್ನಿಷ್‌ನಲ್ಲಿ ಒದರಿದ್ದೆ."

ಒಬ್ಬ ಸರ್ಕಸ್ ತರಬೇತುದಾರ ಒಂದು ಆನೆಯನ್ನು ಅದು ಮರಿಯಾಗಿದ್ದಾಗಲೇ ಅದರ ಒಂದು ಕಾಲನ್ನು ಬಲವಾದ ಮರದ ಗೂಟವೊಂದಕ್ಕೆ ಕಟ್ಟಿ ತರಬೇತಿ ನೀಡಿದ್ದ. ಇದೊಂದು ಸರಳ ತಂತ್ರವಾಗಿತ್ತು.

ಅದೆಷ್ಟು ಪ್ರಯತ್ನಪಟ್ಟರೂ ಮರಿ ಆನೆಗೆ ಗೂಟದಿಂದ ತಪ್ಪಿಸಿಕೊಳ್ಳಲು ಆಗುತ್ತಿರಲಿಲ್ಲ. ಕಾಲಕ್ರಮದಲ್ಲಿ ಆನೆ ಮರಿಗೆ ಮರದ ಗೂಟ ಬಹಳ ಬಲಯುತವಾಗಿದೆ ಎಂಬ ಶಂಕೆ ಮೂಡಿ ಅದಕ್ಕೇ ಹೊಂದಿಕೊಂಡು ಬೆಳೆಯಿತು.

ಆನೆ ಬಲಿತು ದೊಡ್ಡದಾದ ಮೇಲೆಯೂ, ಅದೆಂದಿಗೂ ಗೂಟದಿಂದ ಸ್ವತಂತ್ರವಾಗಲು ಯತ್ನಿಸಲಿಲ್ಲ, ಯಾಕೆಂದರೆ ಅದು ಹಿಂದೆ ಹಲವು ಸಲ ಪ್ರಯತ್ನಿಸಿದರೂ ಗೂಟದಿಂದ ಬೇರ್ಪಟ್ಟುಕೊಳ್ಳಲು ಆಗಿರಲಿಲ್ಲ.

ನಮ್ಮ ಕಾಲುಗಳು ಕೂಡಾ ಅಂತಹ ದುರ್ಬಲ ಸಾಧನವೊಂದಕ್ಕೆ ಕಟ್ಟಿಹಾಕಲಾಗಿದೆ, ಆದರೆ ಮಕ್ಕಳಿದ್ದಾಗಲಿಂದಲೇ ನಮ್ಮನ್ನು ಮರದ ಗೂಟವೊಂದಕ್ಕೆ ಕಟ್ಟಿಹಾಕಲಾಗಿದ್ದು, ಅದನ್ನು ತುಂಡರಿಸಿ ಸ್ವತಂತ್ರವಾಗಲು ನಾವೆಂದೂ ಶ್ರಮಿಸಿಯೇ ಇಲ್ಲ. ಅದೊಂದು ಧೈರ್ಯದ ಹೆಜ್ಜೆಯಿಟ್ಟಾಗ ನಾವು ಮರದ ಗೂಟದಿಂದ ಸ್ವತಂತ್ರರಾಗುತ್ತೇವೆ ಎಂಬ ಅರಿವು ನಮಗಿನ್ನೂ ಮೂಡಿಲ್ಲ.

ಭಗವಂತನನ್ನು ವಿಶ್ಲೇಷಿಸುವಂತೆ ಯಾರಲ್ಲಾರೂ ಕೇಳುವುದಕ್ಕೆ ಅರ್ಥವಿಲ್ಲ; ಅವರು ಸೊಗಸಾದ ಕೆಲವು ಶಬ್ದಗಳನ್ನು ಹೇಳುತ್ತಾರೆ, ಆದರೆ ಅಂತಿಮವಾಗಿ ಅವೆಲ್ಲಾ ಶಬ್ದಗಳಲ್ಲೇ ಉಳಿದು ಹೋಗುತ್ತವೆ. ಇದು ಹೇಗೆಂದರೆ ನೀವು ಪ್ರೇಮದ ಕುರಿತು ಒಂದು ಪೂರ್ತಿ ವಿಶ್ವಕೋಶವನ್ನೇ ಓದಿದ ಮೇಲೆ ಯಾರನ್ನಾದರೂ ಪ್ರೀತಿಸಬೇಕೆಂದುಕೊಂಡರೆ ಅದರ ಪರಿಕಲ್ಪನೆ ಇಲ್ಲ ಎಂದಂತೆ.

ಗುರುಗಳು ಹೇಳುತ್ತಾರೆ:

ದೇವರು ಅಸ್ತಿತ್ವದಲ್ಲಿ ಇದ್ದಾನೆಯೇ ಇಲ್ಲವೇ ಎಂಬುದನ್ನು ಯಾರಿಗೂ ದೃಢೀಕರಿಸಲು ಆಗದು. ಬದುಕಿನಲ್ಲಿ ಕೆಲವು ಸಂಗತಿಗಳನ್ನು ಅನುಭವಿಸಲು ಮಾತ್ರವೇ ಸಾಧ್ಯ ಹೊರತು, ವಿವರಿಸಲು ಸಾಧ್ಯವಿಲ್ಲ.

ಪ್ರೇಮ ಅವುಗಳಲ್ಲಿ ಒಂದು. ದೇವರು–ಅವನೇ ಪ್ರೇಮ–ಅದೇ ಇನ್ನೊಂದು ವಿವರಿಸಲಸಾಧ್ಯ. ಮಾಯಾಜಗತ್ತಿನಲ್ಲಿ ವಿಶ್ವಾಸ ಒಂದು ಬಾಲಿಶ ಅನುಭವ, ಅದನ್ನೇ ಏಸು ಸ್ವಾಮಿ ನಮಗೆ ಕಲಿಸಿದ: "ದೇವರ ಸಾಮ್ರಾಜ್ಯ ಮಕ್ಕಳಿಗೆ ಸೇರಿದ್ದು."

ದೇವರು ಯಾವತ್ತೂ ನಿಮ್ಮ ತಲೆಯ ಮೂಲಕ ನಿಮ್ಮನ್ನು ಸೇರುವುದಿಲ್ಲ. ಅವನು ಬಳಸುವ ಬಾಗಿಲೆಂದರೆ ನಿಮ್ಮ ಹೃದಯ.

ಫಾದರ್ ಅಬೊಟ್ ಅವರು ಅಬೊಟ್ ಜೊವೊ ಪೆಕ್ಯುನೊ ಬಗ್ಗೆ ಹೇಳುತ್ತ, ಅವರಿಗೆ ಯಾವುದೇ ಪ್ರಲೋಭನೆಗಳ ಚಿಂತೆ ಇರಲಿಲ್ಲವಂತೆ, ಯಾಕೆಂದರೆ ಅವರು ಅಷ್ಟೊಂದು ಪ್ರಾರ್ಥನೆಗಳನ್ನು ಸಲ್ಲಿದ್ದರಂತೆ, ಎಂದು ಬರೆದರು.

ಫಾದರ್ ಅಬೊಟ್ ಅವರ ಮಾತುಗಳು ಕೊನೆಗೂ ಸ್ಕೆಟಿಸ್ ಮೊನಾಸ್ಟ್ರಿಯ ಜ್ಞಾನಿಗಳಾದ ಸನ್ಯಾಸಿಗಳ ಕಿವಿಗೆ ಬಿತ್ತು. ಅವರು ಅಬೊಟ್‌ರನ್ನು ರಾತ್ರಿಯ ಊಟದ ಸಮಯ ತಮ್ಮನ್ನು ಭೇಟಿಯಾಗುವಂತೆ ಕರೆಕಳುಹಿಸಿದರು.

"ಅಬೊಟ್ ಜೊವೊಗೆ ಯಾವುದೇ ಪ್ರಲೋಭನೆಗಳಿಲ್ಲವೆನ್ನುವ ಮಾತು ನೀವು ಹೇಳಿರುವುದಾಗಿ ಕೇಳಿ ಬಂತು," ಆತ ಹೇಳಿದ. "ಏನಿದ್ದರೂ, ಆತ್ಮವನ್ನು ದುರ್ಬಲಗೊಳಿಸುವ ಯಾವುದೇ ಪ್ರಲೊಭನೆಗಳಿಲ್ಲವಾದರೆ ನಾವು ಭಗವಂತನಲ್ಲಿ ನಿಜಕ್ಕೂ ಸಶಕ್ತವಾದ ಪ್ರಲೊಭನೆಯೊಂದನ್ನು ಕಳುಹಿಸಲು ಪ್ರಾರ್ಥಿಸೋಣ. ಅದೂ ಕೆಲಸ ಮಾಡದಿದ್ದರೆ, ಇನ್ನೊಂದು, ಮತ್ತೊಂದು ಹೀಗೆ ಕಳುಹುತ್ತಿರಲಿ. ಆದಾಗ್ಯೂ ಆ ಮಾತನ್ನು ಪುನರಾವರ್ತಿಸಿದರೆ, ಅವನು ಹೀಗೆ ಹೇಳುವಂತೆ ದೇವರಲ್ಲಿ ಪ್ರಾರ್ಥಿಸೋಣ: "ದೇವರೇ, ಆ ರಾಕ್ಷಸನನ್ನು ಹೊಡೆದೋಡಿಸು." ಅನ್ನುವುದರ ಬದಲು ಹೀಗೆ ಪ್ರಾರ್ಥಿಸೋಣ: "ಭಗವಂತ, ಅಂತಹ ದುಷ್ಟತನವನ್ನು ಹೆಡೆಮುರಿಕಟ್ಟಲು ಬೇಕಿರುವ ಶಕ್ತಿಯನ್ನು ನನಗೆ ಕರುಣಿಸು."

ದಿನದ ಒಂದು ವಿಶೇಷ ಕಾಲಘಟ್ಟವೆಂದರೆ ಹಗಲು ಮತ್ತು ರಾತ್ರಿ ಸಂಗಮಿಸುವ ಸಮಯ, ಮುಸ್ಸಂಜೆ. ಆ ವೇಳೆಯಲ್ಲಿ ಸ್ಪಷ್ಟವಾಗಿ ಏನೂ ಕಾಣಿಸುವುದಿಲ್ಲ ಅಥವಾ ಪೂರ್ತಿ ಕತ್ತಲು ಆವರಿಸುತ್ತದೆ. ಬಹುತೇಕ ಎಲ್ಲಾ ಧಾರ್ಮಿಕ ಪರಂಪರೆಯಲ್ಲಿ ಈ ಸಮಯವನ್ನು ಅತ್ಯಂತ ಪ್ರಶಸ್ತವೆಂದು ಪರಿಗಣಿಸಲಾಗಿದೆ.

ಕ್ಯಾಥೊಲಿಕ್ ಪರಂಪರೆಯಲ್ಲಿ ಈ ಸಂಧ್ಯಾ ಸಮಯ ಅವೆ ಮರಿಯಾ ಎಂದು ಹೇಳಬೇಕೆನ್ನಲಾಗಿದೆ. ಕ್ವೆಚುವಾ ಸಂಪ್ರದಾಯದಲ್ಲಿ ನೀವು ಯಾವನೇ ಸ್ನೇಹಿತನನ್ನು ಮಧ್ಯಾಹ್ನ ಭೇಟಿಯಾಗಿ ಆತ ಮುಸ್ಸಂಜೆಯ ತನಕ ನಿಮ್ಮ ಜೊತೆಗಿದ್ದರೆ, ನೀವು "ಗುಡ್ ಈವನಿಂಗ್" ಹೇಳುತ್ತ ನಿಮ್ಮ ದಿನವನ್ನು ಮತ್ತೆ ಆರಂಭಿಸಬೇಕಂತೆ.

ಮುಸ್ಸಂಜೆಯ ಹೊತ್ತು ಗ್ರಹಗಳ ಮತ್ತು ಮಾನವನ ಸಮತೋಲನವನ್ನು ಪರೀಕ್ಷೆಗೆ ಗುರಿಪಡಿಲಾಗುತ್ತದೆಯಂತೆ. ಭಗವಂತ ಕತ್ತಲನ್ನು ಮತ್ತು ಬೆಳಕನ್ನು ಬೆರೆಸಿ ಭೂಮಿಗೆ ತಿರುಗಲು ಸಾಕಷ್ಟು ಧೈರ್ಯವಿದೆಯೇ ಎಂದು ಪರೀಕ್ಷಿಸುತ್ತಾನಂತೆ.

ಕತ್ತಲಿಗೆ ಭೂಮಿ ಹೆದರದೇ ಹೋದರೆ, ರಾತ್ರಿ ಕಳೆಯುತ್ತದೆ ಮತ್ತು ಹೊಸದಾಗಿ ಸೂರ್ಯ ಉದಿಸುತ್ತಾನೆ.

ಜರ್ಮನ್ ತತ್ವಜ್ಞಾನಿ ಆರ್ಥರ್ ಸ್ಕೊಪೆನ್‌ಹವರ್ ಡ್ರೆಸ್‌ಡೆನ್‌ನ ಒಂದು ಬೀದಿಯಲ್ಲಿ ನಡೆದುಕೊಂಡು ಹೋಗುತ್ತಿದ್ದರು. ತನ್ನ ಪ್ರಶ್ನೆಗಳಿಗೆ ಉತ್ತರವನ್ನು ಕಂಡುಕೊಳ್ಳಲು ಆತ ತಿಣುಕಾಡುತ್ತಿದ್ದರು. ಇದ್ದಕ್ಕಿದ್ದ ಹಾಗೆ ಆತನಿಗೆ ಒಂದು ಹೂತೋಟ ಕಣ್ಣಿಗೆ ಬಿತ್ತು ಮತ್ತು ಅಲ್ಲಿನ ಹೂಗಳನ್ನು ಆಸ್ವಾದಿಸುವ ಸಲುವಾಗಿ ಅಲ್ಲೇ ಕೂರಲು ಬಯಸಿದರು.

ಈ ವ್ಯಕ್ತಿಯ ಅನುಮಾನಾಸ್ಪದ ವಿಚಿತ್ರ ನಡವಳಿಕೆಯನ್ನು ಗಮನಿಸಿದ ಆಸುಪಾಸಿನ ಜನರು ಪೊಲೀಸರನ್ನು ಕರೆದರು. ಸ್ವಲ್ಪ ಹೊತ್ತಿನ ಬಳಿಕ ಓರ್ವ ಪೊಲೀಸ್ ಪೇದೆ ಆತನಲ್ಲಿಗೆ ಸಾಗಿ ಗಡುಸಾಗಿ ಪ್ರಶ್ನಿಸಿದ:

"ನೀನು ಯಾರು?"

ಸ್ಕೊಪೆನ್‌ಹವರ್ ಪೊಲೀಸ್ ಪೇದೆಯನ್ನು ಒಮ್ಮೆ ಆಪಾದ ಮಸ್ತಕ ನೋಡುತ್ತ ಉತ್ತರಿಸಿದರು:

"ನೀನು ನನ್ನ ಪ್ರಶ್ನೆಗೆ ಉತ್ತರಿಸಲು ಸಾಧ್ಯವಾದರೆ, ಆಜನ್ಮ ನಿನಗೆ ಋಣಿಯಾಗಿರುತ್ತೇನೆ."

ಪೌಲೋ ಕೊಯೆಲೋ

ಎರಡು ವರ್ಷಗಳಿಗೊಮ್ಮೆ ಆ ಪರ್ವತ ಶ್ರೇಣಿಯಲ್ಲಿ ದೇವರು ಪ್ರತ್ಯಕ್ಷನಾಗುತ್ತಾನೆ ಎಂಬ ಮಾಹಿತಿ ಪಡೆದ ವ್ಯಕ್ತಿಯೊಬ್ಬ ಆ ಪರ್ವತದೆಡೆಗೆ ಜ್ಞಾನದಾಹಿಯಾಗಿ ತೆರಳಿದ.

ಮೊದಲ ವರ್ಷ ಭೂಮಿ ಏನನ್ನೆಲ್ಲ ನೀಡಿತೋ ಅದನ್ನೆಲ್ಲ ಆತ ಭಕ್ಷಿಸಿದ. ಆಹಾರ ಮುಗಿಯುವ ಹಂತಕ್ಕೆ ತಲುಪಿದಾಗ ಆತ ಪಟ್ಟಣಕ್ಕೆ ಓಡಿದ.

"ದೇವರು ತೀರಾ ನಿಷ್ಕರುಣಿ ಆಗಿದ್ದಾನೆ!" ಆತ ಬೊಬ್ಬಿಟ್ಟ. "ದೇವನೊಬ್ಬ ಇದ್ದಾನೆ ಎಂದಾದರೆ ಆತನಿಗೆ ನನ್ನ ಮೊರೆ ಕೇಳಿಸಲಿಲ್ಲವೇ? ಈಗ ನಾನು ಹಸಿವಿನಿಂದ ಸಾಯುತ್ತಿದ್ದೇನೆ, ಮತ್ತೆ ಪಟ್ಟಣಕ್ಕೆ ಹಿಂದಿರುಗಬೇಕಾಗಿದೆ."

ಆ ಕ್ಷಣದಲ್ಲಿ ದೇವತೆಯೊಬ್ಬಳು ಪ್ರತ್ಯಕ್ಷಳಾದಳು.

"ಭಗವಂತ ನಿಜಕ್ಕೂ ನಿನ್ನಲ್ಲಿ ಮಾತಾಡಬಯಸಿದ್ದ," ದೇವತೆ ಅಂದಳು. ವರ್ಷ ಪೂರ್ತಿ ನಿನಗೆ ಆಹಾರವನ್ನು ಒದಗಿಸಿದವನೇ ಅವನು. ನಂತರದ ವರ್ಷ ನೀನು ನಿನ್ನ ಆಹಾರವನ್ನು ಹೊಂದಿಸಿಕೊಳ್ಳುವೆ ಎಂದು ಅಂದುಕೊಂಡಿದ್ದ ಅವನು. ಆದರೆ ನೀನೇದರೂ ನೆಟ್ಟು ಬೆಳೆಸಿದ್ದೀಯಾ? ಏನೂ ಇಲ್ಲ. ವ್ಯಕ್ತಿ ತಾನಿರುವ ಜಾಗದಲ್ಲಿ ತನ್ನ ಆಹಾರಕ್ಕೆ ಬೇಕಾದ ಧವಸಧಾನ್ಯಗಳನ್ನು ನೆಟ್ಟು ಬೆಳಸದೇ ಹೋದರೆ, ಅವನು ಜೀವಿಸುವುದಾದರೂ ಹೇಗೆ? ಅದರರ್ಥ ಅವನು ದೇವರ ಜೊತೆಗೆ ಮಾತನಾಡಲು ತಯಾರಿಲ್ಲ ಎಂದ ಹಾಗಾಯ್ತು."

ನಾವು ಯಾಚಿಸುವುದಿದೆ: "ನಾವು ಸ್ವಾತಂತ್ರ್ಯಕ್ಕಾಗಿ ನಮ್ಮನ್ನೇ ಜೀತಕ್ಕೆ ಆಯ್ದುಕೊಂಡು ಸಾಗಿದಂತೆ ತೋರುತ್ತದೆ. ನಾನು ದಿನಕ್ಕೆ ಎಂಟು ತಾಸು ಕೆಲಸ ಮಾಡುತ್ತೇನೆ. ನನಗೆ ಭಡ್ತಿ ಸಿಕ್ಕರೆ ಹನ್ನೆರಡು ತಾಸು ದುಡಿಯುವುದಕ್ಕೂ ಸಿದ್ಧ. ನನಗೆ ಮದುವೆಯಾಯಿತು, ಈಗ ನನ್ನ ವೈಯಕ್ತಿನ ಬದುಕಿಗೆ ಸಮಯವೇ ಇಲ್ಲವಾಗಿದೆ. ನಾನು ಭಗವಂತನನ್ನು ಮೊರೆಹೋದೆ, ಅದರರ್ಥ ನನಗೆ ಸೇವೆ ಮಾಡುವ, ಪ್ರಾರ್ಥನೆಯಲ್ಲಿ, ಧಾರ್ಮಿಕ ಸಮಾರಂಭಗಳಲ್ಲಿ ಪಾಲ್ಗೊಳ್ಳುವ ಸದವಕಾಶ ಒದಗಿತು. ಬದುಕಿನಲ್ಲಿ ಅತ್ಯಂತ ಪ್ರಶಸ್ತವಾದುದೆಂದರೆ– ಪ್ರೇಮ, ಕೆಲಸ ಮತ್ತು ನಂಬಿಕೆ– ಹಾಗಿದ್ದಾಗ ಅದೊಂದು ಹೊರೆಯಾಗಿಬಿಡುತ್ತದೆ.

ಗುರುಗಳು ಹೇಳುತ್ತಾರೆ:

ಪ್ರೇಮವೊಂದೇ ನಮ್ಮನ್ನು ಪಾರಾಗಲು ಸಹಕರಿಸುವಂತಹುದು. ನಮ್ಮ ಸ್ವಾತಂತ್ರ್ಯಕ್ಕಾಗಿ ಪ್ರೇಮಿಸಿ.

ನಾವು ಪ್ರೀತಿಸಲು ಅಸಾಧ್ಯವೆಂದಾದರೆ, ಆಗಿಂದಲೇ ನಾವು ಸ್ಥಗಿತರಾಗಬೇಕಿದೆ. ಜೀಸಸ್ ಅಂದರು: "ನಿಮ್ಮ ಕಣ್ಣುಗಳು ನಿಮ್ಮನ್ನು ಪಾಪಕ್ಕೆ ದೂಡುತ್ತಿದ್ದರೆ ಅವನ್ನು ಕಿತ್ತುಬಿಡಿ. ಬದುಕನ್ನು ಒಂದೇ ಕಣ್ಣಿನಿಂದ ನಿರ್ವಹಿಸಿ, ಎರಡೂ ಕಣ್ಣುಗಳ ಸಹಾಯದಿಂದ ನರಕದ ಬೆಂಕಿಯಲ್ಲಿ ಬೇಯುವುದಕ್ಕಿಂತ ಅದೇ ವಾಸಿ."

ಕಠೋರ ಪದಗಳು, ಆದರೆ ಅವು ಹಾಗೆಯೇ.

ಒಬ್ಬ ಸನ್ಯಾಸಿ ವರ್ಷವಿಡೀ ವಾರಕ್ಕೆ ಒಮ್ಮೆ ಮಾತ್ರ ಊಟ ಮಾಡಿ ಉಪವಾಸ ಮಾಡಿದ. ಈ ಕಠಿಣ ಪರಿಶ್ರಮದ ಬಳಿಕ ಆತ ಭಗವಂತನಲ್ಲಿ ಬೈಬಲ್‌ನ ಕೆಲವೊಂದು ಭಾಗಗಳ ನಿಜವಾದ ಅರ್ಥವನ್ನು ಹೇಳಲು ಕೋರಿದ.

ಆತನಿಗೆ ಯಾವುದೇ ಉತ್ತರ ದೊರೆಯಲಿಲ್ಲ. ವೃಥಾ ಶ್ರಮವಾಯಿತು, ಎಂದು ಹಲುಬಿದ ಸನ್ಯಾಸಿ. "ನಾನು ಅಷ್ಟೊಂದು ತ್ಯಾಗವನ್ನು ಮಾಡಿದರೂ ದೇವರು ಕಿಂಚಿತ್ತೂ ಕರುಣೆ ತೋರಲಿಲ್ಲ. ತಾನು ಈ ಪರಿಸರವನ್ನು ತ್ಯಜಿಸಿ ಇನ್ನೊಬ್ಬ ಗುರುವನ್ನು ಕಾಣುವುದು ಒಳಿತು," ಎಂದುಕೊಂಡ. ಆತನಿಗಾದರೂ ಅಧ್ಯಾಯಗಳ ಅರ್ಥ ಗೊತ್ತಿರಬಹುದು.

ಈ ಸಮಯದಲ್ಲಿ ಒಬ್ಬ ದೇವತೆ ಪ್ರತ್ಯಕ್ಷನಾದ ಮತ್ತು ಹೀಗೆಂದ:

ಆ ಹನ್ನೆರಡು ತಿಂಗಳ ನಿನ್ನ ಉಪವಾಸ, ನೀನು ಇತರರಿಗಿಂತ ಚೆನ್ನಾಗಿದ್ದೀಯ ಎನ್ನುವುದನ್ನು ತೋರಿಸುತ್ತದೆ. ಆದರೆ ನೀನು ಬೇರೊಬ್ಬರ ಸಹಾಯವನ್ನು ಯಾಚಿಸುವ ಹಂತಕ್ಕೆ ಬಂದಾಗ ದೇವರು ನಿನ್ನೆಡೆಗೆ ನನ್ನನ್ನು ಕಳಿಸಿದರು."

ನಂತರ ಆ ದೇವತೆ ಆತನಿಗೇನು ಅರ್ಥ ವಿವರಣೆ ಬೇಕಿತ್ತೋ ಅದನ್ನು ತಿಳಿಸಿಕೊಟ್ಟ.

ಗುರುಗಳು ಹೇಳಿದರು:

ಕೆಲವು ಶಬ್ದಗಳನ್ನು ನಿಜವಾದ ಅರ್ಥವನ್ನು ನೀಡುವಂತೆ ಹೇಗೆ ಪೋಣಿಸಲಾಗುತ್ತದೆ ಎಂಬುದನ್ನು ನೋಡು.

"ಚಿತ್ತೈಕಾಗ್ರತೆ"ಯನ್ನು ಎರಡಾಗಿ ವಿಭಾಗಿಸಬಹುದು. ಇದರರ್ಥ ನಿಮ್ಮ ಮನಸ್ಸನ್ನು ಆವರಿಸಿಕೊಳ್ಳುವುದು ಅಥವಾ ನಿಜಕ್ಕೂ ಸಂಭವಿಸುವ ಮೊದಲು ಮುಂಚಿತವಾಗಿ ಅತಿಯಾಗಿ ಚಿಂತಿಸುವುದು.

ಈ ಇಡೀ ವಿಶ್ವದಲ್ಲಿ ಎಂದಿಗೂ ಸಂಭವಿಸದೆ ಇರುವ ವಿಷಯದ ಬಗೆಗೆ ಯಾರು ಚಿಂತಿಸುತ್ತಾರೆ?

ಅಂತಹ ಎಲ್ಲಾ ಪೂರ್ವ ಚಿಂತನೆಗಳನ್ನು ತೊಡೆದು ಹಾಕು. ನಿನ್ನ ವಿಧಿಯ ಬಗೆಗೆ ಚಿಂತಿಸು ಮತ್ತು ನಿನ್ನ ಹಾದಿಯಲ್ಲಿ ಹೆಜ್ಜೆ ಹಾಕು. ನಿನಗೆ ಬೇಕಾದ ಎಲ್ಲವನ್ನೂ ಕಲಿತುಕೋ, ಅದರಿಂದ ಬೆಳಕಿನ ಬಾಣದ ತೀವ್ರತೆಯನ್ನು ತಡೆಯಲು ನಿನಗೆ ಸಾಧ್ಯವಾಗುತ್ತದೆ.

ಸ್ನೇಹಿತರ, ಗುರುಗಳ ಮತ್ತು ಶತ್ರುಗಳ ಕಾದಾಡುವ ತಂತ್ರಗಳನ್ನು ವೀಕ್ಷಿಸು.

ತೀವ್ರವಾಗಿ ತರಬೇತಿ ಹೊಂದು, ಆದರೆ ಎಲ್ಲಾ ತಪ್ಪುಗಳನ್ನು ಅತಿಯಾದ ಹಂತಕ್ಕೆ ಒಯ್ಯುವುದು ಬೇಡ: ಎಲ್ಲಾ ವೈರುಧ್ಯಗಳ ನಡುವೆಯೂ ನಿನ್ನ ಮುಂದಿನ ಹೆಜ್ಜೆ ಏನಿರಬೇಕೆಂಬ ಭರವಸೆ ಇರಲಿ.

ಕಳೆದ ವಾರ ನಿಮಗೆ ಓದಲು ಬಿಡುವಾಗಿರಲಿಲ್ಲವಾದ ಪತ್ರಿಕೆಗಳನ್ನು ನೀವು ಆ ಶುಕ್ರವಾರ ಕೈಗೆತ್ತಿಕೊಂಡಿರಿ. ಟಿವಿಯನ್ನು ಮೌನವಾಗಿಸಿ ನೀವೊಂದು ಸಿಡಿಯನ್ನು ನುಡಿಸುವಿರಿ. ನೀವು ರಿಮೋಟ್‌ನ್ನು ಉಪಯೊಗಿಸುತ್ತ ಚಾನೆಲ್‌ನ್ನು ಬದಲಾಯಿಸುತ್ತ ಪತ್ರಿಕೆಯ ಮೇಲೆ ಕಣ್ಣಾಡಿಸುತ್ತ ಸಂಗೀತವನ್ನು ಕೇಳುತ್ತಿದ್ದೀರಿ. ಪತ್ರಿಕೆ ನಿಮಗೆ ಹೊಸತೇನನ್ನೂ ಹೇಳಿಲ್ಲ, ಟಿವಿಯಲ್ಲಿ ಕಾರ್ಯಕ್ರಮಗಳು ಮರುಕಳಿಸುತ್ತ ಹೋಗಿವೆ. ಮತ್ತು ಸಿಡಿಯನ್ನು ನೀವು ನೂರಾರು ಸಲ ಕೇಳಿದ್ದೀರಿ.

ನಿಮ್ಮ ಪತ್ನಿ, ಮಕ್ಕಳನ್ನು ನೋಡಿಕೊಳ್ಳುತ್ತಿದ್ದಾಳೆ. ಅವಳು ತನ್ನ ಯೌವನದ ಅತ್ಯಂತ ಪ್ರಶಸ್ತವಾದ ಸಮಯವನ್ನು ಹೀಗೆ ತ್ಯಾಗ ಮಾಡುತ್ತಿದ್ದಾಳೆ.

ಆ ಕುರಿತು ಚಿಂತಿಸದೆಯೇ, ಒಂದು ಹಾರಿಕೆಯ ಯೋಚನೆ ನಿಮ್ಮ ಮನಸ್ಸಿನಲ್ಲಿ ಹಾಯುತ್ತದೆ: "ಇದುವೆ ನಿಜವಾದ ಬದುಕು." ಇಲ್ಲ ಬದುಕು ಹಾಗಲ್ಲ. ಬದುಕು ಉತ್ಸಾಹದ ಬುಗ್ಗೆಯಾಗಬೇಕು. ನೀವು ನಿಮ್ಮ ಮಡದಿಯನ್ನು ಮಕ್ಕಳನ್ನು ಹೊರಗಡೆ ತಿರುಗಾಡಲು ಒಯ್ಯಬೇಕು. ಯಾವತ್ತೂ ಆ ಕಾಲಮೀರುವುದು ಬೇಡ. ತನ್ನ ಕನಸುಗಳನ್ನು ಪೂರೈಸುವ ಭರದಲ್ಲಿ ಪ್ರೀತಿಸುವುದಕ್ಕೂ ಸಾಕಷ್ಟು ಜಾಗವಿರುತ್ತದೆ ಎಂಬುದನ್ನು ಮರೆಯದಿರಿ.

ಕ್ರಿಸ್ಮಸ್‌ನ ಮುನ್ನಾ ದಿನ, ಅಂದರೆ ಕ್ರಿಸ್ಮಸ್ ಈವ್‌ನಂದು ಪಯಣಿಗ ಹಾಗೂ ಆತನ ಪತ್ನಿ ಆ ವರ್ಷ ಕೊನೆಗೊಳ್ಳುತ್ತಿರುವ ಹಾಗೆ ಆ ಅವಧಿಯಲ್ಲಿ ನಡೆದಿರುವ ಘಟನೆಗಳನ್ನು ಮೆಲುಕು ಹಾಕುತ್ತಲಿದ್ದರು.

ರಾತ್ರಿಯ ಭೋಜನದ ಸಮಯ ಹಳ್ಳಿಯ ರೆಸ್ಟೋರೆಂಟ್‌ನಲ್ಲಿದ್ದಾಗ, ಪಯಣಿಗ ಆ ವರ್ಷ ಅದೇನೋ ತನಗೆ ಇಷ್ಟವಿಲ್ಲದ ರೀತಿಯಲ್ಲಿ ನಡೆದಿರುವ ಸಂಗತಿಯೊಂದರ ಬಗೆಗೆ ದೂರಿಕೊಂಡ.

ಆತನ ಪತ್ನಿ ರೆಸ್ಟೋರೆಂಟ್‌ನಲ್ಲಿ ಅಲಂಕರಿಸಿ ನಿಲ್ಲಿಸಿದ್ದ ಕ್ರಿಸ್ಮಸ್ ಟ್ರೀಯನ್ನು ನೋಡುತ್ತಿದ್ದಳು. ಆಕೆ ತಾನು ಹೇಳುತ್ತಿರುವ ವಿಷಯದಲ್ಲಿ ಆಸಕ್ತಳಿಲ್ಲದ ಕಾರಣ ಪಯಣಿಗ ವಿಷಯವನ್ನು ಬದಲಿಸಿದ.

"ಸುಂದರವಾದ ಬೆಳಕು," ಆತ ನುಡಿದ.

"ಹೌದು," ಆಕೆ ಮರುನುಡಿದಳು. "ಆದರೆ ಅಷ್ಟೊಂದು ಬಲ್ಬ್‌ಗಳ ನಡುವೆ ಒಂದು ಮಾತ್ರ ಬರ್ನ್ ಆಗಿ ಬಿಟ್ಟಿದೆ. ದಾಟಿಹೋದ ಹಿಂದಿನ ವರ್ಷದಲ್ಲಿ ನೂರಾರು ಪ್ರಜ್ವಲವಾಗಿ ಉರಿಯುತ್ತಿರುವ ಬಲ್ಬ್‌ಗಳನ್ನು ನೋಡುತ್ತಿದ್ದರೆ, ಅದೊಂದು ಬರ್ನ್ ಆದ ಬಲ್ಬ್ ಮಾತ್ರವೇ ಕಣ್ಣಿಗೆ ಬೀಳುತ್ತದೆ, ಅಲ್ಲವೇ?"

“ಆ ವಿನಮ್ರ ಸ್ವಭಾವದ ಸಾಧು ಬೀದಿಯಲ್ಲಿ ನಡೆದು ಹೋಗುತ್ತಿರುವುದನ್ನು ಕಾಣುತ್ತಿದ್ದೀಯಾ?” ದೆವ್ವವೊಂದು ಇನ್ನೊಂದಕ್ಕೆ ಅಂದಿತು. “ನಾನು ಅವನ ಆತ್ಮವನ್ನು ಗೆಲ್ಲುತ್ತೇನೆ.”

“ಆತ ನಿನ್ನನ್ನೇನು ಆಲಿಸುತ್ತಾನೆ? ಅವನಿಗೆ ಪವಿತ್ರ ವಿಷಯಗಳಲ್ಲಿ ಮಾತ್ರವೇ ಆಸಕ್ತಿ ಇರುತ್ತದೆ,” ಜೊತೆಗಾರ ದೆವ್ವ ನುಡಿಯಿತು.

ಆದರೆ ಬನಾವಟಿನಲ್ಲಿ ನಿಸ್ಸೀಮನಾದ ದೆವ್ವ ಗ್ಯಾಬ್ರಿಯಲ್ ದೇವತೆಯ ಹಾಗೆ ಬಟ್ಟೆ ತೊಟ್ಟುಕೊಂಡು ಆ ಸಾಧುವಿನ ಎದುರು ಪ್ರತ್ಯಕ್ಷವಾಯಿತು.

“ನಾನು ನಿನಗೆ ಸಹಾಯ ಮಾಡಲು ಬಂದಿದ್ದೇನೆ,” ದೆವ್ವ ನುಡಿಯಿತು.

“ನೀನು ತಪ್ಪು ತಿಳಿದಿದ್ದೀಯಾ. ನೀನಂದುಕೊಂಡ ವ್ಯಕ್ತಿ ನಾನಲ್ಲ,” ಸಾಧು ನುಡಿದ. “ನಾನು ನನ್ನ ಬದುಕಿನಲ್ಲಿ ದೇವತೆಯೊಬ್ಬ ನನ್ನನ್ನು ಸಂದರ್ಶಿಸಬಹುದಾದ ಯಾವುದೇ ಕೆಲಸವನ್ನು ಮಾಡಿಲ್ಲ.”

ನಂತರ ಆತ ಹಾಗೆಯೇ ನಡೆದು ಹೋದ. ಮುಂದೆ ಸಂಭವಿಸಬಹುದಾದ ಅಪಾಯವನ್ನು ಕಿಂಚಿತ್ತೂ ಲೆಕ್ಕಿಸದೆ.

ಪತ್ರಕರ್ತೆ ಆ್ಯಂಜಲಾ ಪೊಂಟ್ವಾಲ್ ಬ್ರಾಡ್‌ವೇಯೊಂದರ ಪ್ರದರ್ಶನವನ್ನು ವೀಕ್ಷಿಸಲು ಹೋದಳು. ಮಧ್ಯಂತರದ ಸಮಯದಲ್ಲಿ ಆಕೆ ವಿಸ್ಕಿ ಕುಡಿಯಲು ಬಾರ್‌ಗೆ ತೆರಳಿದಳು. ಜನನಿಬಿಡವಾದ ಆ ಜಾಗದಲ್ಲಿ ಜನರು ಸೇದುತ್ತ, ಹರಟೆ ಹೊಡೆಯುತ್ತ, ಕುಡಿಯುತ್ತ ನೆರೆದಿದ್ದರು.

ಒಬ್ಬ ಪಿಯಾನೊ ವಾದಕ ತನ್ನಷ್ಟಕ್ಕೆ ನುಡಿಸುತ್ತಲಿದ್ದ, ಯಾರೂ ಆತನ ಕಡೆಗೆ ಗಮನವೀಯುತ್ತಿರಲಿಲ್ಲ. ಪೊಂಟ್ವಾಲ್ ಅತ್ತ ತಿರುಗಿ ಆತನ ವಾದನವನ್ನು ಆಲಿಸತೊಡಗಿದಳು. ಪಿಯಾನೊ ವಾದಕನಿಗೆ ಹಣ ಪಾವತಿಸಿದ್ದರಿಂದ ಆತ ಸ್ವತಃ ಬೇಸರಗೊಂಡಿದ್ದರೂ ಮಧ್ಯಂತರ ಮುಗಿಯಲು ಕಾಯುತ್ತ ನುಡಿಸುತ್ತಲೇ ಇದ್ದ.

ಆಕೆ ಮೂರನೇ ವಿಸ್ಕಿಯನ್ನು ಮುಗಿಸುವ ಹೊತ್ತಿಗೆ ಕೊಂಚ ಓಲಾಡುತ್ತ ಸೀದಾ ಪಿಯಾನೊ ವಾದಕನ ಹತ್ತಿರಕ್ಕೆ ಸಾಗಿ ಬೊಬ್ಬಿಟ್ಟಳು:

"ಎಂಥಾ ಮುಠ್ಠಾಳನೋ ನೀನು? ನಿನಗೆ ಇಷ್ಟವಾದುದನ್ನು ನುಡಿಸದೆ ಯಾವುದನ್ನೋ ನುಡಿಸುತ್ತಿದ್ದೀ?"

ಪಿಯಾನೊ ವಾದಕ ಆಕೆಯತ್ತ ಅಚ್ಚರಿಯಿಂದ ನೋಡಿದ ಮತ್ತು ಕೂಡಲೇ ತನಗೆ ಇಷ್ಟವಾದ ಸಂಗೀತವನ್ನು ನುಡಿಸಲು ತೊಡಗಿದ. ತಕ್ಷಣ ಪೂರ್ತಿ ನಿಶ್ಶಬ್ದ ಆವರಿಸಿತು. ಆತ ನುಡಿಸಿ ಮುಗಿಸಿದ ಕೂಡಲೇ ಜನರು ಸಂಪ್ರೀತಿಯಿಂದ ಚಪ್ಪಾಳೆ ಹೊಡೆದು ಅವನನ್ನು ಅಭಿನಂದಿಸಿದರು.

ಅಸ್ಸಿಸೀಯ ಸಂತ ಫ್ರಾನ್ಸಿಸ್ ಎಲ್ಲವನ್ನೂ ತ್ಯಜಿಸಿ ತನ್ನ ಬದುಕನ್ನು ಕಟ್ಟಿಕೊಳ್ಳಲು ಆರಂಭಿಸಿದಾಗ ಅತ್ಯಂತ ಸುಂದರ ಯುವಕರಾಗಿದ್ದರು. ಅಸ್ಸಿಸೀಯ ಸಂತ ಕ್ಲಾರಾ ತಾನು ವಿರಾಗಿಣಿಯಾಗುವ ಪಣತೊಟ್ಟಾಗ ಅತೀ ಸುಂದರ ಯುವತಿಯಾಗಿದ್ದರು. ಸಂತ ರಾಮೊನ್ ಲುಲ್ಲ್ ತನ್ನ ಕಾಲದ ಅತ್ಯಂತ ಬುದ್ಧಿವಂತ ವ್ಯಕ್ತಿಗಳಲ್ಲಿ ಒಬ್ಬರಾಗಿದ್ದರು. ಅವರು ಜಗತ್ತಿನಿಂದಲೇ ಹಿಂತೆಗೆದುಕೊಂಡು ಸನ್ಯಾಸ ತೆಗೆದುಕೊಂಡರು.

ಆಧ್ಯಾತ್ಮಿಕ ಅನ್ವೇಷಣೆ ಎಂದರೆ ಅದೊಂದು ಪಂಥಾಹ್ವಾನವೆಂದೇ ತಿಳಿಯಬೇಕು. ಯಾವನಾದರೂ ತನ್ನ ಸಮಸ್ಯೆಯನ್ನು ಪರಿಹರಿಸಲು ಈ ದಾರಿಯನ್ನು ಬಳಸಿದ್ದೇ ಆದಲ್ಲಿ ಆತ ಬಹುದೂರಕ್ಕೇನೂ ಸಾಗಲಾರ.

ಸ್ನೇಹಿತರಾರೂ ಇಲ್ಲದ ವ್ಯಕ್ತಿ ಜಗತ್ತಿನಿಂದ ಹಿಮ್ಮುಖನಾಗಿ ಸನ್ಯಾಸ ಸ್ವೀಕರಿಸುವುದರಲ್ಲಿ ಅರ್ಥವಿಲ್ಲ. ಬಡತನವನ್ನೇ ತಮ್ಮ ಶಪಥವೆಂದು ಸ್ವೀಕರಿಸುವುದೆಂದಾದರೆ ನೀವು ನಿಜಕ್ಕೂ ದುಡಿಯಲು ಅಶಕ್ತರಾದಿರೆಂದೇ ತಿಳಿಯಬೇಕು. ನೀವು ನಿಜಕ್ಕೂ ಹೆದರುಪುಕ್ಕನಾಗಿದ್ದಾಗ ವಿನಮ್ರ ಸ್ವಭಾವದ ವ್ಯಕ್ತಿ ಎಂದು ಬಿಂಬಿಸುವುದರಲ್ಲಿ ಅರ್ಥವಿಲ್ಲ.

ನಿಮ್ಮಲ್ಲಿರುವ ಒಂದು ವಿಷಯವನ್ನು ಬಿಟ್ಟು ಅದೇ ಇನ್ನೊಂದನ್ನು ತ್ಯಜಿಸುವುದೆಂದರೆ ಅದರಲ್ಲೇನು ಪುರುಷಾರ್ಥವಿದೆ?

ಅದು ಹೇಗೆಂದರೆ, ತನ್ನಲ್ಲಿ ಇಲ್ಲದಿದ್ದಾಗ ಉಳ್ಳವರನ್ನು ಖಂಡಿಸಿದ ಹಾಗೆ. ಓರ್ವ ನಿರ್ವೀರ್ಯ ವ್ಯಕ್ತಿ ವೈರಾಗ್ಯದ ಬಗೆಗೆ ಪ್ರವಚನ ನೀಡುತ್ತ ಹೋದರೆ ಅಲ್ಲೇನು ಸಾರ್ಥಕ್ಯವಿದೆ?

ಗುರುಗಳು ಹೇಳುತ್ತಾರೆ:

ಭಗವಂತನ ಕೆಲಸವನ್ನು ಹೊಗಳುತ್ತಿರು. ಈ ಪ್ರಪಂಚದಲ್ಲೇ ಜೀವಿಸುತ್ತ ನಿನ್ನಲ್ಲೇ ವಿಜಯವನ್ನು ಸಾಧಿಸಲು ಹಾತೊರೆ.

ಕಷ್ಟಗಳನ್ನು ತಪ್ಪಿಸಲು ಎಷ್ಟೊಂದು ಸುಲಭ. ಅನ್ಯ ಜನರಿಂದ ದೂರವಿರು ಮತ್ತು ಅದರಿಂದ ನೋವುಗಳಿರುವುದಿಲ್ಲ, ಪ್ರೇಮಪಾಶದಲ್ಲಿ ಬೀಳುವ ಪ್ರಮೇಯವಿಲ್ಲ, ನಿರಾಶೆ ಹತ್ತಿರಕ್ಕೆ ಸುಳಿಯುವುದಿಲ್ಲ, ಅಥವಾ ನಿಮ್ಮ ಕನಸುಗಳು ಮುರುಟಿಹೋಗುವುದಿಲ್ಲ.

ಕಷ್ಟಗಳನ್ನು ತಪ್ಪಿಸಲು ಎಷ್ಟೊಂದು ಸುಲಭ. ನಿಮ್ಮಿಂದ ಸಹಾಯ ಯಾಚಿಸುವ ಮಂದಿಗೆ, ನೀವು ದಾನವನ್ನು ಮಾಡಲೇಬೇಕಾದ ಸನ್ನಿವೇಶದಲ್ಲಿ, ನೀವು ಮಾಡಲೇಬೇಕಾದ ಫೋನ್ ಕಾಲ್‌ಗಳನ್ನು ಮಾಡಬೇಕಿಲ್ಲ.

ಕಷ್ಟಗಳನ್ನು ತಪ್ಪಿಸಲು ಎಷ್ಟೊಂದು ಸುಲಭ. ನೀವೊಂದು ದಂತಗೋಪುರದಲ್ಲಿ ಜೀವಿಸುತ್ತಿದ್ದೀರಿ ಎಂಬ ತೋರಿಕೆ ನಿಮ್ಮದಿರಲಿ ಮತ್ತು ನೀವೆಂದೂ ಕಣ್ಣೀರೇ ಹಾಕಿಲ್ಲ ಎನ್ನುವುದಿರಲಿ. ನಿಮ್ಮ ಮಿಕ್ಕುಳಿದ ಬದುಕಿನ ಅಸ್ತಿತ್ವದ ನಟನೆಗೆ ಅಷ್ಟಿದ್ದರೆ ಸಾಕು.

ಕಷ್ಟಗಳನ್ನು ತಪ್ಪಿಸಲು ಎಷ್ಟೊಂದು ಸುಲಭ. ನಿಮ್ಮ ಸಮಸ್ತ ಅತ್ಯುತ್ತಮ ವಸ್ತುಗಳನ್ನು ಸುಮ್ಮನೆ ತ್ಯಜಿಸುವುದೇ ಅದಕ್ಕಿರುವ ವಿಧಾನ.

ರೋಗಿ ವೈದ್ಯರ ಕಡೆಗೆ ತಿರುಗಿ ಹೇಳಿದ:

"ಡಾಕ್ಟರ್, ನಾನು ಜೀವಭಯದಿಂದ ಎಷ್ಟೊಂದು ನರಳುತ್ತಿದ್ದೇನೆಂದರೆ ಬದುಕನ್ನು ನಾನೆಂದೂ ಆಸ್ವಾದಿಸಲಾರೆ."

ಡಾಕ್ಟರ್ ಉತ್ತರಿಸಿದರು:

"ನನ್ನ ಸಂದರ್ಶನದ ಕೊಠಡಿಯಲ್ಲಿ ಒಂದು ಇಲಿ ಇದೆ. ಅದು ನನ್ನೆಲ್ಲ ಪುಸ್ತಕಗಳನ್ನು ತಿಂದು ಹಾಕುತ್ತಿದೆ. ಅದನ್ನು ಓಡಿಸಲು ಯತ್ನಿಸಿದರೆ ಅದು ನನ್ನ ಕೈಗೆ ಸಿಗುವುದಿಲ್ಲ. ನನ್ನೆಲ್ಲ ಸಮಯವೂ ಶ್ರಮವೂ ವ್ಯರ್ಥವಾಗುತ್ತದೆ. ಹಾಗಾಗಿ ನಾನು ನನ್ನ ಅತ್ಯಂತ ಪ್ರಮುಖವಾದ ಪುಸ್ತಕವನ್ನು ಬೀರುವೊಂದರಲ್ಲಿ ಜೋಪಾನವಾಗಿ ಇಟ್ಟಿದ್ದೇನೆ. ಮಿಕ್ಕುಳಿದ ಪುಸ್ತಕಗಳನ್ನು ಅದು ತಿಂದು ಹಾಕಿದರೂ ಚಿಂತಿಲ್ಲ. ಹಾಗಾಗಿ ಅದು ಇಲಿಯಾಗಿಯೇ ಉಳಿದಿದೆ ಹೊರತು ಎಂದಿಗೂ ರಕ್ಕಸನಾಗಿ ಉಳಿದಿಲ್ಲ. ಆದ್ದರಿಂದ ಯಾವುದಾದರೂ ಕೆಲವು ವಿಷಯಗಳ ಬಗೆಗೆ ಹೆದರಿಕೆಯಿರಲಿ ಮತ್ತು ಅವುಗಳ ಕಡೆಗೆ ಗಮನ ಕೇಂದ್ರೀಕರಿಸು. ಅದರಿಂದ ಮಿಕ್ಕುಳಿದ ವಿಷಯಗಳಲ್ಲಿ ನೀನು ಧೈರ್ಯವಂತನಾಗುತ್ತೀಯಾ."

ಗುರುಗಳು ಹೇಳಿದರು:

ಪ್ರೀತಿಸಲ್ಪಡುವುದಕ್ಕಿಂತ ಪ್ರೀತಿಸುವುದು ಹೆಚ್ಚು ಸುಲಭ.

ಇನ್ನೊಬ್ಬರ ಸಹಾಯ ಮತ್ತು ಬೆಂಬಲವನ್ನು ನಾವು ಪಡೆಯುವಾಗ ಮುಜುಗರವೆನಿಸುತ್ತದೆ. ನಾವು ಸ್ವತಂತ್ರರಿದ್ದೇವೆ ಎಂದು ತೋರಿಸಿಕೊಳ್ಳುವ ಸಮಯ ಅನ್ಯರು ತಮ್ಮ ಪ್ರೀತಿಯನ್ನು ನಮ್ಮತ್ತ ಹರಿಸುವ ಅವಕಾಶವನ್ನು ಕಳಕೊಳ್ಳುತ್ತಾರೆ.

ಬಹುತೇಕ ಹೆತ್ತವರು ತಮ್ಮ ವಯಸ್ಸಾದ ಕಾಲದಲ್ಲಿ ಮಕ್ಕಳಿಗೆ ತಾವು ಅವರ ಚಿಕ್ಕಂದಿನಲ್ಲಿ ತೋರಿದಂತಹ ಪ್ರೀತಿಯನ್ನು ಪಡೆಯಲು ಇಚ್ಛಿಸುವುದಿಲ್ಲ. ಗಂಡ ಹೆಂಡಿರಲ್ಲಿ ಯಾರಿಗೊಬ್ಬರಿಗಾದರೂ ವಿಧಿಯ ವಿಲಾಸವೆನ್ನುವಂತೆ ಮಿಂಚು ಬಡಿದು ಅಂಗವಿಕಲರಾದಾಗ, ತಮ್ಮ ಗಂಡ ಅಥವಾ ಹೆಂಡತಿಯನ್ನು ಅವಲಂಬಿಸಿ ಜೀವಿಸುವುದು ಅವರಿಗೆ ನಾಚಿಕೆಯನ್ನು ತರಬಹುದು. ಪ್ರೀತಿಯ ಜಲ ವಿಸ್ತರಿಸುವುದನ್ನು ಇಂತಹ ಜಾಯಮಾನಗಳು ತಡೆಯುತ್ತವೆ. ನಾವು ನಮ್ಮವರಿಂದ ಸಿಗುವ ಪ್ರೀತಿಯ ಕಾಣಿಕೆಯನ್ನು ಸ್ವೀಕರಿಸಲು ಸಿದ್ಧರಿರಬೇಕು.

ಇತರರು ನಮಗೆ ಸಹಾಯ ಮಾಡಲು, ಬೆಂಬಲಿಸಲು ಮತ್ತು ನಮ್ಮ ಬದುಕನ್ನು ಮುಂದುವರಿಸಲು ಮುಂದೆ ಬಂದರೆ ಅದನ್ನು ಸ್ವೀಕರಿಸಲು ಅನುವಾಗಬೇಕು.

ಹಾಗೊಮ್ಮೆ ನಾವು ಇಂತಹ ಪ್ರೀತಿಯನ್ನು ಬಹಿರಂಗವಾಗಿ ಮತ್ತು ವಿನಮ್ರತೆಯಿಂದ ಸ್ವೀಕರಿಸಲು ಮುಂದಾದರೆ, ಪ್ರೀತಿಯನ್ನು ಕೇವಲ ಕೊಡುವುದಲ್ಲ ಅಥವಾ ಸ್ವೀಕರಿಸುವುದಲ್ಲ, ಅದನ್ನು ಹಂಚಿಕೊಳ್ಳುವುದೆಂದು ನಮಗೆ ಮನವರಿಕೆಯಾದೀತು.

ಈಡನ್ ಗಾರ್ಡನ್‌ನಲ್ಲಿ ಈವ್ ಅಲೆದಾಡುತ್ತಿದ್ದಾಗ ಸರ್ಪವೊಂದು ಬಂದು,

"ಈ ಆ್ಯಪಲ್‌ನ್ನು ತಿನ್ನು," ಎಂದಿತು.

ದೇವರಿಂದ ಸಾಕಷ್ಟು ತರಬೇತಿಯನ್ನು ಪಡೆದಿದ್ದ ಈವ್ ಒಲ್ಲೆನೆಂದಳು.

"ಈ ಆ್ಯಪಲ್ ತಿನ್ನು," ಮತ್ತೆ ಸರ್ಪ ಹೇಳಿತು, "ಯಾಕೆಂದರೆ ನೀನು ನಿನ್ನ ಇನಿಯನಿಗೆ ಹೆಚ್ಚು ಸುಂದರಿಯಾಗಿ ಕಾಣಬೇಕಿದೆ."

"ಬೇಡ, ನನಗೆ ಬೇಡ," ಈವ್ ಉತ್ತರಿಸಿದಳು, "ಅವನಿಗೆ ನಾನಲ್ಲದೆ ಬೇರೆ ಯಾರೇ ಹೆಂಗಸರು ಇಲ್ಲ."

ಸರ್ಪ ನಕ್ಕಿತು.

"ಅವನಿಗೆ ಇದ್ದಾಳೆ."

ಈವ್‌ಗೆ ನಂಬಿಕೆ ಹುಟ್ಟಲಿಲ್ಲ. ಸರ್ಪ ಅವಳನ್ನು ಗುಡ್ಡದ ತುತ್ತತುದಿಗೆ ಒಯ್ದಿತು. ಅಲ್ಲೊಂದು ಬಾವಿ ಇತ್ತು.

"ಆಕೆ ಈ ಬಾವಿಯ ಗುಹೆಯಲ್ಲಿದ್ದಾಳೆ. ಅವಳನ್ನು ಆತ ಇಲ್ಲಿ ಅಡಗಿಸಿ ಇರಿಸಿದ್ದಾನೆ," ಎಂದಿತು.

ಈವ್ ಬಾವಿಯಲ್ಲಿ ಬಾಗಿ ಇಣುಕಿ ನೋಡಿದಳು. ಅಲ್ಲೊಬ್ಬ ಸುಂದರ ಯುವತಿಯ ಪ್ರತಿಬಿಂಬವನ್ನು ನೀರಿನಲ್ಲಿ ಕಂಡಳು. ಈವ್ ನಂತರ ಯಾವುದೇ ಅನುಮಾನವಿಲ್ಲದೆ ಸರ್ಪ ನೀಡಿದ ಆ್ಯಪಲ್‌ನ್ನು ತಿಂದಳು.

ಅನಾಮಿಕನಿಂದ ಬಂದ ಭಾವನಾತ್ಮಕ ತುಣುಕುಗಳು: "ನನ್ನ ಹೃದಯಕ್ಕೆ ಪತ್ರಗಳು":

"ಆತ್ಮೀಯ ಹೃದಯವೇ, ನಾನು ಎಂದಿಗೂ ನಿನ್ನನ್ನು ಹೀಗಳೆಯಲಾರೆ, ಟೀಕಿಸಲಾರೆ ಅಥವಾ ನಿನ್ನ ಮಾತುಗಳಿಂದ ನಾಚಿಕೆ ಪಡೆಯಲಾರೆ. ನೀನು ಭಗವಂತನಿಂದ ಸೃಷ್ಟಿಯಾದ ಓರ್ವ ಪ್ರೀತಿಯ ಕುವರನೆಂಬುದು ಮತ್ತು ನಿನ್ನನ್ನು ಉಜ್ವಲವಾದ ಬೆಳಕಿನಲ್ಲಿ ಅವನು ಸುತ್ತಿಡುತ್ತಾನೆ ಎಂಬುದು ನನಗೆ ಗೊತ್ತು.

"ಪ್ರಿಯ ಹೃದಯವೇ, ನನಗೆ ನಿನ್ನಲ್ಲಿ ನಂಬಿಕೆ ಇದೆ. ನಾನು ಸದಾ ನಿನ್ನ ಪರವಾಗಿಯೇ ಇದ್ದಿರುತ್ತೇನೆ, ಮತ್ತು ನಾನು ಎಂದಿಗೂ ನಿನ್ನ ಮೇಲೆ ಅನುಗ್ರಹವರ್ಷವೇ ಸ್ಫುರಿಸಲಿ, ನಿನಗೆ ಸಹಾಯ ಒದಗಲಿ ಹಾಗೂ ನಿನಗೆ ಬೇಕಾದ ಬೆಂಬಲ ಸಿಗುತ್ತಿರಲಿ ಎಂದು ನನ್ನ ಪ್ರಾರ್ಥನೆಗಳಲ್ಲಿ ಬೇಡುತ್ತಿರುತ್ತೇನೆ.

"ಆತ್ಮೀಯ ಹೃದಯವೇ, ನಿನ್ನ ಪ್ರೀತಿಯಲ್ಲಿ ನನಗೆ ಸದಾ ಭರವಸೆ ಇದೆ. ಅಂತಹ ಪ್ರೀತಿಯನ್ನು ನೀನು ಅರ್ಹರೊಂದಿಗೆ ಮತ್ತು ಅವಶ್ಯವಿರುವವರ ಜೊತೆಗೆ ಹಂಚಿಕೊಳ್ಳುತ್ತೀಯಾ ಎಂದು ನನಗೆ ವಿಶ್ವಾಸವಿದೆ. ನನ್ನ ಹಾದಿ ನಿನ್ನ ಹಾದಿಯಾಗಿಯೇ ಇದ್ದಿರಲಿ, ಮತ್ತು ನಾವು ಜೊತೆಯಾಗಿಯೇ ಪವಿತ್ರ ದೇವತೆಯ ಕಡೆಗೆ ಹೆಜ್ಜೆ ಹಾಕೋಣ.

ಪೌಲೋ ಕೊಯೆಲೋ

"ಮತ್ತು ನಾನು ನಿನ್ನಲ್ಲಿ ವಿನಂತಿಸುವುದಿಷ್ಟೇ: ನನ್ನಲ್ಲಿ ವಿಶ್ವಾಸವಿಡು. ನಾನೂ ನಿನ್ನನ್ನು ಪ್ರೀತಿಸುತ್ತೇನೆ ಮತ್ತು ನೀನು ನನ್ನ ಎದೆಯಲ್ಲಿ ಆಹ್ಲಾದಮಯವಾಗಿ ಸದಾಕಾಲ ಬಡಿದುಕೊಳ್ಳುವ ಸ್ವಾತಂತ್ರ್ಯವನ್ನು ನೀಡಲು ಪ್ರಯತ್ನಿಸುತ್ತೇನೆ. ನಿನ್ನ ಸುತ್ತಲಿನ ನನ್ನ ಅಸ್ತಿತ್ವವನ್ನು ಸಾಧ್ಯವಾದಷ್ಟು ಯಾವುದೇ ಕೊರತೆಯಿಲ್ಲದೆ ಇರುವಂತೆ ನೋಡಿಕೊಳ್ಳುವೆ."

ಗುರುಗಳು ಹೇಳಿದರು:

ನಾವು ಕ್ರಿಯಾತ್ಮಕವಾಗಿದ್ದರೆ ಸಹಜವಾಗಿ ಸಂಘರ್ಷಗಳು ಎದುರಾಗುತ್ತವೆ. ಹಾಗೆಯೇ ನಾವು ನೋವನ್ನೂ ಅನುಭವಿಸಬೇಕಾಗುತ್ತದೆ. ಅದೂ ಸಹಜವೇ.

ವ್ರಣಗಳು ಒಣಗುತ್ತವೆ ಮತ್ತು ಕಲೆಗಳು ಉಳಿಯುತ್ತವೆ, ಆದರೆ ಅವೆಲ್ಲ ಅನುಗ್ರಹಗಳೇ. ಆ ಕಲೆಗಳು ನಮ್ಮ ಜೀವಮಾನವಿಡೀ ಉಳಿದಿರುತ್ತವೆ ಮತ್ತು ಅವೆಲ್ಲ ನಮಗೆ ಸಹಾಯಕವಾಗಿಯೇ ಇರುತ್ತವೆ.

ಯಾವುದೇ ಹಂತದಲ್ಲಿ–ಅದು ಸ್ವಾರ್ಥದ್ದಾಗಿರಬಹುದು ಅಥವಾ ಬೇರಾವುದೇ ಕಾರಣದಿಂದಾಗಿರಬಹುದು–ಅವು ನಮ್ಮನ್ನು ಆ ಹಿಂದಿನ ಅವಸ್ಥೆಗೆ ಹಿಡಿದೆಳೆದು ಒಯ್ಯುತ್ತವೆ, ಅದರಿಂದ ನಾವು ಇನ್ನಷ್ಟು ಬಲಿಷ್ಠರಾಗುತ್ತೇವೆ, ಆ ಕಲೆಗಳನ್ನಷ್ಟೇ ನಾವು ನೋಡಬೇಕಷ್ಟೆ.

ಕೈಕೋಳದಿಂದ ಉಳಿದ ಕಲೆಗಳು, ಅವು ಸೆರೆಮನೆಯ ಭೀಕರತೆಯನ್ನು ನೆನಪಿಸಬಹುದು, ಆದರೂ ನಾವು ಎದೆಗುಂದದೆ ಮುನ್ನಡೆ ಸಾಧಿಸುತ್ತ ನೇರವಾಗಿ ಪ್ರಗತಿಯನ್ನು ಸಾಧಿಸುವೆವು.

ಕೊರಿಂಥಿಯನ್ಸ್‌ನ ಮಹಾಜ್ಞಾನದಲ್ಲಿ ಸಂತ ಪೌಲ್‌ರು ಹೇಳುತ್ತಾರೆ, ಪ್ರೇಮದ ಅತ್ಯಂತ ಮುಖ್ಯ ಗುಣಲಕ್ಷಣಗಳಲ್ಲಿ ಒಂದೆಂದರೆ ಕರುಣೆ.

ಪ್ರೇಮವೇ ಕರುಣೆ ಎಂಬುದನ್ನು ನಾವೆಂದಿಗೂ ಮರೆಯಬಾರದು. ಒಂದು ಉದ್ಧಟ ಆತ್ಮ ಯಾವತ್ತೂ ದೇವರಿಗೆ ತನ್ನ ಆಶಯದಂತೆ ರೂಪಿಸಲು ಅನುವುಮಾಡಿಕೊಡುವುದಿಲ್ಲ.

ಪಯಣಿಗ ಸ್ಪೈನ್‌ನ ಇಕ್ಕಟ್ಟಾದ ಒಂದು ಓಣಿಯಲ್ಲಿ ಸಾಗುತ್ತಿದ್ದಾಗ, ಆತ ಸ್ಥಳೀಯ ಮನುಷ್ಯನೊಬ್ಬ ಹೂದೋಟದಲ್ಲಿ ಬಿದ್ದುಕೊಂಡಿರುವುದನ್ನು ಕಂಡ.

"ನೀನು ಹೂಗಳನ್ನು ಆಯುತ್ತಿದ್ದೀಯಾ?" ಈತ ಕೇಳಿದ.

"ಇಲ್ಲ," ಎಂದ ಆ ವ್ಯಕ್ತಿ. "ನಾನು ಆ ಹೂಗಳ ಸಾನಿಧ್ಯದ ಕರುಣೆಯಲ್ಲಿ ನನ್ನನ್ನು ನೆನೆಸಿಕೊಳ್ಳಲು ಪ್ರಯತ್ನಿಸುತ್ತಿದ್ದೇನೆ."

ಗುರುಗಳು ಹೇಳಿದರು:

ಪ್ರತಿದಿನ ಪ್ರಾರ್ಥನೆಯನ್ನು ಸಲ್ಲಿಸು. ನೀನು ಯಾವುದೇ ಶಬ್ದಗಳನ್ನು ಉಪಯೋಗಿಸದಿದ್ದರೂ, ಯಾವುದೇ ಯಾಚನೆಯನ್ನು ಮಾಡದಿದ್ದರೂ, ನೀನು ಯಾತಕ್ಕಾಗಿ ಪ್ರಾರ್ಥನೆಯನ್ನು ಸಲ್ಲಿಸುತ್ತಿದ್ದೀಯಾ ಎಂಬ ಅರಿವು ನಿನಗಿರದಿದ್ದರೂ ಪ್ರಾರ್ಥನೆಯನ್ನು ಒಂದು ಅಭ್ಯಾಸವನ್ನಾಗಿ ರೂಢಿಸಿಕೋ. ಇದು ಮೊದಲಿಗೆ ಕೊಂಚ ಕಷ್ಟಸಾಧ್ಯವೆನಿಸಿದರೂ, ನಿನ್ನಷ್ಟಕ್ಕೇ ಅಂದುಕೋ: "ಈ ವಾರ ನಾನು ದಿನವೂ ಪ್ರಾರ್ಥನೆಯನ್ನು ಸಲ್ಲಿಸುತ್ತಿದ್ದೇನೆ." ಈ ಭರವಸೆಯನ್ನು ವಾರಕ್ಕೆ ಏಳು ಸಲವೂ ನವೀಕರಿಸುತ್ತಿರಿ.

ನೆನಪಿರಲಿ, ನೀವು ಆಧ್ಯಾತ್ಮಿಕ ಜಗತ್ತಿನ ಸಾಮೀಪ್ಯಕ್ಕೆ ಯಾವುದೇ ಕೊಂಡಿಯನ್ನು ಹೊಂದಿಲ್ಲವಾದರೂ, ನಿಮ್ಮ ಆತ್ಮಸಾಕ್ಷಿಯನ್ನು ತರಬೇತುಗೊಳಿಸುತ್ತಿದ್ದೀರಾ. ಅಂತಹ ಅಭ್ಯಾಸಗಳೇ ನಮ್ಮ ಬದುಕಿನಲ್ಲಿ ಕಾದಾಡಲು ಬೇಕಿರುವ ಶಿಸ್ತನ್ನು ಕೊಡಮಾಡುತ್ತವೆ.

ನಿಮ್ಮ ಭರವಸೆಗಳನ್ನು ಮರೆತು ಮರುದಿನವೇ ಎರಡು ಸಲ ಪ್ರಾರ್ಥನೆ ಸಲ್ಲಿಸುವುದರಿಂದ ಏನೂ ಪ್ರಯೋಜನವಿಲ್ಲ. ಅಥವಾ ಒಂದೇ ದಿನ ಏಳು ಸಲ ಪ್ರಾರ್ಥನೆಯನ್ನು ಸಲ್ಲಿಸಿ, ಮಿಕ್ಕ ಆರು ದಿನ ಸುಮ್ಮನೆ ಕುಳಿತು, ಪ್ರಾರ್ಥನೆ ಸಂದಾಯವಾಗಿದೆ ಎನ್ನುವುದರಲ್ಲಿ ಅರ್ಥವಿದೆಯಾ?

ಕೆಲವು ಸಂಗತಿಗಳು ಆಯಾಯ ಸಮಯ ಸಂದರ್ಭಗಳಲ್ಲೇ ನಡೆಯುತ್ತವೆ ಮತ್ತು ಹಾಗೆ ನಡೆಯಲೇ ಬೇಕು.

ಒಬ್ಬ ಕೆಟ್ಟ ಮನುಷ್ಯ ಸತ್ತಾಗ ನರಕದ ಬಾಗಿಲಲ್ಲಿ ಓರ್ವ ದೇವತೆಯನ್ನು ಭೇಟಿಯಾಗುತ್ತಾನೆ.

ದೇವತೆ ಆತನಿಗೆ ಹೇಳುತ್ತಾನೆ:

"ನೀನು ಈ ಜನ್ಮದಲ್ಲಿ ಒಂದೇ ಒಂದು ಉತ್ತಮ ಕೆಲಸವನ್ನು ಮಾಡಿದ್ದೀಯಾ, ಅದೊಂದೇ ನಿನ್ನನ್ನು ರಕ್ಷಿಸುತ್ತದೆ."

ವ್ಯಕ್ತಿ ಉತ್ತರಿಸುತ್ತಾನೆ:

"ನಾನೆಂದೂ ಯಾವ ಬಗೆಯ ಉತ್ತಮ ಕೆಲಸವನ್ನೂ ಮಾಡಿಲ್ಲ."

"ಚೆನ್ನಾಗಿ ನೆನಪು ಮಾಡಿಕೋ," ದೇವತೆ ಹೇಳುತ್ತಾನೆ.

ಆತ ಒಮ್ಮೆ ಕಾಡಿನಲ್ಲಿ ಅಲೆದಾಡುತ್ತಿದ್ದಾಗ ಜೇಡವೊಂದು ತನ್ನ ದಾರಿಗೆ ಅಡ್ಡ ಬಂದಾಗ ಅದನ್ನು ತುಳಿಯದೆ ಅದರ ಸುತ್ತ ಸುಳಿದು ಹೊರಟು ಹೋಗಿದ್ದ.

ದೇವತೆ ನಗುತ್ತಾನೆ, ಮತ್ತು ಜೇಡದ ನೂಲು ಸ್ವರ್ಗದಿಂದ ಕೆಳಕ್ಕೆ ಇಳಿದು ಬರುತ್ತದೆ. ಆ ವ್ಯಕ್ತಿ ಜೇಡರ ಬಲೆಯ ಆ ಹಗ್ಗವನ್ನು ಹಿಡಿದು ಮೇಲಕ್ಕೇರಿ ಸ್ವರ್ಗವನ್ನು ಸೇರುತ್ತಾನೆ. ಆದರೆ ಇನ್ನೊಬ್ಬ ಕುತ್ಸಿತ ವ್ಯಕ್ತಿ ಅವನನ್ನು ಹಿಂಬಾಲಿಸಿ ಹತ್ತಲು ಪ್ರಯತ್ನಿಸಿದಾಗ ಮೊದಲಿನ ವ್ಯಕ್ತಿ ತಿರುಗಿ ನೋಡಿ ಹಗ್ಗ ತುಂಡಾಗಬಹುದೆಂಬ ಹೆದರಿಕೆಯಿಂದ ಕೆಳಗಿನವನನ್ನು ಕೆಳಕ್ಕೆ ತಳ್ಳಲು ಯತ್ನಿಸುತ್ತಾನೆ.

ಆ ಕ್ಷಣದಲ್ಲೇ ಹಗ್ಗ ತುಂಡಾಗುತ್ತದೆ ಮತ್ತು ವ್ಯಕ್ತಿ ಮತ್ತೆ ನರಕಕ್ಕೆ ತಳ್ಳಲ್ಪಡುತ್ತಾನೆ.

"ಎಂತಹ ನಾಚಿಕೆಗೇಡು," ದೇವತೆ ಹೇಳುವುದು ಕೇಳಿಸುತ್ತದೆ. "ನಿನ್ನ ಸ್ವಾರ್ಥ ನೀನು ಮಾಡಿದ ಒಂದೇ ಒಂದು ಉತ್ತಮ ಕೆಲಸವನ್ನೂ ಇಲ್ಲದಂತಾಗಿಸಿತು."

ಗುರುಗಳು ಹೇಳುತ್ತಾರೆ:

ಅಡ್ಡರಸ್ತೆಗಳು ಪವಿತ್ರವಾಗಿರುತ್ತವೆ. ಅಂತಹ ಸ್ಥಳಗಳಲ್ಲೇ ತೀರ್ಥಯಾತ್ರೆಗೆ ಹೊರಟವರು ನಿರ್ಧಾರಗಳನ್ನು ಕೈಗೊಳ್ಳಬೇಕು. ಹಾಗಾಗಿಯೇ ದೇವರು ಅಡ್ಡರಸ್ತೆಗಳಲ್ಲೇ ಮಲಗಿ ತಿನ್ನುತ್ತಾನೆ.

ದಾರಿಗಳು ಅಡ್ಡಕ್ಕೆ ತಿರುಗಿದಾಗ ಎರಡು ಬಲವಂತ ಶಕ್ತಿಗಳು ಸಂಧಿಸುತ್ತವೆ ಅವನ್ನು ಆಯ್ಕೆ ಮಾಡಲಾಗುತ್ತದೆ ಅಥವಾ ತಿರಸ್ಕರಿಸಲಾಗುತ್ತದೆ. ಎರಡೂ ಒಂದೇ ಹಾದಿಯಾಗಿ ಮಾರ್ಪಡುತ್ತದೆ, ಅದೂ ಸ್ವಲ್ಪ ಸಮಯಕ್ಕೆ ಮಾತ್ರ.

ಯಾತ್ರೆಗೆ ಹೊರಟವ ಅಲ್ಲಿ ವಿಶ್ರಾಂತಿ ಪಡೆದು ತುಸು ನಿದ್ದೆ ಮಾಡಿ ಅಥವಾ ಸ್ಥಳೀಯವಾಗಿರುವ ದೇವರನ್ನು ಸಂಪರ್ಕಿಸಬಹುದು. ಆದರೆ ಯಾರೂ ಅಲ್ಲಿ ಖಾಯಂ ಆಗಿ ಉಳಿದುಕೊಳ್ಳುವುದು ಸಾಧ್ಯವಿಲ್ಲ. ಒಮ್ಮೆ ಯಾತ್ರಿಯ ಆಯ್ಕೆ ಪೂರ್ತಿಗೊಂಡಿತೆಂದರೆ, ಆತ ಮುಂದಕ್ಕೆ ಸಾಗುತ್ತ ಹಿಂದಿನ ಹಾದಿಯನ್ನು ಯಾವತ್ತೂ ನೆನೆದುಕೊಳ್ಳಲು ಬರುವುದಿಲ್ಲ.

ಹಾಗೊಮ್ಮೆ ಆತ ಅದನ್ನು ಜ್ಞಾಪಿಸಿಕೊಂಡರೆ ಅಡ್ಡರಸ್ತೆ ಒಂದು ಶಾಪವಾಗಿ ಪರಿಣಮಿಸಬಹುದು.

ಸತ್ಯದ ಹೆಸರಿನಲ್ಲಿ ಮಾನವ ಜನಾಂಗ ಅತ್ಯಂತ ಹೀನ ಕೃತ್ಯಗಳನ್ನು ಗೈದಿದೆ. ಗಂಡು ಮತ್ತು ಹೆಣ್ಣುಗಳನ್ನು ಸುಟ್ಟು ಹಾಕಲಾಗಿದೆ. ಪೂರ್ತಿ ನಾಗರಿಕತೆಯನ್ನೇ ನಿರ್ಮೂಲನ ಮಾಡಲಾಗಿದೆ.

ಮಾಂಸದ ಹೆಸರಿನಲ್ಲಿ ಮಾಡಲಾದ ಪಾಪಗಳ ವ್ಯಕ್ತಿಗಳನ್ನು ಹೊರ-ಹಾಕಲಾಗಿದೆ. ಯಾರು ಬೇರೊಂದು ಹಾದಿಯನ್ನು ಬಯಸಿದರೋ ಅವರನ್ನು ಪಕ್ಕಕ್ಕೆ ತಳ್ಳಲಾಯಿತು.

ಸತ್ಯದ ಹೆಸರಿನಲ್ಲಿ ಇನ್ನೊಬ್ಬನನ್ನು ಶಿಲುಬೆಗೆ ಏರಿಸಿದರು. ಆತ ಸಾಯುವ ಮುನ್ನ ಸತ್ಯಕ್ಕೊಂದು ಅದ್ಭುತವಾದ ನಿರ್ವಚನೆಯನ್ನು ನೀಡಿ ಹೋದ.

ಅದು ನಮಗೆ ನಿಶ್ಚಿತತೆಯನ್ನು ನೀಡುತ್ತದೆ ಎಂದಲ್ಲ.

ಅದು ನಮ್ಮಲ್ಲಿ ಪ್ರಬುದ್ಧ ಯೋಚನೆಗಳನ್ನು ಪ್ರಚೋದಿಸುತ್ತದೆ ಎಂದಲ್ಲ.

ಅದು ನಮ್ಮನ್ನು ಇತರರಿಗಿಂತ ಹೆಚ್ಚು ಉತ್ತಮರನ್ನಾಗಿ ಮಾಡುತ್ತದೆ ಎಂದಲ್ಲ.

ಅದು ನಮ್ಮ ತಾರತಮ್ಯ ಧೋರಣೆಯ ಸೆರೆಮನೆಯಲ್ಲಿ ನಮ್ಮನ್ನು ಬಂಧಿಯಾಗಿಸುತ್ತದೆ.

ಸತ್ಯ ನಮ್ಮನ್ನು ಸ್ವತಂತ್ರರನ್ನಾಗಿಸುತ್ತದೆ.

"ಸತ್ಯವನ್ನು ತಿಳಿ," ಆತ ಹೇಳಿದ, "ಮತ್ತು ಸತ್ಯ ನಿನ್ನನ್ನು ಸ್ವತಂತ್ರನನ್ನಾಗಿ ಮಾಡುತ್ತದೆ."

ಸ್ಕೆಟಿಸ್ ಮೊನಾಸ್ಟ್ರಿಯ ಓರ್ವ ಸನ್ಯಾಸಿ ಅತ್ಯಂತ ಗಂಭೀರ ತಪ್ಪನ್ನು ಎಸಗಿದರು. ಮತ್ತು ಅತೀ ಬುದ್ಧಿವಂತ ಸನ್ಯಾಸಿ ಆ ವ್ಯಕ್ತಿಯ ಕುರಿತಂತೆ ತೀರ್ಮಾನವನ್ನು ಕೈಗೊಳ್ಳುವಂತೆ ಕರೆಸಲಾಯಿತು.

ಸನ್ಯಾಸಿ ಬರಲು ಒಪ್ಪಲಿಲ್ಲ, ಆದರೆ ಮಿಕ್ಕುಳಿದ ಸನ್ಯಾಸಿಗಳ ಒತ್ತಾಯದ ಮೇರೆಗೆ ಆತ ಬರಲೇ ಬೇಕಾಯಿತು. ಮೊದಲಿಗೆ ಆತ ಒಂದು ಬಕೆಟ್‌ನ್ನು ತೆಗೆದು ಅದರಲ್ಲಿ ತೂತುಗಳನ್ನು ಕೊರೆದರು. ನಂತರ ಅದರಲ್ಲಿ ಮರಳನ್ನು ತುಂಬಿಸಿ ಮೊನಾಸ್ಟ್ರಿಗೆ ಹೋದರು.

ಫಾದರ್ ಸುಪೀರಿಯರ್ ಅವರನ್ನು ಕಂಡಾಗ ಬಕೆಟ್‌ನ ವಿಷಯ ಪ್ರಸ್ತಾಪಿಸಿದರು.

"ನಾನು ನನ್ನ ಸಂಗಡಿಗ ಸನ್ಯಾಸಿಗಳನ್ನು ಪರೀಕ್ಷಿಸಬೇಕಿತ್ತು," ಸನ್ಯಾಸಿ ನುಡಿದರು. "ಬಕೆಟ್‌ನಿಂದ ಮರಳು ಹೊರಕ್ಕೆ ಚೆಲ್ಲುವಂತೆ ನನ್ನ ಪಾಪಗಳು ಕೂಡಾ ಚೆಲ್ಲುತ್ತಿವೆ. ಆದರೆ ನಾನು ಹಿಂದಕ್ಕೆ ತಿರುಗಿ ನೋಡುತ್ತಿಲ್ಲವಾದ್ದರಿಂದ ನನ್ನ ಪಾಪಗಳು ನನಗೆ ಕಾಣಿಸುವುದಿಲ್ಲ. ನಾನು ನನ್ನ ಸಮಾನ ಸನ್ಯಾಸಿಯ ಬಗೆಗೆ ತೀರ್ಮಾನ ತೆಗೆದುಕೊಳ್ಳುವಂತೆ ಕೋರಲಾಗಿದೆ!"

ಸನ್ಯಾಸಿಗಳು ಯಾವುದೇ ಶಿಕ್ಷೆಯ ಕ್ರಮಗಳನ್ನು ಕೈಗೊಳ್ಳದಂತೆ ತೀರ್ಮಾನಿಸಿದರು.

ಪೈರನೀಸ್‌ನ ಒಂದು ಸಣ್ಣ ಚರ್ಚ್‌ನ ಗೋಡೆಯ ಮೇಲೆ ಹೀಗೆ ಬರೆದಿದೆ:

ಪರಮಾತ್ಮಾ, ಈ ಕ್ಯಾಂಡಲ್ ನನ್ನೆಲ್ಲ ನಿರ್ಧಾರಗಳನ್ನು ಮತ್ತು ಕಷ್ಟಗಳನ್ನು ಬೆಳಗುವ ಸಾಧನವಾಗಲಿ.

ಅದೊಂದು ಅಗ್ನಿಯಾಗಿ ನನ್ನೊಳಗಿನ ಎಲ್ಲಾ ಅಹಂಕಾರ, ದರ್ಪ ಮತ್ತು ಕಶ್ಮಲಗಳನ್ನು ಸುಟ್ಟು ಹಾಕಲಿ.

ಅದೊಂದು ಜ್ವಾಲೆಯಾಗಿ ನನ್ನ ಹೃದಯವನ್ನು ಬೆಚ್ಚಗಾಗುವಂತೆ ಮಾಡಿ ನಾನು ಹೇಗೆ ಪ್ರೀತಿಸಲಿ ಎಂಬುದನ್ನು ಕಲಿಸಲಿ.

ನಾನು ನಿನ್ನ ಚರ್ಚ್‌ನಲ್ಲಿ ಹೆಚ್ಚುಕಾಲ ಉಳಿಯಲಾರೆ, ಆದರೆ ಈ ಚಿಕ್ಕ ಕ್ಯಾಂಡಲ್‌ನ್ನು ಇಲ್ಲಿ ಬಿಟ್ಟುಹೋದಾಗ ನನ್ನ ಒಂದು ಚಿಕ್ಕ ಅಂಶ ಇಲ್ಲಿ ಉಳಿದಿರುತ್ತದೆ ಮತ್ತು ಇಂದಿನ ನನ್ನ ಪ್ರಾರ್ಥನೆ ಸದಾ ಮುಂದುವರಿಯಲು ಸಹಾಯ ನೀಡಲಿ. ಆಮೆನ್.

ಪಯಣಿಗನ ಸ್ನೇಹಿತನೊಬ್ಬ ಕೆಲವು ವಾರಗಳನ್ನು ನೇಪಾಳದಲ್ಲಿ ಕಳೆಯಲು ಯೋಜಿಸಿದ. ಒಂದು ಮಧ್ಯಾಹ್ನ ಆತ ಮೊನಾಸ್ಟ್ರಿಯೊಂದರ ದೇವಸ್ಥಾನಕ್ಕೆ ತೆರಳಿದಾಗ ಅಲ್ಲೊಬ್ಬ ಸನ್ಯಾಸಿ ದೇವರ ಮಂಟಪದ ಎದುರು ನಗುತ್ತ ಕುಳಿತಿರುವುದನ್ನು ಕಂಡ.

"ನೀನೇಕೆ ನಗುತ್ತಿರುವೆ?" ಆತ ಕೇಳಿದ.

"ಯಾಕೆಂದರೆ ಈಗಷ್ಟೇ ನಾನು ಬಾಳೆಹಣ್ಣಿನ ಅರ್ಥವನ್ನು ಕಂಡುಕೊಂಡೆ," ಸನ್ಯಾಸಿ ತನ್ನ ಚೀಲದಿಂದ ಒಂದು ಕೊಳೆತ ಬಾಳೆಹಣ್ಣನ್ನು ಹೊರಕ್ಕೆ ತೆಗೆಯುತ್ತ ಹೇಳಿದ. "ಇದುವೆ ನಮ್ಮ ಕಳೆದುಹೋದ ಜೀವನ ಮತ್ತು ನಾವು ಅದರ ಸ್ವಾದವನ್ನು ಸಂಪೂರ್ಣವಾಗಿ ಆಸ್ವಾದಿಸದೆ ಹೋದೆವು, ಈಗ ಕಾಲ ಮೀರಿದೆ."

ನಂತರ ಆತ ಇನ್ನೊಂದು ಇನ್ನೂ ಹಸಿರು ಅಡಗದ ಬಾಳೆಹಣ್ಣನ್ನು ಚೀಲದಿಂದ ಹೊರತೆಗೆದ.

ಅದನ್ನಾತ ಎತ್ತಿಹಿಡಿದ ಮತ್ತೆ ಅದನ್ನು ಸ್ವಸ್ಥಾನಕ್ಕೆ ಸೇರಿಸಿದ.

"ಈ ಬದುಕು ಇನ್ನೂ ಸಂಭವಿಸಿಲ್ಲ ಮತ್ತು ಅದಕ್ಕೆ ಕಾಯಬೇಕಿದೆ," ಆತ ಹೇಳಿದ.

ಕೊನೆಗೆ, ಸರಿಯಾಗಿ ಪಕ್ವವಾದ ಹಣ್ಣನ್ನು ಹೊರತೆಗೆದ, ಅದರ ಸಿಪ್ಪೆಯನ್ನು ಸುಲಿದ, ಪಯಣಿಗನ ಸ್ನೇಹಿತನ ಜೊತೆಗೆ ಹಂಚಿಕೊಂಡು ತಿಂದ, ಆಮೇಲೆ ಹೇಳಿದ,

"ಇದು ಪ್ರಸ್ತುತ ಕ್ಷಣ. ಭಯವಿಲ್ಲದೆ ಈ ಜೀವನವನ್ನು ಸವಿಯಲು ಕಲಿಯಿರಿ."

ಬೇಬಿ ಕೊನ್ಸುಲಾ ಮತ್ತು ಆಕೆಯ ಮಗನಿಗೆ ಸಿನಿಮಾಕ್ಕೆ ಹೋಗಲು ಎಷ್ಟು ಹಣ ಬೇಕಿತ್ತೋ ಅಷ್ಟನ್ನು ಸೇರಿಸಿಕೊಂಡು ಹೊರಟಿದ್ದರು.

ಹುಡುಗ ಎಷ್ಟೊಂದು ಸಂಭ್ರಮಿಸಿದ್ದನೆಂದರೆ ನಾವು ಅಲ್ಲಿಗೆ ಎಷ್ಟು ಹೊತ್ತಿಗೆ ತಲುಪುತ್ತೇವೆ ಎಂದು ಪದೇ ಪದೇ ಕೇಳುತ್ತಲೇ ಇದ್ದ.

ಅವರು ಕಾರಿನಲ್ಲಿ ಸಾಗುವಾಗ ಮಾರ್ಗದ ಮಧ್ಯೆ ರೆಡ್ ಲೈಟ್‌ನಲ್ಲಿ ತಂಗಿದ್ದಾಗ, ಓರ್ವ ಭಿಕ್ಷುಕ ಕಾಲುದಾರಿಯಲ್ಲಿ ಕುಳಿತು ಬೇಡುತ್ತಿರುವುದನ್ನು ಕಂಡಳು. ಆತ ಬೇಡುತ್ತಿರುವಂತೆಯೇ ಅದೇನೋ ಧ್ವನಿ ಕೇಳಿಸಿತು:

"ನಿಮ್ಮಲ್ಲಿರುವ ಎಲ್ಲಾ ಹಣವನ್ನು ಆತನಿಗೆ ಕೊಡು." ಧ್ವನಿಯೊಂದಿಗೆ ಆಕೆ ವಾದಕ್ಕೆ ಇಳಿದಳು; ಆಕೆ ತನ್ನ ಮಗನಿಗೆ ಸಿನಿಮಾ ತೋರಿಸಲು ಹಣವನ್ನು ಇಟ್ಟುಕೊಂಡಿದ್ದಳು ತಾನೇ?

"ಹಣವನ್ನು ಆತನಿಗೆ ಕೊಡು," ಧ್ವನಿ ಪುನರುಚ್ಚರಿಸಿತು.

"ನಾನು ಭಿಕ್ಷುಕನಿಗೆ ಅರ್ಧಾಂಶ ಹಣವನ್ನಷ್ಟೇ ನೀಡಬಲ್ಲೆ, ಮಿಕ್ಕುಳಿದ ಹಣದಿಂದ ನನ್ನ ಮಗ ಸಿನಿಮಾ ನೋಡಬಲ್ಲ ಮತ್ತು ನಾನು ಅವನಿಗಾಗಿ ಹೊರಗಡೆ ಕಾಯಬಲ್ಲೆ," ಆಕೆ ಹೇಳಿದಳು.

ಆದರೆ ಆ ಧ್ವನಿಗೆ ವಾದಕ್ಕಿಳಿಯಲು ಮನಸ್ಸಿರಲಿಲ್ಲ.

"ಎಲ್ಲಾ ಹಣವನ್ನು ಆತನಿಗೆ ಕೊಡು."

ಬೇಬಿಗೆ ತನ್ನ ಮಗನೊಂದಿಗೆ ಸಮಜಾಯಿಷಿ ಹೇಳುವಷ್ಟು ವ್ಯವಧಾನವಿರಲಿಲ್ಲ. ಆಕೆ ಕಾರನ್ನು ನಿಲ್ಲಿಸಿ ತನ್ನ ಬಳಿಯಿದ್ದ ಎಲ್ಲಾ ಹಣವನ್ನು ಭಿಕ್ಷುಕನಿಗೆ ನೀಡಿದಳು.

"ದೇವರು ಇನ್ನೂ ಅಸ್ತಿತ್ವದಲ್ಲಿದ್ದಾನೆ ಎಂಬುದಕ್ಕೆ ನೀನೇ ಸಾಕ್ಷಿ," ಭಿಕ್ಷುಕ ಹೇಳಿದ. "ಈವೊತ್ತು ನನ್ನ ಹುಟ್ಟಿದ ಹಬ್ಬ. ನನಗೆ ಬೇಸರವಾಗಿತ್ತು ಮತ್ತು ಭಿಕ್ಷೆ ಬೇಡುವುದಕ್ಕೆ ನನಗೆ ನಾಚಿಕೆಯಾಗುತ್ತಿತ್ತು. ಆದ್ದರಿಂದ ನಾನಿವತ್ತು ಬೇಡದಿರಲು ನಿಶ್ಚೈಸಿದ್ದೆ, ಯಾಕೆಂದರೆ ಭಗವಂತ ಅಸ್ತಿತ್ವದಲ್ಲಿ ಇದ್ದಾನೆ ಅಂತಾದರೆ ನನಗೊಂದು ಉಡುಗೊರೆಯನ್ನು ನೀಡುತ್ತಾನೆ ಎಂದುಕೊಂಡಿದ್ದೆ."

ಯಾತ್ರಿಕನೊಬ್ಬ ಹಳ್ಳಿಯೊಂದರ ನಡುವೆ ಸಾಗುತ್ತಿದ್ದಾಗ ಸುಂಟರಗಾಳಿ ಶುರುವಾಯಿತು ಮತ್ತು ಮನೆಯೊಂದು ಹತ್ತಿ ಉರಿಯುವುದನ್ನು ಆತ ಕಂಡ.

ಆತ ಉರಿಯುತ್ತಿದ್ದ ಮನೆಯ ಸಮೀಪಕ್ಕೆ ಸಾಗಿದಾಗ, ಬೆಂಕಿ ತನ್ನ ಕಣ್ಣಿನ ಎತ್ತರಕ್ಕೆ ಹಬ್ಬಿದ್ದರೂ ವ್ಯಕ್ತಿಯೊಬ್ಬ ಮನೆಯೊಳಗೆ ಕುಳಿತಿರುವುದನ್ನು ಕಂಡ.

“ಹೋಯ್, ನಿನ್ನ ಮನೆ ಹೊತ್ತಿ ಉರಿಯುತ್ತಿದೆ!” ಯಾತ್ರಿಕ ಕೂಗಿ ಹೇಳಿದ.

“ನನಗೆ ಗೊತ್ತು,” ವ್ಯಕ್ತಿ ಅಂದ.

“ಹಾಗಿದ್ದರೆ ನೀನ್ಯಾಕೆ ಹೊರಗಡೆ ಬರುತ್ತಿಲ್ಲ?”

“ಯಾಕೆಂದರೆ ಮಳೆ ಹೊಯ್ಯುತ್ತಿದೆ,” ವ್ಯಕ್ತಿ ಅಂದ. “ಮಳೆಯಲ್ಲಿ ನೆನೆದರೆ ನನಗೆ ನ್ಯೂಮೊನಿಯಾ ಬರುತ್ತದೆ ಅಂತ ನನ್ನ ಅಮ್ಮ ನನಗೆ ಹೇಳಿದ್ದಳು.”

ಇದಕ್ಕೆ ಝಾವೊ ಚಿಯ ವ್ಯಾಖ್ಯಾನ ಹೀಗಿದೆ:

“ತನಗೆ ಬೇಕಾದ ಹಾಗೆ ಸನ್ನಿವೇಶವನ್ನು ಬದಲಾಯಿಸಲು ಬುದ್ಧಿವಂತ ವ್ಯಕ್ತಿಗೆ ಸಾಧ್ಯವಿದೆ.”

ಕೆಲವು ಮಂತ್ರವಿದ್ಯೆಯ ಸಂಪ್ರದಾಯದಲ್ಲಿ ಶಿಷ್ಯರು ವರ್ಷಕ್ಕೊಮ್ಮೆ ಒಂದು ದಿನ- ಅಥವಾ ಬೇಕಿದ್ದರೆ ವಾರದ ಕೊನೆಯಲ್ಲಿ-

ತಮ್ಮ ಮನೆಯಲ್ಲಿರುವ ಎಲ್ಲಾ ವಸ್ತುಗಳೊಂದಿಗೆ ಸಂಪರ್ಕ ಸಾಧಿಸುತ್ತಾರೆ. ಅವರು ಪ್ರತಿಯೊಂದು ವಸ್ತುವನ್ನು ಮುಟ್ಟಿ ಜೋರಾಗಿ ಕೂಗಿ ಹೇಳುತ್ತಾರೆ:

"ಇದು ನಿಜಕ್ಕೂ ನನಗೆ ಬೇಕಿದೆಯೇ?"

ಅವರು ಬೀರುವಿನಿಂದ ಪುಸ್ತಕಗಳನ್ನು ತೆಗೆದು,

"ನಾನು ಇದನ್ನು ಮತ್ತೆ ಎಂದಾದರೂ ಓದುವುದಿದೆಯೇ?"

ಹಾಗೆಯೇ ಎಲ್ಲಾ ನೆನಪಿನ ಕಾಣಿಕೆಗಳನ್ನು ನೋಡುತ್ತಾರೆ.

"ಈ ನೆನಪಿನ ಕಾಣಿಕೆ ಇಂದಿಗೂ ಪ್ರಮುಖವೆಂದು ನನಗನ್ನಿಸುತ್ತಿದೆಯೇ?"

ಅವರು ತಮ್ಮ ಬಟ್ಟೆಯ ಬೀರುಗಳನ್ನು ತೆರೆದು,

"ವರ್ಷಗಳಿಂದ ಇದನ್ನು ಇಲ್ಲಿ ಇರಿಸಿದ್ದೇನೆ ಆದರೆ ಯಾವತ್ತೂ ತೊಟ್ಟುಕೊಂಡಿಲ್ಲ. ನಿಜಕ್ಕೂ ನನಗಿದು ಬೇಕಿದೆಯೇ?"

ಗುರುಗಳು ಹೇಳುತ್ತಾರೆ:

ವಸ್ತುಗಳಿಗೆ ತಮ್ಮದೇ ಆದ ಶಕ್ತಿ ಇದ್ದಿರುತ್ತದೆ. ಅವುಗಳನ್ನು ಉಪಯೋಗಿಸ-ದಿದ್ದರೆ ಅವು ನಿಂತ ನೀರಿನ ಹಾಗಿರುತ್ತವೆ. ಸೊಳ್ಳೆಗಳಿಗೆ ಒಳ್ಳೆಯ ವಾಸಸ್ಥಾನವಾಗಿರುತ್ತದೆ ಮತ್ತು ಅವು ಕ್ಷಯಿಸಿ ಹೋಗುತ್ತವೆ.

ನೀವು ಎಚ್ಚರದಿಂದ ಇರಬೇಕಾದುದು ಅವಶ್ಯ ಮತ್ತು ಶಕ್ತಿ ಸುಗಮವಾಗಿ ಹರಿಯಬಿಡಿ. ಹಳೆಯದಾದುದಕ್ಕೆ ನೀವು ಜೋತುಬಿದ್ದರೆ, ಹೊಸತಿಗೆ ಜಾಗವಿರುವುದಿಲ್ಲ, ಅವು ಹೇಗೆ ತಾನೇ ಹೊಸದಾಗಿ ತೆರೆದುಕೊಳ್ಳಬಹುದು?

ಪೌಲೋ ಕೊಯೆಲೋ

ಅದೊಂದು ನಗರದ ಜನರೆಲ್ಲ ಸಂತೋಷದಿಂದ ಇದ್ದರು ಎಂದು ಒಂದು ಹಳೆಯ ಪೆರುವಿಯನ್ ಐತಿಹ್ಯ ಹೇಳುತ್ತದೆ. ಅಲ್ಲಿನ ನಿವಾಸಿಗಳೆಲ್ಲ ಪರಸ್ಪರ ಅನ್ಯೋನ್ಯವಾಗಿದ್ದರು– ಅಲ್ಲಿನ ಗವರ್ನರ್ ಒಬ್ಬರನ್ನು ಬಿಟ್ಟು, ಯಾಕೆಂದರೆ ಅವರಿಗೆ ಯಾವುದೇ ಕಾರ್ಯಾಚರಣೆಗೆ ಕೆಲಸಗಳಿರಲಿಲ್ಲ.

ಸೆರೆಮನೆ ಬರಿದಾಗಿತ್ತು, ಕೋರ್ಟ್ ಕಛೇರಿಗಳು ಬಿಕೋ ಎನ್ನುತ್ತಿದ್ದವು. ನೋಟರಿಗಳಿಗೆ ಉತ್ಪತ್ತಿಯೇ ಇರಲಿಲ್ಲ ಯಾಕೆಂದರೆ ಒಬ್ಬ ವ್ಯಕ್ತಿಯ ಮಾತು ಯಾವುದೇ ಕಾಗದ ಪತ್ರಕ್ಕಿಂತ ಬೆಲೆಯುತವಾಗಿತ್ತು.

ಒಂದು ದಿನ ದಿ ಪರ್ಫೆಕ್ಟ್ ಕೆಲವು ಕೆಲಸಗಾರರನ್ನು ಕರೆಸಿ ಷಹರಿನ ಮಧ್ಯಭಾಗದಲ್ಲಿ ಒಂದು ಡೇರೆಯನ್ನು ಹಾಕಿಸಿ ಅಲ್ಲಿ ಕೆಲಸಕ್ಕೆ ತೊಡಗುವಂತೆ ಮಾಡಿದ. ಸುತ್ತಿಗೆ ಬಡಿಗೆಗಳಿಂದ ಕೇಳುತ್ತಿದ್ದ ಶಬ್ದವನ್ನು ಬಿಟ್ಟರೆ ಅಲ್ಲೇನೂ ಕಾಣಿಸುತ್ತಿರಲಿಲ್ಲ.

ಒಂದು ವಾರದ ಬಳಿಕ ಗವರ್ನರ್ ಊರಿನ ಪ್ರಜೆಗಳನ್ನೆಲ್ಲ ಅಲ್ಲಿಗೆ ಕರೆಸಿದರು. ಡೇರೆಯ ಪರದೆಯನ್ನು ಎಲ್ಲರ ಮುಂದೆ ತೆರೆದಾಗ ಅಲ್ಲೊಂದು ನೇಣುಗಂಬವನ್ನು ಕಂಡು ಎಲ್ಲರು ಅಚ್ಚರಿಗೊಂಡರು.

ಅಂತಹ ಒಂದು ನೇಣುಗಂಬದ ಅಗತ್ಯವಾದರೂ ಏನೆಂದು ಸಮಸ್ತರೂ ಕೇಳಿದರು. ಅನಿಶ್ಚಿತತೆ ಮತ್ತು ಗಾಬರಿಯಿಂದ ಪ್ರಜೆಗಳು ನ್ಯಾಯಾಲಯದ

ಕಡೆಗೆ ಧಾವಿಸಿದರು. ಮೊದಲೆಲ್ಲ ಸಾಮಾನ್ಯ ಮಾತುಕತೆಯ ಮೂಲಕ ಬಗೆಹರಿಸುವ ವಿಧಾನವಿದ್ದಾಗ ಇಂತಹ ಒಂದು ಶಿಕ್ಷೆಯ ಅಗತ್ಯವಿಲ್ಲವೆಂದು ಅವರೆಲ್ಲ ಅಹವಾಲನ್ನು ಮಂಡಿಸಿದರು. ಅವರೆಲ್ಲ ನೋಟರಿ ಆಫೀಸುಗಳಿಗೆ ತೆರಳಿ ಕಾಗದಪತ್ರಗಳನ್ನು ನೋಂದಾಯಿಸತೊಡಗಿದರು. ಮೊದಲು ಅವೆಲ್ಲ ಅಗತ್ಯವಿರಲಿಲ್ಲ. ಸಂಶಯಗ್ರಸ್ತರಾದ ಜನರು ಮತ್ತೊಮ್ಮೆ ಗವರ್ನರ್ ಅವರ ಹೇಳಿಕೆಯನ್ನು ಆಲಿಸಿದರು.

ಐತಿಹ್ಯದ ಪ್ರಕಾರ ನೇಣುಗಂಬವನ್ನು ಎಂದಿಗೂ ಉಪಯೋಗಿಸುವ ಅವಕಾಶವೇ ಒದಗಲಿಲ್ಲವಂತೆ. ಆದರೆ ಎಲ್ಲವನ್ನೂ ಬದಲಾಯಿಸಲು ಅದರ ಪ್ರಸ್ತುತಿಯೇ ಸಾಕಾಗಿತ್ತಂತೆ.

ಪ್ರಖ್ಯಾತ ಆಸ್ಟ್ರಿಯನ್ ಮನಃಶಾಸ್ತ್ರಜ್ಞ ವಿಕ್ಟರ್ ಫ್ರಾಂಕಲ್ ನಾಜ಼ಿ ಕಾಂನ್ಸೆಂಟ್ರೇಶನ್ ಕ್ಯಾಂಪ್‌ನ ಅನುಭವಗಳ ಕುರಿತು ಬರೆಯುತ್ತಾರೆ: ಎಲ್ಲಾ ಮಾನಸಿಕ ಹಿಂಸೆಗಳ ನಡುವೆ, ಓರ್ವ ಸಹಚರ ಖೈದಿ ವಿಕ್ಟರ್‌ನಲ್ಲಿ ಪಿಸುಗುಟ್ಟಿದನಂತೆ: " 'ನಮ್ಮನ್ನು ಈ ಸ್ಥಿತಿಯಲ್ಲಿ ನಮ್ಮ ಪತ್ನಿಯರು ಕಂಡಿದ್ದರೆ!'... ನಾವು ಮೈಲುಗಟ್ಟಲೆ ಎದ್ದುಬಿದ್ದು ನಡೆಯುತ್ತ, ಮಂಜುಗಡ್ಡೆಯ ಹಾದಿಯಲ್ಲಿ ಜಾರುತ್ತ, ಪದೇ ಪದೇ ಸಹಖೈದಿಗಳ ಹೆಗಲುಗಳನ್ನು ಆಸರೆಗಾಗಿ ಹಿಡಿದುಕೊಳ್ಳುತ್ತ, ಕಾಲೆಳೆದುಕೊಂಡು ಸಾಗುತ್ತಿದ್ದರೆ ಯಾರೂ ಏನನ್ನೂ ಮಾತಾಡುತ್ತಿರಲಿಲ್ಲ, ಆದರೆ ನಮ್ಮಲ್ಲಿ ಪ್ರತಿಯೊಬ್ಬರೂ ಪರಸ್ಪರರಿಗೆ ಗೊತ್ತಿರುವ ಹಾಗೆ ತಮ್ಮ ಪತ್ನಿಯರ ಬಗ್ಗೆಯೇ ಯೋಚಿಸುತ್ತಿದ್ದರು ಎಂಬುದರಲ್ಲಿ ಸಂದೇಹವಿರಲಿಲ್ಲ...

"ಆಮೇಲೆ ನಾನು ಮಾನವನ ಕವಿತೆಗಳನ್ನು ಮತ್ತು ಯೋಚನೆಗಳನ್ನು ಅರ್ಥಮಾಡಿಕೊಳ್ಳಲು ಸಾಧ್ಯವಾಯಿತು: *ಮಾನವನ ವಿಮೋಚನೆ ಇರುವುದೇ ಪ್ರೀತಿಯಲ್ಲಿ ಮತ್ತು ಪ್ರೀತಿಯೊಂದರಲ್ಲೇ.* ಈ ಜಗತ್ತಿನಲ್ಲಿ ಬೇರೆ ಏನನ್ನೂ ಬಿಟ್ಟಿರದೇ ಹೋಗಿದ್ದರೂ ಆತನಿಗೆ ಆನಂದ ಸಿಗುವುದು ತನ್ನ ಪ್ರೀತಿ ಪಾತ್ರರಿಂದ ಮಾತ್ರವೇ. ಅದು ಕ್ಷಣ ಮಾತ್ರವೇ ಯಾಕಿರಬಾರದು? ಅತೀವ ಹತಾಶ ಪರಿಸ್ಥಿತಿಯಲ್ಲೂ ಮನುಷ್ಯ ಸಕಾರಾತ್ಮಕವಾಗಿರಲು ಅಶಕ್ತನಾದಾಗಲೂ–ಗೌರವಾನ್ವಿತ ನೆಲೆಯಲ್ಲಿ– ಪ್ರೀತಿಯ ನೆನಪಿನಲ್ಲಿ ಆತ ತನ್ನ ಪ್ರೀತಿಪಾತ್ರಳಾದವಳ ರೂಪವನ್ನು ತನ್ನೊಂದಿಗೆ ಒಯ್ಯುತ್ತ ಕೃತಕೃತ್ಯತೆಯನ್ನು ಪೂರೈಸಿಕೊಳ್ಳುತ್ತಾನೆ...

"ನನ್ನ ಪತ್ನಿ ಇನ್ನೂ ಜೀವಂತವಾಗಿದ್ದಾಳೋ ಎಂಬ ಮಾಹಿತಿ ನನಗಿರಲಿಲ್ಲ ಮತ್ತು ಅದನ್ನು ತಿಳಿಯಲೂ ಸಾಧ್ಯವಿರಲಿಲ್ಲ... ಆದರೆ ಆ ಕ್ಷಣದಲ್ಲಿ ಅದು ಕೊನೆಗೊಂಡಿತು. ಅದನ್ನು ತಿಳಿಯಬೇಕಾಗಿರಲಿಲ್ಲ ನನಗೆ; ನನ್ನ ಪ್ರೀತಿಯ ಶಕ್ತಿಯನ್ನು, ನನ್ನ ಯೋಚನೆಯನ್ನು ಮತ್ತು ನಾನು ಪ್ರೀತಿಸಿದವಳ ಬಿಂಬವನ್ನು ಯಾವುದೂ ಸ್ಪರ್ಶಿಸುವ ಹಾಗಿರಲಿಲ್ಲ. ಆ ವೇಳೆಗೆ ನನ್ನ ಪತ್ನಿ ಸತ್ತಿದ್ದಾಳೆ ಎಂದು ತಿಳಿದಿದ್ದರೆ ಕೂಡಾ ನಾನು ನನ್ನನ್ನೇ ಕೊಡಬಲ್ಲವನಾಗಿದ್ದೆ, ಅದು ತಿಳುವಳಿಕೆಗೆ ಹೊರತಾಗಿತ್ತು. ಆ ಮೂರ್ತಿಯ ನೆನಪು, ಅವಳೊಂದಿಗೆ ನಡೆಸಿದ ಸಂಭಾಷಣೆಗಳು ಎಲ್ಲವೂ ಬಹಳ ಸ್ಪಷ್ಟವಾಗಿಯೇ ನನ್ನೊಳಗಿದ್ದವು. ಅದರಿಂದ ನನಗೆ ಪೂರ್ತಿ ತೃಪ್ತಿಯೂ ಇದ್ದಂತಿತ್ತು. 'ನೀನು ನನ್ನನ್ನೊಂದು ಮುದ್ರೆಯ ಹಾಗೆ ನಿನ್ನ ಹೃದಯದ ಮೇಲೆ ಅಚ್ಚೊತ್ತಿಕೋ, ಪ್ರೀತಿ ಸಾವಿನಷ್ಟೇ ಸಶಕ್ತವಾಗಿರುತ್ತದೆ.' "

ಪೌಲೋ ಕೊಯೆಲೋ

ಗುರುಗಳು ಹೇಳುತ್ತಾರೆ:

ಇಂದಿನಿಂದ– ಪ್ರಾಯಶಃ ಮುಂದಿನ ನೂರು ವರ್ಷಗಳ ಪರ್ಯಂತ– ವಿಶ್ವ ಪೂರ್ವಾಗ್ರಹ ಕಲ್ಪನೆಯಿಂದ ಪೀಡಿತ ಮಂದಿಯನ್ನು ಬಹಿಷ್ಕರಿಸುತ್ತದೆ.

ಭೂಮಿಯ ಶಕ್ತಿ ಪರಿಷ್ಕರಿಸಬೇಕಿದೆ. ಹೊಸ ಪರಿಕಲ್ಪನೆಗಳಿಗೆ ಸಾಕಷ್ಟು ಸ್ಥಳಾವಕಾಶ ಬೇಕಿದೆ. ಶರೀರ ಮತ್ತು ಆತ್ಮಕ್ಕೆ ಹೊಸ ಪಂಥಾಹ್ವಾನಗಳ ಅವಶ್ಯಕತೆ ಇದೆ. ಭವಿಷ್ಯ ನಮ್ಮ ಬಾಗಿಲನ್ನು ಬಡಿಯುತ್ತಿದೆ, ಎಲ್ಲಾ ಕಲ್ಪನೆಗಳನ್ನು ಹೊತ್ತುಕೊಂಡು– ಅಪ್ಪಟ ಪೂರ್ವಾಗ್ರಹಗಳನ್ನೂ ಸೇರಿಸಿ– ಅವನ್ನು ಒಳಕ್ಕೆ ಸ್ವೀಕರಿಸಲಾಗುವುದು.

ಪ್ರಮುಖವಾದುವುಗಳೆಲ್ಲ ಉಳಿಯುತ್ತವೆ, ಅನುಪಯುಕ್ತವಾದವುಗಳು ಅಳಿಸಿಹೋಗುತ್ತವೆ. ಆದರೆ ನಮ್ಮಲ್ಲಿ ಪ್ರತಿಯೊಬ್ಬರೂ ನಮ್ಮ ನಮ್ಮ ಯಶಸ್ಸನ್ನು ಪರಿಶೀಲಿಸಬೇಕು, ನಮ್ಮೊಂದಿಗಿರುವ ಮಂದಿಯ ಕನಸುಗಳನ್ನಲ್ಲ.

ನಮ್ಮ ಹಾದಿಯ ಮೇಲೆ ವಿಶ್ವಾಸವಿಟ್ಟುಕೊಳ್ಳಲು ಇನ್ನೊಬ್ಬರ ಹಾದಿ ತಪ್ಪಾಗಿದೆ ಎಂದು ಸಾಧಿಸಬೇಕಿಲ್ಲ. ಯಾರಾದರೂ ಹಾಗೇನಾದರೂ ಸಾಧಿಸಲು ಯತ್ನಿಸಿದರೆ ಆತನಿಗೆ ತನ್ನ ಹೆಜ್ಜೆಗಳಲ್ಲಷ್ಟೇ ಭರವಸೆ ಎಂಬುದು ಸ್ಪಷ್ಟವಾಗುತ್ತದೆ.

ಬದುಕು ಒಂದು ಸುದೀರ್ಘ ಸೈಕಲ್ ಓಟವಿದ್ದಂತೆ. ಅದರ ಗುರಿ ವೈಯಕ್ತಿಕ ಐತಿಹ್ಯವನ್ನು ಈಡೇರಿಸುವುದಾಗಿರುತ್ತದೆ.

ಪ್ರಾರಂಭದಲ್ಲಿ ನಾವೆಲ್ಲಾ ಜೊತೆಗಿರುತ್ತೇವೆ, ಪರಸ್ಪರ ಸ್ನೇಹವನ್ನು ಹಂಚಿಕೊಳ್ಳುತ್ತ, ಉತ್ಸಾಹಭರಿತರಾಗಿ. ಓಟ ಮುಂದುವರಿದ ಹಾಗೆ ಪ್ರಾರಂಭದ ಉತ್ಸಾಹ ಕುಂಠಿತವಾಗುತ್ತ ಆ ಜಾಗದಲ್ಲಿ ಸುಸ್ತು, ಬೇಸರ, ಸ್ವಯಂ-ಶಂಕೆಗಳು ಸೇರಿಕೊಳ್ಳುತ್ತವೆ. ನಮ್ಮಲ್ಲಿ ಕೆಲವರು ಓಟವನ್ನು ಮುಗಿಸಿರುವುದನ್ನು ಕಾಣುತ್ತೇವೆ. ಅವರು ಸೈಕಲ್ ತುಳಿಯುತ್ತಲೇ ಇರುತ್ತಾರೆ, ಯಾಕೆಂದರೆ ಅವರಿಗೆ ರಸ್ತೆಯಲ್ಲಿ ಓಟದ ಮಧ್ಯೆ ಬಿಟ್ಟುಹೋಗಲು ಸಾಧ್ಯವಾಗುವುದಿಲ್ಲ. ಬಹುತೇಕರು ಪಕ್ಕದಲ್ಲಿ ಸಾಗುವ ಬೆಂಬಲಿತ ವಾಹನಗಳನ್ನು ಅವಲಂಬಿಸಿರುತ್ತಾರೆ, ಪರಸ್ಪರ ಮಾತುಕತೆಯಾಡುತ್ತ, ಮತ್ತು ಸುಮ್ಮನೆ ಸಾಗಾಟದಲ್ಲಿ ಭಾಗಿಯಾಗುತ್ತ.

ಅವರ ಗೋಚರವೂ ನಮ್ಮಿಂದ ನೀಗುತ್ತದೆ, ಏಕಾಂತ ನಮ್ಮನ್ನು ಕಾಡುತ್ತ ನಾವು ಅದಕ್ಕೆ ಒಗ್ಗಿಕೊಳ್ಳಬೇಕಾಗುತ್ತದೆ. ಮುಂದೆ ನಮಗೆ ಅಚ್ಚರಿ ಹುಟ್ಟಿಸುವ ಅಪರಿಚಿತ ತಿರುವುಗಳು ಎದುರಾಗುತ್ತವೆ, ಅಂತಹ ಸಮಸ್ಯೆಗಳನ್ನು ನಮ್ಮ ಸೈಕಲ್ ಜೊತೆಗೆ ಹಂಚಿಕೊಳ್ಳಲು ಸಾಧ್ಯವೇ?

ಈ ಶ್ರಮವೆಲ್ಲವೂ ಸಾರ್ಥಕವೇ ಎಂಬುದರಲ್ಲಿ ಎಲ್ಲವೂ ಪರ್ಯಾವಸಾನ-ವಾಗುತ್ತವೆ.

ಹೌದು ನಿಜವೇ. ಸುಮ್ಮನೆ ಓಟವನ್ನು ಬಿಟ್ಟುಬಿಡುವುದು ಸಲ್ಲ.

ಪೌಲೋ ಕೊಯೆಲೋ

ಗುರುಗಳು ಮತ್ತು ಶಿಷ್ಯ ಅರೇಬಿಯಾದ ಮರುಭೂಮಿಯಲ್ಲಿ ಪ್ರಯಾಣದಲ್ಲಿದ್ದರು. ಗುರುಗಳು ತಮ್ಮ ಪ್ರಯಾಣದ ಪ್ರತಿಕ್ಷಣವನ್ನೂ ತಮ್ಮ ಶಿಷ್ಯನಿಗೆ ನಂಬಿಕೆಯ ಕುರಿತಂತೆ ತಿಳಿಹೇಳಲು ಪ್ರಯತ್ನಿಸುತ್ತಿದ್ದರು.

"ಎಲ್ಲವನ್ನೂ ಆ ಭಗವಂತನಿಗೇ ಬಿಟ್ಟುಬಿಡು, ಅವನು ಎಂದಿಗೂ ನಮ್ಮ ಕೈಬಿಡುವುದಿಲ್ಲ," ಅವರು ಹೇಳುತ್ತಿದ್ದರು.

ರಾತ್ರಿಯ ಸಮಯ. ಅವರು ಕ್ಯಾಂಪ್‌ನ್ನು ಸಜ್ಜುಗೊಳಿಸಿದಾಗ ಗುರುಗಳು ಕುದುರೆಗಳನ್ನು ಸನಿಹದ ಬಂಡೆಗಲ್ಲಿಗೆ ಕೊಂಡುಹೋಗಿ ಕಟ್ಟಲು ಹೇಳಿದರು. ಶಿಷ್ಯ ಬಂಡೆಗಲ್ಲಿನ ಕಡೆಗೆ ಹೋದ. ಆಗ ಆತನಿಗೆ ಗುರುಗಳ ಉಪದೇಶ ನೆನಪಿಗೆ ಬಂತು. "ಅವರು ನನ್ನನ್ನು ಪರೀಕ್ಷಿಸುತ್ತಿರಬಹುದು," ಎಂದು ಯೋಚಿಸಿದ. "ನಾನು ಕುದುರೆಗಳನ್ನು ದೇವರಿಗೆ ಒಪ್ಪಿಸುವುದೇ ಲೇಸು," ಎಂದು ಅವನು ಕುದುರೆಗಳನ್ನು ಕಟ್ಟಿ ಹಾಕದೆ ಹಾಗೆಯೇ ಬಿಟ್ಟುಬಿಟ್ಟ.

ಬೆಳಗ್ಗಿನ ಹೊತ್ತು ನೋಡಿದರೆ ಕುದುರೆಗಳು ಓಡಿಹೋಗಿದ್ದವು. ಸಿಟ್ಟಿಗೆದ್ದ ಗುರುಗಳಿಗೆ,

"ನಿಮಗೆ ದೇವರ ಬಗ್ಗೆ ಕಿಂಚಿತ್ತೂ ಅರಿವಿಲ್ಲ," ಎಂದನಾತ. "ನಾನು ನಿಮ್ಮ ಮಾತಿನಂತೆ ಕುದುರೆಗಳನ್ನು ದೇವರ ವಶಕ್ಕೆ ಒಪ್ಪಿಸಿದ್ದೆ, ಆದರೆ ಅವು ಓಡಿಹೋಗಿವೆ."

"ದೇವರು ಕುದುರೆಗಳನ್ನು ನೋಡಿಕೊಳ್ಳಬೇಕೆಂದಿದ್ದರು," ಗುರುಗಳು ಅಂದರು, "ಆದರೆ ಹಾಗೆ ಮಾಡುವುದಕ್ಕೆ ಬಂಡೆಗಲ್ಲಿಗೆ ಅದನ್ನು ಕಟ್ಟಿ ಹಾಕಲು ನಿನ್ನೆರಡು ಕೈಗಳು ಬೇಕಿದ್ದವು."

“ಪ್ರಾಯಶಃ ಆ ಭಗವಂತ ಕೆಲವು ತನ್ನ ದೂತರನ್ನು ಭೂಮಿಗೆ ಕಳಿಸಿ ಬೆಂಕಿಯಿಂದ ಆತ್ಮಗಳನ್ನು ರಕ್ಷಿಸಬೇಕೆಂದಿರಬೇಕು,” ಜಾನ್ ಹೇಳಿದ. “ಎಲ್ಲವೂ ಕಳೆದು ಹೋಗಿಲ್ಲ, ಅಲ್ಲಿಯು ಕೂಡಾ.”

ಈ ಕಲ್ಪನೆ ಯಾತ್ರಿಕನಿಗೆ ದಂಗುಬಡಿಯುವಂತೆ ಮಾಡಿತು. ಲಾಸ್ ಏಂಜಲಿಸ್‌ನಲ್ಲಿ ಜಾನ್ ಫೈರ್ ಮ್ಯಾನ್ ಆಗಿದ್ದ ಮತ್ತು ಇಂದು ಆತನ ಬಿಡುವಿನ ದಿನವಾಗಿತ್ತು.

“ನೀನ್ಯಾತಕ್ಕೆ ಹಾಗೆ ಹೇಳಿದೆ?” ಯಾತ್ರಿಕ ಕೇಳುತ್ತಾನೆ.

“ಬೆಂಕಿ ಯಾವ ರೀತಿಯಲ್ಲಿರುತ್ತದೆ ಎಂಬುದು ನನಗೆ ಚೆನ್ನಾಗಿ ಗೊತ್ತು. ನಾನು ಅದನ್ನು ಈ ಭೂಮಿಯ ಮೇಲೆ ಅನುಭವಿಸಿದ್ದೆ. ಉರಿಯುತ್ತಿರುವ ಕಟ್ಟಡಗಳಿಗೆ ನಾನು ಹೋಗಿದ್ದೆ, ಅಲ್ಲಿಂದ ಪಾರಾಗಲು ಹತಾಶ ಜನರು ಕೂಗಿಕೊಳ್ಳುವುದನ್ನೂ ಕಂಡಿದ್ದೇನೆ. ಮತ್ತು ಸಾಮಾನ್ಯವಾಗಿ ಅವರನ್ನು ರಕ್ಷಿಸಲು ನಾನೇ ಸ್ವತಃ ಜೀವದ ಹಂಗುತೊರೆದು ಅಲ್ಲಿಗೆ ಹೋಗಿದ್ದೆ. ಇಡೀ ವಿಶ್ವದಲ್ಲಿ ನಾನೊಬ್ಬ ಚಿಕ್ಕ ಅಂಶವಷ್ಟೇ. ಬೆಂಕಿ ಅನಾಹುತಗಳಲ್ಲಿ ನಾನು ಹೀರೋನ ಹಾಗೆ ವರ್ತಿಸುತ್ತಿದ್ದೆ. ನಾನು ಅಷ್ಟೊಂದು– ನಾನೊಂದು ಶೂನ್ಯ– ಮಾಡಬಲ್ಲೆನಾದರೆ, ಜೀಸಸ್ ಏನನ್ನೆಲ್ಲಾ ಮಾಡಲು ಸಾಧ್ಯ! ಅವನ ಕೆಲವು ದೂತರು ಇದೀಗ ನರಕದಲ್ಲಿದ್ದು ಆತ್ಮಗಳನ್ನು ರಕ್ಷಿಸುತ್ತಿದ್ದಾರೆ.”

ಗುರುಗಳು ಹೇಳುತ್ತಾರೆ:

ಪ್ರಾಚೀನ ಸಂಸ್ಕೃತಿಯ ಜನಾಂಗಗಳಲ್ಲಿ ಸತ್ತವರನ್ನು ಕೆಳಮುಖವಾಗಿ ಹೂಳುವ ಸಂಪ್ರದಾಯವಿತ್ತು. "ಅವರು ಇನ್ನೊಂದು ಜನ್ಮವನ್ನು ಪಡೆಯುವಾಗ, ಅದೇ ಸ್ಥಿತಿಯಲ್ಲಿ ಮತ್ತೆ ಜಗತ್ತಿಗೆ ಬರುತ್ತಾರೆ ಎಂಬುದು ನಂಬಿಕೆ." ಆ ಸಂಸ್ಕೃತಿಗಳಿಗೆ– ಪರಿವರ್ತನೆಯ ಪವಾಡದೊಂದಿಗೆ ನಿರಂತರ ಸಂಪರ್ಕದಲ್ಲಿ ಇರುವುದರಿಂದ– ವಿಶ್ವದ ದೀರ್ಘ ಹಾದಿಯಲ್ಲಿ ಸಾವು ಕೇವಲ ಮತ್ತೊಂದು ಹೆಜ್ಜೆ ಅಷ್ಟೇ.

ಸಾವಿನ ಬಗೆಗಿರುವ ಅಂತಹ ಸೂಕ್ಷ್ಮ ನೋಟವನ್ನು ಜಗತ್ತು ಕ್ರಮೇಣ ಕಳೆದುಕೊಂಡಿತು. ಆದರೆ ಅದೇನೇ ಇರಲಿ ಅದ್ಯಾವುದೂ ಮುಖ್ಯವಲ್ಲ, ನಾವೇನು ಯೋಚಿಸುತ್ತೇವೆಯೋ ಅದೇ ಮುಖ್ಯ: ನಾವೆಲ್ಲ ಒಂದಲ್ಲ ಒಂದು ದಿನ ಸಾವನ್ನಪ್ಪುವವರೇ.

ಅದಕ್ಕೆ ಹಳೆಯ ಇಂಡಿಯನ್ ಯಾಕ್ಕಿಯ ನಿಲುವನ್ನು ಹೊಂದುವುದು ಯೋಗ್ಯವೆಂದು ಅನ್ನಿಸುತ್ತಿದೆ: ಸಾವನ್ನು ಒಬ್ಬ ಸಲಹೆಗಾರನಂತೆ ಉಪಯೋಗಿಸಿಕೊಳ್ಳಿ ಮತ್ತು ಸದಾಕಾಲ ಕೇಳುತ್ತಿರಿ, "ನಾನು ಸಾಯುವುದು ಖಂಡಿತವಿರುವಾಗ, ಈಗ ನಾನೇನು ಮಾಡಬೇಕು?"

ಬದುಕು ಸಲಹೆಯನ್ನು ಕೇಳುವುದಕ್ಕಾಗಲೀ ಪಡೆಯುವುದಕ್ಕಾಗಲೀ ಇರುವಂಥದ್ದಲ್ಲ. ನಮಗೆ ಸಹಾಯ ಬೇಕಿದ್ದರೆ, ಇತರರು ಹೇಗೆ ತಮ್ಮ ಸಮಸ್ಯೆಗಳನ್ನು ಪರಿಹರಿಸಲು ಯಶಸ್ವಿಯಾಗುತ್ತಾರೆ ಅಥವಾ ಸೋಲುತ್ತಾರೆ ಎಂಬುದನ್ನು ಕಂಡುಕೊಂಡರೆ ಸಾಕು.

ನಮ್ಮ ದೇವದೂತ ಸರ್ವಥಾ ಹಾಜರಿರುತ್ತಾನೆ ಮತ್ತು ಯಾರದೋ ಮೂಲಕ ನಮಗೆ ಉತ್ತರವನ್ನು ನೀಡುತ್ತಿರುತ್ತಾನೆ ಮತ್ತು ಆ ಉತ್ತರ ಅಯಾಚಿತವಾಗಿ ಬಂದಿರುತ್ತದೆ. ನಾವೆಷ್ಟು ವ್ಯಸ್ತರಿದ್ದೇವೆಂದರೆ, ನಮ್ಮದೇ ಬದುಕಿನಲ್ಲಿ ಸಂಭವಿಸುವ ಪವಾಡಗಳನ್ನು ಅರಿಯಲು ಅಶಕ್ತರಿರುತ್ತೇವೆ.

ನಮ್ಮ ದೇವದೂತ ಅವನದೇ ವಿಧಾನದಲ್ಲಿ ವ್ಯಕ್ತವಾಗಿ ನಮ್ಮೊಂದಿಗೆ ಮಾತಾಡಲಿ–ಅವನಿಗೆ ಬೇಕೆಂದಾಗ.

ಗುರುಗಳು ಹೇಳುತ್ತಾರೆ:

ಸಲಹೆ ಬದುಕಿನ ಸಿದ್ಧಾಂತವಾಗಿರುತ್ತದೆ. ಆದರೆ ಅಭ್ಯಾಸ ತೀರಾ ವ್ಯತ್ಯಸ್ಥವಾಗಿ ಸಾಗುತ್ತದೆ.

ಒಂದು ದಿನ ರಿಯೋ ಡಿ ಜನ್ಯೆರೋದ ಒಬ್ಬ ಚರಿಸ್ಮೇಟಿಕ್ ರಿನ್ಯೂವಲ್ ಚರ್ಚ್‌ನ ಪುರೋಹಿತರು ಬಸ್‌ನಲ್ಲಿ ಪಯಣಿಸುತ್ತಿದ್ದಾಗ ಒಂದು ಧ್ವನಿ ಕೇಳಿಸಿತು. ಈಗಲೇ ಈ ಕ್ಷಣವೇ ಎದ್ದು ನಿಂತು ಕ್ರಿಸ್ತನ ಮಾತುಗಳನ್ನು ಉಪದೇಶಿಸಬೇಕೆಂದಿತು ಆ ಧ್ವನಿ. ಆ ಧ್ವನಿಗೆ ಉತ್ತರವಾಗಿ ಆತ ಹೇಳಿದರು:

"ಅವರು ಇದನ್ನು ವಿಚಿತ್ರವಾಗಿ ತಿಳಿದುಕೊಳ್ಳುತ್ತಾರೆ. ಪ್ರವಚನಕ್ಕೆ ಇದು ಹೇಳಿಸಿದ ಜಾಗವಲ್ಲ."

ಆದರೆ ಅದೇನೋ ಆತನ ಒಳಮನಸ್ಸು ತುಡಿಯುತ್ತಿತ್ತು ಮತ್ತು ಮಾತಾಡುವಂತೆ ಎಚ್ಚರಿಸಿತು.

"ನೋಡು ನನಗೆ ನಿಜಕ್ಕೂ ಮುಜುಗರವೆನಿಸುತ್ತಿದೆ. ನನಗೆ ಅದನ್ನು ಮಾಡುವಂತೆ ಬಲವಂತಪಡಿಸಬೇಡ," ಆತ ಪ್ರಾರ್ಥಿಸಿದ.

ಒಳಗಿನ ಧ್ವನಿ ಒತ್ತಾಯಪಡಿಸಿತು.

ಆಗ ಆತನಿಗೆ ಅಂದೊಮ್ಮೆ ನೀಡಿದ ಮಾತಿನ ನೆನಪಾಯಿತು: ಕ್ರಿಸ್ತ ಏನೇ ಹೇಳಿದರೂ ಸ್ವೀಕರಿಸಬೇಕು. ಎದ್ದು ನಿಲ್ಲುವುದು–ತುಂಬಾ ಮುಜುಗರಪಡುವ ಸಂಗತಿ– ಆತ ಗೋಸ್ಪೆಲ್ ಕುರಿತಂತೆ ಮಾತಾಡಿದರು. ಮಿಕ್ಕ ಪ್ರಯಾಣಿಕರು ನಿಶ್ಶಬ್ದವಾಗಿ ಆಲಿಸಿ ತಲೆದೂಗಿದರು. ಆತ ಪ್ರತಿಯೊಬ್ಬ ವ್ಯಕ್ತಿಯನ್ನೂ ನಿರುಕಿಸಿ ನೋಡಿದರು. ಯಾವೊಬ್ಬನೂ ದೃಷ್ಟಿ ಕದಲಿಸದೆ ಆಲಿಸುತ್ತಿದ್ದ. ತನ್ನ ಹೃದಯದಲ್ಲಿ ಮೂಡಿದ ಎಲ್ಲವನ್ನೂ ಆತ ಹೊರಗೆ ಬಿಚ್ಚಿಟ್ಟರು, ನಂತರ ಪ್ರವಚನ ಮುಗಿಸಿ ಕುಳಿತುಕೊಂಡರು.

ಆ ಕ್ಷಣದಲ್ಲಿ ತಾನು ಅದೇನು ಕಲಾಪವನ್ನು ಪೂರ್ತಿಗೊಳಿಸಿದೆನೋ ಎನ್ನುವ ಪ್ರಜ್ಞೆ ಅವರಿಗಿರಲಿಲ್ಲ. ಆದರೆ ತಾನೊಂದು ಮಹತ್ವದ ಕಾರ್ಯವನ್ನು ಪೂರ್ತಿಗೊಳಿಸಿದ ಆತ್ಮತೃಪ್ತಿ ಆತನಲ್ಲಿತ್ತು.

ಓರ್ವ ಆಫ್ರಿಕನ್ ಮಾಟಗಾರ ವೈದ್ಯ ತನ್ನ ಹಿಂಬಾಲಕನ ಜೊತೆಗೆ ಕಾಡಿನಲ್ಲಿ ಸಂಚರಿಸುತ್ತಿದ್ದ. ಆತನಿಗೆ ವಯಸ್ಸಾಗಿದ್ದರೂ ನೆಟ್ಟಗೆ ಸರಿದಾರಿಯಲ್ಲಿ ನಡೆಯುತ್ತಿದ್ದರೂ ಹಿಂಬಾಲಕ ಕುಂಟುತ್ತ, ವಾಲುತ್ತ ಸಾಗುತ್ತಿದ್ದ. ಹಿಂಬಾಲಕ ಕೆಲವೊಮ್ಮೆ ಶಾಪ ಹಾಕುತ್ತ, ಎದ್ದುಬಿದ್ದು ನಿಲ್ಲುತ್ತ, ಉಗುಳುತ್ತ ತನ್ನ ಗುರುಗಳನ್ನು ಹಿಂಬಾಲಿಸಿ ಸಾಗಿದ.

ಬಹಳ ದೂರ ಪಯಣಿಸಿದ ಬಳಿಕ ಅವರೊಂದು ಪವಿತ್ರ ಜಾಗವನ್ನು ತಲುಪಿದರು. ಅಲ್ಲಿಯೂ ನಿಲ್ಲದೆ, ಮಾಟಗಾರ ವೈದ್ಯ ತಕ್ಷಣ ಸುತ್ತಲೂ ಒಮ್ಮೆ ತಿರುಗಿ ನೋಡಿ ಮತ್ತೆ ನಡೆಯಲು ಶುರು ಮಾಡಿದ.

"ನೀವು ಇಂದು ನನಗೆ ಏನನ್ನೂ ಕಲಿಸಿಲ್ಲ," ಮತ್ತೊಮ್ಮೆ ಹಿಂಬಾಲಕ ಎದ್ದುಬಿದ್ದಾಗ ಅರಚಿದ.

"ನಾನಲ್ಲ, ಆದರೆ ನೀನು ಕಲಿಯಲು ವಿಫಲನಾಗಿದ್ದಿ ಎಂದು ನನಗನಿಸುತ್ತಿದೆ," ಮಾಟಗಾರ ವೈದ್ಯ ಹೇಳಿದ. ಬದುಕಿನಲ್ಲಿ ತಪ್ಪುಗಳನ್ನು ಹೇಗೆ ನಿಭಾಯಿಸಬೇಕೆಂದು ಕಲಿಸಲು ಯತ್ನಿಸುತ್ತಿದ್ದೆ."

"ಅವನ್ನು ನಾನು ಹೇಗೆ ನಿಭಾಯಿಸಬೇಕು?"

"ನೀನು ಪ್ರತಿಸಲ ಬಿದ್ದಾಗ ಹೇಗೋ ಹಾಗೆ," ಗುರು ಹೇಳಿದ. "ಎಲ್ಲಿ ನೀನು ಬಿದ್ದೆಯೋ ಆ ಜಾಗವನ್ನು ಶಪಿಸುವ ಬದಲು ನೀನು ಹಾಗೆ ಬೀಳಲು ಏನು ಕಾರಣವಾಯಿತು ಎಂಬುದನ್ನು ನೀನು ತಿಳಿಯಲು ಪ್ರಯತ್ನಿಸಬೇಕಿತ್ತು."

ಒಂದು ಸಂಜೆ ಫಾದರ್ ಅಬ್ಬೋಟ್ ಸ್ಕೆಟಿಸ್ ಮೊನಾಸ್ಟ್ರಿಯನ್ನು ಸಂದರ್ಶಿಸುತ್ತಾರೆ, ಆಗ ಒಬ್ಬ ಸನ್ಯಾಸಿ ಅವರನ್ನು ಕಾಣಲು ಬಂದ.

"ನನ್ನ ಆಧ್ಯಾತ್ಮಿಕ ಗುರುಗಳು ನನಗೆ ಮಾರ್ಗದರ್ಶನ ನೀಡಲು ವಿಫಲರಾಗಿದ್ದಾರೆ," ಸನ್ಯಾಸಿ ಹೇಳಿದ. "ಅವರನ್ನು ನಾನು ಬಿಟ್ಟುಬಿಡಲೇ?"

ಫಾದರ್ ಅಬ್ಬೋಟ್ ಮರುನುಡಿಯಲಿಲ್ಲ, ಮತ್ತು ಸನ್ಯಾಸಿ ಮರುಭೂಮಿಯತ್ತ ಸಾಗಿದ. ಒಂದು ವಾರದ ಬಳಿಕ ಆತ ಮತ್ತೆ ಫಾದರ್‌ನ್ನು ಭೇಟಿಯಾದ.

"ನನ್ನ ಆಧ್ಯಾತ್ಮಿಕ ಗುರುಗಳು ನನಗೆ ಮಾರ್ಗದರ್ಶನ ನೀಡಲು ವಿಫಲರಾಗಿದ್ದಾರೆ," ಆತ ಪುನರುಚ್ಚರಿಸಿದ. "ನಾನು ಅವರನ್ನು ಬಿಟ್ಟುಬಿಡಲು ನಿರ್ಧರಿಸಿದ್ದೇನೆ."

"ಅವು ಬುದ್ಧಿವಂತಿಕೆಯ ಮಾತುಗಳು," ಫಾದರ್ ಹೇಳಿದರು. "ಒಮ್ಮೆ ತನ್ನ ಆತ್ಮತೃಪ್ತಿಯನ್ನು ಸೂಚಿಸದಿದ್ದರೆ, ಅವನು ಸಲಹೆಯನ್ನು ಕೇಳುವ ಅಗತ್ಯವಿಲ್ಲ. ಆತ ತನ್ನ ಬದುಕಿನ ಪಯಣವನ್ನು ತನ್ನ ನಿರ್ಧಾರಕ್ಕೆ ಅನುಸಾರವಾಗಿ ಮುಂದುವರಿಸುವುದೇ ಉಚಿತ."

ಒಬ್ಬ ಯುವತಿ ಯಾತ್ರಿಕನನ್ನು ಭೇಟಿಯಾಗಿ ಹೇಳುತ್ತಾಳೆ:

“ನನಗೆ ನಿಮ್ಮಲ್ಲಿ ಹೇಳುವುದೊಂದಿದೆ. ನನ್ನಲ್ಲಿ ಗುಣಪಡಿಸುವ ಶಕ್ತಿಯಿದೆ ಎಂದು ನಾನು ತಿಳಿದುಕೊಂಡಿದ್ದೆ, ಆದರೆ ಅದನ್ನು ಪ್ರಯೋಗಿಸಲು ತಕ್ಕ ಧೈರ್ಯ ನನಗಿರಲಿಲ್ಲ. ಒಂದು ದಿನ ನನ್ನ ಗಂಡನಿಗೆ ಅವನ ಎಡಗಾಲಿನಲ್ಲಿ ಅಸಾಧ್ಯ ನೋವು ಕಾಣಿಸಿಕೊಂಡಿತು. ಆಸುಪಾಸಿನಲ್ಲಿ ಯಾರೂ ಸಹಾಯಕ್ಕೆ ಇದ್ದಿರದ ಕಾರಣ ನಾನು ನಿರ್ಧರಿಸಿದೆ– ನನಗೆ ಅತೀವ ಮುಜುಗರವೆನಿಸಿತು ಹಾಗಾಗಿ– ನಾನು ನನ್ನ ಕೈಯನ್ನು ಆವನ ಕಾಲಿನ ಮೇಲಿರಿಸಿ ನೋವು ಹೊರಟು ಹೋಗುವಂತೆ ಪ್ರಾರ್ಥಿಸಿದೆ.

“ನನ್ನ ಗಂಡನಿಗೆ ನಿಜಕ್ಕೂ ಸಹಾಯವಾದೀತೆಂದೇ ನಾನು ನಂಬಿ ಹೀಗೆ ಮಾಡಿದ್ದೆ. ಆತ ಪ್ರಾರ್ಥಿಸುವುದನ್ನು ನಾನು ಕೇಳಿಸಿಕೊಂಡೆ, ‘ದೇವರೇ, ನನ್ನ ಪತ್ನಿ ನಿನ್ನ ಬೆಳಕು ಮತ್ತು ನಿನ್ನ ಶಕ್ತಿಯ ದೂತಳಾಗಿ ಪರಿಣಮಿಸಲಿ.’ ನನ್ನ ಕೈಗಳು ಬೆಚ್ಚಗಾಗತೊಡಗಿದವು. ಹಾಗೆಯೇ ಆತನ ನೋವು ತಕ್ಷಣ ವಾಸಿಯಾಯಿತು.

“ನಂತರ ನಾನು ನನ್ನ ಗಂಡನಿಗೆ ಕೇಳಿದೆ, ಹಾಗೆ ನೀವು ಪ್ರಾರ್ಥಿಸಲು ಕಾರಣವೇನಂತ. ನನ್ನಲ್ಲಿ ಆತ್ಮವಿಶ್ವಾಸವನ್ನು ಕುದುರಿಸಲು ಹಾಗೆ ಮಾಡಿದೆ ಎಂದು ಆತ ಹೇಳಿದ. ಈಗ ಆ ಮಾತುಗಳಿಗಾಗಿ ಕೃತಜ್ಞಳಿದ್ದೇನೆ, ಯಾಕೆಂದರೆ ನನ್ನಲ್ಲೀಗ ಗುಣಪಡಿಸುವ ಶಕ್ತಿ ಬಂದಿದೆ.”

ತತ್ವಶಾಸ್ತ್ರಜ್ಞ ಅರಿಸ್ಟಿಪಸ್, ಸಿರಾಕ್ಯೂಸ್‌ನ ದೇಶದ್ರೋಹಿ ಎನಿಸಿದ ಡೈನಿಸಿಯಸ್‌ನ ಪರವಾಗಿ ವಕಾಲತ್ತು ನಡೆಸುತ್ತಿದ್ದರು.

ಒಂದು ಸಂಜೆ ಡೈನಿಸಿಯಸ್ ಸ್ವಲ್ಪ ಅವರೆ ಬೀಜದ ಪದಾರ್ಥವನ್ನು ತಯಾರು ಮಾಡುತ್ತಿದ್ದರು. ಅದನ್ನು ಕಂಡು ಅರಿಸ್ಟಿಪಸ್ ಹೇಳಿದರು:

"ನೀವು ಡೈನಿಸಿಯಸ್‌ಗೆ ತಲೆಬಾಗಬೇಕಿದ್ದರೆ ಅವರೆ ಬೀಜಗಳನ್ನು ತಿನ್ನಬಾರದು."

"ನೀವು ನಿಮ್ಮ ಜೊತೆಯಲ್ಲೇ ಅವರೆ ಬೀಜಗಳನ್ನು ತಿನ್ನಲು ತಂದರೆ ಡೈನಿಸಿಯಸ್‌ಗೆ ತಲೆಬಾಗುವ ಪ್ರಮೇಯವಿರುವುದಿಲ್ಲ," ಉತ್ತರಿಸಿದರು ಡೈನಿಸಿಯಸ್.

ಗುರುಗಳು ಹೇಳುತ್ತಾರೆ:

ಪ್ರತಿಯೊಂದಕ್ಕೆ ಒಂದು ಬೆಲೆ ಇರುತ್ತದೆ ಎಂಬುದು ಸತ್ಯ, ಆದರೆ ಆ ಬೆಲೆ ಸಾಪೇಕ್ಷವಾಗಿರುತ್ತದೆ. ನಾವು ನಮ್ಮ ಕನಸುಗಳ ಬೆನ್ನು ಹತ್ತಿ ಸಾಗುವಾಗ, ಜನರು ಅಂದುಕೊಳ್ಳಬಹುದು, ಈತ ಬಡವ, ಅಸಂತುಷ್ಟ ಇತ್ಯಾದಿಯಾಗಿ. ಆದರೆ ಅನ್ಯರು ಏನು ತಿಳಿದುಕೊಳ್ಳುವರೋ ಅದು ನಗಣ್ಯ; ನಮ್ಮ ಹೃದಯದ ಸಂತೋಷವಷ್ಟೇ ಮುಖ್ಯವಾಗಿರುತ್ತದೆ.

ಟರ್ಕಿಯಲ್ಲಿ ವಾಸವಾಗಿದ್ದ ಒಬ್ಬಾತನಿಗೆ ಪರ್ಸಿಯಾದಲ್ಲೊಬ್ಬರು ಮಹಾ ಗುರುಗಳು ಇದ್ದಾರೆಂಬ ವಿಷಯ ತಿಳಿದುಬಂತು.

ಆತ ಯಾವುದೇ ಹಿಂಜರಿಕೆಯಿಲ್ಲದೆ ತನ್ನೆಲ್ಲ ಆಸ್ತಿಪಾಸ್ತಿಗಳನ್ನು ಮಾರಾಟ ಮಾಡಿದ. ಕುಟುಂಬಕ್ಕೆ ವಿದಾಯ ಹೇಳಿದ. ಜ್ಞಾನ ಪಿಪಾಸುವಾಗಿ ಜ್ಞಾನವನ್ನು ಅರಸುತ್ತ ಹೊರಟ.

ವರ್ಷಾನುಗಟ್ಟಲೆಯ ಪ್ರಯಾಣದ ಬಳಿಕ ಕೊನೆಗೂ ಮಹಾಗುರುವಿನ ವಾಸಸ್ಥಾನವನ್ನು ತಲುಪಿದ. ಭಯ ಮತ್ತು ಗೌರವದೊಂದಿಗೆ ಬಾಗಿಲನ್ನು ತಟ್ಟಿದ.

ಮಹಾಗುರುಗಳು ಬಾಗಿಲನ್ನು ತೆರೆದರು.

"ನಾನು ಬಹುದೂರದ ಟರ್ಕಿಯಿಂದ ಬಂದಿದ್ದೇನೆ," ವ್ಯಕ್ತಿ ನುಡಿದ. "ನನ್ನ ಪೂರ್ತಿ ಪ್ರಯಾಣ ಒಂದೇ ಒಂದು ಪ್ರಶ್ನೆಯನ್ನು ತಮ್ಮಲ್ಲಿ ಕೇಳುವುದಕ್ಕಾಗಿಯೇ ಇದ್ದಿತು."

ವಯಸ್ಸಾದ ಆ ಮುದುಕ ಅಚ್ಚರಿಯಿಂದ ನೋಡಿದ:

"ಸರಿ, ಒಂದೇ ಒಂದು ಪ್ರಶ್ನೆಯನ್ನು ಕೇಳು."

"ನಾನೇನು ಪ್ರಶ್ನೆಯನ್ನು ಕೇಳಬೇಕೋ ಅದು ಸ್ಪಷ್ಟವಿದೆ. ಅದನ್ನು ಟರ್ಕಿಶ್ ಭಾಷೆಯಲ್ಲಿ ಕೇಳಲೇ, ಅಥವಾ?"

"ಟರ್ಕಿಶ್‌ನಲ್ಲೇ ಕೇಳಬಹುದು," ಗುರುಗಳು ಅಂದರು, "ಮತ್ತು ನಾನೀಗ ನಿಮ್ಮ ಒಂದು ಪ್ರಶ್ನೆಯನ್ನು ಉತ್ತರಿಸಿದ್ದಾಗಿದೆ. ಇನ್ನೇನಾದರೂ ಪ್ರಶ್ನೆಗಳಿದ್ದಲ್ಲಿ ನಿಮ್ಮ ಹೃದಯವನ್ನು ಸಂಪರ್ಕಿಸಿ, ಅದು ನಿಮಗೆ ತಕ್ಕ ಉತ್ತರವನ್ನು ನೀಡುತ್ತದೆ."

ಇದರೊಂದಿಗೆ ಆತ ಬಾಗಿಲನ್ನು ಮುಚ್ಚಿದರು.

ಗುರುಗಳು ಹೇಳುತ್ತಾರೆ:

ಮಾತಿನಲ್ಲೇ ಶಕ್ತಿಯಿದೆ. ಮಾತು ಜಗತ್ತನ್ನೇ ಪರಿವರ್ತಿಸಬಹುದು, ಮಾನವ ಜನಾಂಗವನ್ನೂ.

ನಮಗೆಲ್ಲ ಹೇಳಿದ್ದಿದೆ: "ನಿಮ್ಮ ಬದುಕಿನ ಉತ್ತಮ ವಿಷಯಗಳನ್ನು ಹೇಳಿಕೊಳ್ಳುವುದು ಬೇಡ ಯಾಕೆಂದರೆ ಜನರ ಮತ್ಸರ ನಿಮ್ಮ ಸಂತೋಷವನ್ನು ಹಾಳುಮಾಡಬಹುದು."

ಎಂದಿಗೂ ಇಲ್ಲ; ಬದುಕಿನಲ್ಲಿ ಗೆದ್ದವರು ತಮ್ಮಲ್ಲಿ ನಡೆದ ಪವಾಡಗಳನ್ನು ಹೆಮ್ಮೆಯಿಂದ ಹೇಳಿಕೊಳ್ಳುವರು. ನೀವು ಸಕಾರಾತ್ಮಕ ಶಕ್ತಿಯನ್ನು ಗಾಳಿಗೆ ತೂರಿದರೆ, ಅದು ಹೆಚ್ಚೆಚ್ಚು ಸಕಾರಾತ್ಮಕ ಶಕ್ತಿಯನ್ನು ಆಕರ್ಷಿಸುತ್ತದೆ ಮತ್ತು ನಿಮ್ಮನ್ನು ನಿಜಕ್ಕೂ ಪ್ರೀತಿಸುವವರಿಗೆ ಇನ್ನಷ್ಟು ಸಂತಸವನ್ನು ತರಬಹುದು.

ಮತ್ಸರಪಡುವವರು, ಸೋತವರು, ನಿಮಗೆ ಹಾನಿಯನ್ನು ಉಂಟು ಮಾಡಬಹುದು, ನೀವು ಅದಕ್ಕೆ ಅವಕಾಶವಿತ್ತರೆ.

ಭಯಪಡಬೇಡಿ. ನಿಮ್ಮನ್ನು ಕೇಳಿಸಿಕೊಳ್ಳಲು ಇಷ್ಟಪಡುವವರಲ್ಲಿ ನಿಮ್ಮ ಒಳ್ಳೆಯ ಸಂಗತಿಗಳನ್ನು ಹಂಚಿಕೊಳ್ಳಿ. ಜಗತ್ತಿನ ಆತ್ಮ ಮಹತ್ತಾಗಿ ನಿಮ್ಮ ಖುಷಿಯನ್ನೇ ಸದಾ ಬಯಸುತ್ತದೆ.

ಸ್ಪೈನ್‌ನ ಓರ್ವ ದೊರೆ ತನ್ನ ವಂಶ ಪರಂಪರೆಯ ಬಗ್ಗೆ ಅತೀವ ಹೆಮ್ಮೆ ಪಡುತ್ತಿದ್ದು, ದುರ್ಬಲರ ಕುರಿತಂತೆ ಬಹಳ ಕ್ರೂರವಾಗಿ ವರ್ತಿಸುತ್ತಿದ್ದ. ಒಂದು ದಿನ ಆತ ತನ್ನ ರಾಜ ಪರಿವಾರದೊಂದಿಗೆ ಅರೊಗಾನ್ ಕ್ಷೇತ್ರದಲ್ಲಿ ಸಾಗುತ್ತಿದ್ದ. ಅಲ್ಲಿಯೇ–ವರ್ಷಗಳ ಹಿಂದೆ–ಆತನ ತಂದೆ ಯುದ್ಧದಲ್ಲಿ ಸೋತುಹೋಗಿದ್ದರು.

ಅಲ್ಲೊಬ್ಬ ಸಂತ ಎಲುಬುಗಳ ರಾಶಿಯ ಸುತ್ತ ಓಡಾಡುತ್ತಿದ್ದುದನ್ನು ರಾಜ ಗಮನಿಸಿದ.

"ಅಲ್ಲೇನು ಮಾಡುತ್ತಿದ್ದೀಯಾ?" ರಾಜ ಕೇಳಿದ.

"ಮಹಾರಾಜರೇ, ಗೌರವಪೂರ್ವಕ ನಮಸ್ಕಾರಗಳು," ಸಂತ ಉಸುರಿದ. "ಸ್ಪೈನ್‌ನ ಮಹಾರಾಜರು ಈ ಕಡೆ ಬರುತ್ತಿದ್ದಾರೆ ಎಂದು ತಿಳಿದು ನಾನು ನಿಮ್ಮ ತಂದೆಯವರ ಎಲುಬುಗಳನ್ನು ಹುಡುಕಲು ಪ್ರಾರಂಭಿಸಿದೆ. ಅವನ್ನು ನಿಮಗೆ ನೀಡಬೇಕೆಂದಿದ್ದೆ, ಆದರೆ ಅದೆಷ್ಟು ಪ್ರಯತ್ನಿಸಿದರೂ ಅವು ಸಿಗಲಿಲ್ಲ, ಯಾಕೆಂದರೆ ಆ ಎಲುಬುಗಳು ಇಲ್ಲಿನ ರೈತರ, ಬಡವರ, ಭಿಕ್ಷುಕರ ಮತ್ತು ಜೀತದಾಳುಗಳ ಹಾಗೆಯೇ ಇದ್ದುವೆಂದು ಕಾಣುತ್ತದೆ!"

"ದಿ ನೀಗ್ರೋ ಸ್ಪೀಕ್ಸ್ ಆಫ್ ರಿವರ್ಸ್"ನಲ್ಲಿ ಲಾಂಗ್‌ಸ್ಟೆನ್ ಹ್ಯೂಗ್ಸ್ ಹೇಳುತ್ತಾರೆ:

ನನಗೆ ನದಿಗಳು ಗೊತ್ತು:
ನದಿಗಳು ಪ್ರಪಂಚದಷ್ಟೇ ಪ್ರಾಚೀನವಾದವು ಮತ್ತು ಮಾನವ ಧಮನಿಗಳಲ್ಲಿ ಮಾನವ ರಕ್ತ ಹರಿಯುವುದಕ್ಕೂ ಹಳೆಯವು.

ನನ್ನ ಆತ್ಮ ನದಿಗಳಂತೆ ಆಳವಾಗಿ ಬೆಳೆದಿದೆ.
ನಾನು ಯುಫ್ರೆಟಿಸ್‌ನಲ್ಲಿ ಯುವವಾಸ್ಥೆಯಲ್ಲಿ ಮಿಂದು ಎದ್ದಿದ್ದೇನೆ.
ನಾನು ಕಾಂಗೋ ಸಮೀಪವೇ ಒಂದು ಗುಡಿಸಲನ್ನು ಕಟ್ಟಿಕೊಂಡಿದ್ದೆ,
ಅದು ನನ್ನನ್ನು ಜೋಗುಳ ಹಾಡಿ ಮಲಗಿಸುತ್ತಿತ್ತು.
ನಾನು ನೈಲ್ ನದಿಯ ಸಮೀಪ ಕಾಲಕಳೆದಿದ್ದೆ ಮತ್ತು ಅದರ ಮೇಲೆಯೇ ಪಿರೆಮಿಡ್‌ಗಳನ್ನು ರಚಿಸಿದ್ದೆ.
ನಾನು ಮಿಸ್ಸಿಸಿಪಿಯ ಹಾಡುಗಳನ್ನು ಕೇಳಿದ್ದೆ, ಆಗ ಅಬ್ರಹಾಂ ಲಿಂಕನ್ ನ್ಯೂ ಒರ್ಲಿಯನ್ ಕಡೆಗೆ ಹೊರಟಿದ್ದರು. ಮತ್ತು ನಾನು ಅದರ ಮಣ್ಣು ಮಣ್ಣಾದ ಎದೆಯನ್ನು ನೋಡಿದ್ದೆ, ಅದು ಸೂರ್ಯಾಸ್ತದಲ್ಲಿ ಬಂಗಾರದ ಬಣ್ಣ ತಳೆಯುತ್ತಿತ್ತು.

ನನಗೆ ನದಿಗಳೆಲ್ಲ ಗೊತ್ತು:
ಪ್ರಾಚೀನ, ಮುಸ್ಸಂಜೆಯ ನದಿಗಳು.
ನನ್ನ ಆತ್ಮ ನದಿಗಳಂತೆ ಆಳವಾಗಿ ಬೆಳೆದಿದೆ.

“ಅತ್ಯುತ್ತಮ ಖಡ್ಗಧಾರಿಯನ್ನಾಗಿಸಲು ಯಾವ ಗುಣಗಳಿರಬೇಕು?” ಯೋಧ ಕೇಳಿದ.

“ಮೊನಾಸ್ಟ್ರಿಯ ಸಮೀಪವಿರುವ ಕ್ಷೇತ್ರಕ್ಕೆ ತೆರಳು,” ಎಂದರು ಗುರುಗಳು. “ಅಲ್ಲಿ ನಿನಗೊಂದು ಶಿಲೆಯ ಕಲ್ಲು ಸಿಗುತ್ತದೆ. ಅದನ್ನು ಹೀಯಾಳಿಸು.”

“ನಾನೇಕೆ ಹಾಗೆ ಮಾಡಲಿ?” ಶಿಷ್ಯ ಕೇಳಿದ. “ಶಿಲೆ ನನಗೆ ಪ್ರತ್ಯುತ್ತರ ಕೊಡಲಾರದು.”

“ಹಾಗಿದ್ದರೆ ಅದನ್ನು ಖಡ್ಗದೊಂದಿಗೆ ಆಕ್ರಮಿಸು,” ಗುರುಗಳು ಆಜ್ಞಾಪಿಸಿದರು.

“ನಾನು ಹಾಗೇನೂ ಮಾಡಲಾಗುವುದಿಲ್ಲ,” ಶಿಷ್ಯನ ಮಾರ್ನುಡಿ. “ನನ್ನ ಖಡ್ಗ ಮುರಿದು ಹೋಗಬಹುದು. ಮತ್ತೆ ನಾನು ನನ್ನ ಬೆರಳುಗಳಿಂದ ತದಕಿದರೆ ನನ್ನ ಬೆರಳುಗಳಿಗೆ ಗಾಯವಾಗಬಹುದು–ಅದೂ ಯಾವುದೇ ಪ್ರತಿಫಲವಿಲ್ಲದೆ. ನನ್ನ ಪ್ರಶ್ನೆ ಏನಿತ್ತೆಂದರೆ: ಅತ್ಯುತ್ತಮ ಖಡ್ಗಧಾರಿಯಾಗಬೇಕಿದ್ದರೆ ಅವನಲ್ಲಿರಬೇಕಾದ ಗುಣಲಕ್ಷಣಗಳು ಯಾವುವು?”

“ಅತ್ಯಂತ ಉತ್ತಮ ಖಡ್ಗಧಾರಿಯ ಗುಣಲಕ್ಷಣವೆಂದರೆ ಆತ ಆ ಬಂಡೆಗಲ್ಲಿನ ಹಾಗೆ ಇರಬೇಕು,” ಗುರುಗಳು ಅಂದರು. “ಖಡ್ಗವನ್ನು ಒರೆಯಿಂದ ಹೊರಗೆಳೆದೆಯೇ ಆ ಬಂಡೆಗಲ್ಲು ತನ್ನನ್ನು ಯಾರೂ ಸೋಲಿಸಲಾರರು ಎಂದು ತೋರಿಸುವುದಿದ್ದರೆ ಅದಕ್ಕಿಂತ ಹೆಚ್ಚಿನದೇನು ಬೇಕು.”

ಸ್ಪೈನ್‌ನ ನವಾರಾದ ಸ್ಯಾನ್ ಮಾರ್ಟಿನ್ ಡಿ ಉನ್ಸ್‌ಕ್‌ನ ಆ ಚಿಕ್ಕ ಪಾಳುಬಿದ್ದ ಹಳ್ಳಿಗೆ ಯಾತ್ರಿಕ ಆಗಮಿಸುತ್ತಾನೆ ಮತ್ತು ಅಲ್ಲಿನ ಸುಂದರ ರೋಮನ್ ಚರ್ಚ್‌ನ ಬೀಗದ ಕೈಯಿರುವ ಮಹಿಳೆಯನ್ನು ಸಂಪರ್ಕಿಸಲು ಶಕ್ತನಾಗುತ್ತಾನೆ. ಆಕೆ ವಿನಮ್ರವಾಗಿ ಯಾತ್ರಿಕನನ್ನು ತೀರಾ ಇಕ್ಕಟ್ಟಾದ ಗಲ್ಲಿಯೊಂದರಲ್ಲಿ ಹಿಂಬಾಲಿಸುವಂತೆ ಮಾಡಿ ಚರ್ಚ್‌ನ ದ್ವಾರವನ್ನು ತೆರೆಯುತ್ತಾಳೆ.

ಅತ್ಯಂತ ದಯನೀಯ ಅವಸ್ಥೆಯ ನೀರವತೆಯ ನಡುವೆ ಯಾತ್ರಿಕ ಆ ಮಧ್ಯಕಾಲೀನ ಚರ್ಚ್‌ನಲ್ಲಿ ಕತ್ತಲು ಮುಸುಕಿರುವುದನ್ನು ಗಮನಿಸುತ್ತಾನೆ. ಆತ ಆ ಮಹಿಳೆಯೊಂದಿಗೆ ಕೆಲವೇ ಮಾತುಗಳನ್ನಾಡುತ್ತ, ಒಂದು ಹಂತದಲ್ಲಿ ಗಂಭೀರವಾಗಿ ಪ್ರತಿಕ್ರಿಯಿಸುತ್ತಾನೆ. ಮಧ್ಯಾಹ್ನದ ಸಮಯವಾದರೂ ಆ ಸುಂದರ ಕೆತ್ತನೆಗಳನ್ನು ಹೊಂದಿರುವ ದೇಗುಲದಲ್ಲಿ ಅದೇಕೆ ಕತ್ತಲು ಆವರಿಸಿದೆ ಎನ್ನುತ್ತಾನೆ.

"ನಮಗೆ ಇಲ್ಲಿನ ಚಿತ್ತಾರಗಳು ಕಾಣಬೇಕಿದ್ದರೆ ಬೆಳ್ಳಂ ಬೆಳಗಾಗಿರಬೇಕು," ಮಹಿಳೆ ಉಸುರುತ್ತಾಳೆ. "ಐತಿಹ್ಯದ ಪ್ರಕಾರ, ಭಗವಂತ ತನ್ನ ವೈಭವವನ್ನು ನಿಗದಿತ ಸಮಯದಲ್ಲಷ್ಟೇ ತೋರ್ಪಡಿಸುತ್ತಾನೆ ಎಂಬುದು ಚರ್ಚ್‌ನ್ನು ನಿರ್ಮಿಸಿದವರ ಅಂಬೋಣ."

ಗುರುಗಳು ಹೇಳುತ್ತಾರೆ:

ಎರಡು ಬಗೆಯ ದೇವರು ಇದ್ದಾರೆ. ನಮಗೆ ನಮ್ಮ ಗುರುಗಳು ಕಲಿಸಿದ ದೇವರು ಮತ್ತು ನಮಗೆ ಕಲಿಸುವ ದೇವರು. ಜನರು ಸಾಮಾನ್ಯವಾಗಿ ಮಾತಾಡಿಕೊಳ್ಳುವ ದೇವರು ಮತ್ತು ನಮ್ಮಲ್ಲಿ ಸ್ವತಃ ಮಾತಾಡುವ ದೇವರು. ನಾವು ಹೆದರುವಂತೆ ಮಾಡುವ ದೇವರು ಮತ್ತು ನಮಗೆ ಕರುಣೆಯನ್ನು ತೋರುವ ದೇವರು.

ಎರಡು ಬಗೆಯ ದೇವರಿದ್ದಾರೆ. ಎತ್ತರದಲ್ಲಿ ವಾಸಿಸುವ ದೇವರು ಮತ್ತು ನಮ್ಮ ದೈನಂದಿನ ಜೀವನದಲ್ಲಿ ಬೆರೆತು ಕಾಪಾಡುವ ದೇವರು. ನಮ್ಮಿಂದ ಹಣವನ್ನು ಬೇಡುವ ದೇವರು ಮತ್ತು ನಮ್ಮ ಸಾಲಗಳನ್ನು ಕ್ಷಮಿಸಿ ಮುಕ್ತರಾಗಿಸುವ ದೇವರು. ನರಕದ ಬೆಂಕಿಯನ್ನು ತೋರಿಸಿ ನಮ್ಮನ್ನು ಸತಾಯಿಸುವ ದೇವರು ಮತ್ತು ನಮಗೆ ಅತ್ಯುತ್ತಮ ದಾರಿಯನ್ನು ತೋರಿಸಿ ಮಾರ್ಗದರ್ಶನ ಮಾಡುವ ದೇವರು.

ಎರಡು ಬಗೆಯ ದೇವರಿದ್ದಾರೆ. ನಮ್ಮ ಅನೇಕ ತಪ್ಪುಗಳಿಗಾಗಿ ನಮ್ಮನ್ನು ಹಿಸುಕಿ ತುಳಿದುಹಾಕುವ ದೇವರು ಮತ್ತು ತನ್ನ ಪ್ರೇಮದ ಮೂಲಕ ನಮ್ಮನ್ನು ಮುಕ್ತರನ್ನಾಗಿಸುವ ದೇವರು.

ಮೈಕಲಾಂಜೆಲೋಗೆ ಯಾರೋ ಒಬ್ಬರು ಕೇಳಿದರಂತೆ, ಇಂತಹ ಅದ್ಭುತ ಕಲಾಸೃಷ್ಟಿಯನ್ನು ತಮ್ಮಿಂದ ಹೇಗೆ ಸಾಧ್ಯವಾಯಿತು ಅಂತ.

"ಅದು ತುಂಬಾ ಸರಳ," ಹೇಳಿದರು ಮೈಕಲಾಂಜೆಲೊ. "ನಾನು ಕೆತ್ತಲು ಶುರು ಮಾಡುವ ಮೊದಲೇ ಶಿಲ್ಪ ಅದಾಗಲೇ ಅಮೃತ ಶಿಲೆಯಲ್ಲಿ ರೂಪುಗೊಂಡಿರುತ್ತದೆ. ಅದು ಅಲ್ಲಿರುತ್ತದೆ. ಅದನ್ನು ನಾನು ಕೆತ್ತಿ ಹೊರತೆಗೆಯಬೇಕಷ್ಟೇ."

ಗುರುಗಳು ಹೇಳುತ್ತಾರೆ:

ಕಲಾಕೃತಿಯನ್ನು ನಿರ್ಮಿಸಲು ನಮಲ್ಲಿ ವಿಧಿ ಬರೆದಿರುತ್ತದೆ.

ಅದು ನಮ್ಮ ಬದುಕಿನ ಮುಖ್ಯ ಕಾಯಕವಾಗಿರುತ್ತದೆ. ಅದನ್ನು ನಾವೆಷ್ಟೇ ಮಾಡಲು ಅಸಾಧ್ಯವೆಂದು ಕೂತರೂ, ಅದು ನಮ್ಮ ಆನಂದಕ್ಕೆ ಎಷ್ಟೊಂದು ಅನಿವಾರ್ಯವೆಂದು ಅನ್ನಿಸುತ್ತದೆ. ಸಾಮಾನ್ಯವಾಗಿ, ಇಂತಹ ಕಲಾಕೃತಿಗಳು ಅನೇಕ ವರ್ಷಗಳ ಕಾಲ ಭಯ, ಅಪರಾಧೀ ಪ್ರಜ್ಞೆ ಮತ್ತು ಅನಿಶ್ಚಿತತೆಗಳಿಂದ ಮುಸುಕಿರುತ್ತವೆ.

ಆದರೆ ನಾವು ಅದರ ತೋರಿಕೆಯ ಆವರಣವನ್ನು ಕೆತ್ತಿ ತೆಗೆಯುತ್ತೇವೆ. ನಮ್ಮ ಸಾಮರ್ಥ್ಯದಲ್ಲಿ ಲವಲೇಶ ಸಂದೇಹವೂ ಇರದಿದ್ದರೆ, ನಮಗೆ ವಹಿಸಿದ ಕೆಲಸವನ್ನು ಮುಗಿಸಲು ಸಾಧ್ಯವಾಗುತ್ತದೆ. ಗೌರವದಿಂದ ಬಾಳಲಿರುವ ಒಂದೇ ದಾರಿಯೆಂದರೆ ಇದುವೇ.

ಒಬ್ಬ ಮುದುಕ ಸಾವಿನಂಚಿನಲ್ಲಿದ್ದಾಗ, ಓರ್ವ ಯುವಕನನ್ನು ಕರೆದು ತನ್ನ ಶೌರ್ಯವನ್ನು ಕೊಚ್ಚಿಕೊಳ್ಳುತ್ತಿದ್ದ. ಹೇಗೆ ಆತ ಯುದ್ಧವೊಂದರಲ್ಲಿ ಓರ್ವನನ್ನು ರಣಾಂಗಣದಿಂದ ತಪ್ಪಿಸಿಕೊಳ್ಳಲು ಸಹಾಯ ಮಾಡಿದ ಅಂತ.

ಆತ ಅವನಿಗೆ ವಸತಿ, ಆಹಾರ ಮತ್ತು ರಕ್ಷಣೆಯನ್ನು ಒದಗಿಸಲಾಯಿತು. ಅವರು ಅದೊಂದು ಸುರಕ್ಷಿತ ಜಾಗವನ್ನು ಮತ್ತೆ ಸೇರಿದಾಗ, ಯಾರಿಗೆ ಆಸರೆ ನೀಡಿ ರಕ್ಷಿಸಲಾಗಿತ್ತೋ ಆತ ಮೋಸ ಮಾಡಿದ ಮತ್ತು ಶತ್ರುಗಳಿಗೆ ಇವನನ್ನು ಒಪ್ಪಿಸಿದ.

"ಹಾಗಿದ್ದರೆ ನೀವು ಹೇಗೆ ತಪ್ಪಿಸಿಕೊಂಡಿರಿ?" ಯುವಕ ಪ್ರಶ್ನಿಸಿದ.

"ನಾನಲ್ಲ. ನಾನೇ ಆ ದೇಶದ್ರೋಹಿಯಾಗಿದ್ದೆ," ಮುದುಕ ಹೇಳಿದ. "ಆದರೆ ಕಥೆಯನ್ನು ಹೇಳುವ ಭರದಲ್ಲಿ ನಾನೇ ಹೀರೋ ಅನ್ನಿಸಿಕೊಳ್ಳಲು ಹಾಗೆ ಹೇಳಿದೆನಷ್ಟೇ."

ಗುರುಗಳು ಹೇಳುತ್ತಾರೆ:

ನಮಗೆಲ್ಲ ಪ್ರೀತಿಯ ಅಗತ್ಯವಿದೆ. ಪ್ರೀತಿ ಮನುಷ್ಯ ಸ್ವಭಾವದ ಭಾಗವಾಗಿದೆ, ತಿನ್ನುವ, ಕುಡಿಯುವ ಮತ್ತು ನಿದ್ದೆ ಮಾಡುವ ಹಾಗೆ ಅದು ಅವಶ್ಯ. ನಾವು ಕೆಲವೊಮ್ಮೆ ಏಕಾಂತದಲ್ಲಿ ಕುಳಿತು ಸೂರ್ಯಾಸ್ತವನ್ನು ನೋಡುತ್ತ ಯೋಚಿಸುತ್ತೇವೆ.

"ಇವೆಲ್ಲ ನನಗೆ ಅಷ್ಟೊಂದು ಮುಖ್ಯವಲ್ಲ, ಯಾಕೆಂದರೆ ಈ ಸೌಂದರ್ಯವನ್ನು ಹಂಚಿಕೊಳ್ಳಲು ನನ್ನೊಂದಿಗೆ ಯಾರೂ ಇಲ್ಲವಲ್ಲ."

ಅಂತಹ ಸಮಯದಲ್ಲಿ ಹೀಗೆ ಕೇಳಿಕೊಳ್ಳುವುದು ಉಚಿತ: ನನ್ನೊಂದಿಗೆ ಪ್ರೀತಿಯನ್ನು ಹಂಚಿಕೊಳ್ಳಲು ಇಚ್ಛಿಸಿದಾಗ ಎಷ್ಟೊಂದು ಮಂದಿಯನ್ನು ತಿರಸ್ಕರಿಸಿಲ್ಲ? ಯಾರನ್ನಾದರೂ ಪ್ರೀತಿಸುತ್ತಿದ್ದೇನೆ ಎನ್ನಲು ಎಷ್ಟು ಸಂದರ್ಭಗಳಲ್ಲಿ ಹೆದರಿಕೊಂಡಿಲ್ಲ?

ಏಕಾಂತದಲ್ಲಿರುವುದಕ್ಕೆ ಎಚ್ಚರವಿರಲಿ. ಮಾದಕ ವಸ್ತುಗಳಂತೆ ಇದು ಕೂಡಾ ಅಪಾಯಕಾರೀ ಚಟವಾಗಿರುತ್ತದೆ. ಸೂರ್ಯಾಸ್ತ ನಿಮಗೆ ಅಷ್ಟೇನೂ ಮಹತ್ವದ್ದಲ್ಲವೆನಿಸಿದರೆ, ವಿನೀತರಾಗಿ ಮತ್ತು ಪ್ರೀತಿಯನ್ನು ಹುಡುಕುತ್ತ ಸಾಗಿ. ನೆನಪಿರಲಿ, ಎಲ್ಲಾ ಆಧ್ಯಾತ್ಮಿಕ ಅನುಗ್ರಹಗಳಂತೆ ನೀವು ಎಷ್ಟೆಷ್ಟು ಕೊಡಲು ತಯಾರಿರುತ್ತೀರೋ, ಹಾಗೆಯೇ ನಿಮಗೆ ಬದಲಾಗಿ ಅದಕ್ಕೂ ಮಿಗಿಲಾಗಿ ಅವೆಲ್ಲ ದೊರೆಯುತ್ತವೆ.

ಓರ್ವ ಸ್ಪಾನಿಶ್ ಧರ್ಮಪ್ರಚಾರಕ ದ್ವೀಪವೊಂದನ್ನು ಸಂದರ್ಶಿಸುವ ಸಂದರ್ಭ ಮೂವರು ಅಜ್‌ಟೆಕ್ ಪುರೋಹಿತರ ಸಮಾಗಮವಾಯಿತು.

"ನೀವು ಹೇಗೆ ಪ್ರಾರ್ಥನೆ ಸಲ್ಲಿಸುತ್ತೀರಾ?" ಧರ್ಮಪ್ರಚಾರಕ ಆ ಮೂವರನ್ನು ಕೇಳಿದ.

"ನಮಗೆ ಗೊತ್ತಿರುವುದು ಒಂದೇ ಪ್ರಾರ್ಥನೆ," ಅಜ್‌ಟೆಕ್‌ಗಳಲ್ಲಿ ಓರ್ವ ಹೇಳಿದ. "ನಾವು ಹೀಗೆ ಹೇಳುತ್ತೇವೆ: 'ದೇವರು ನೀವು ಮೂವರು ಇದ್ದೀರಿ ಮತ್ತು ನಾವೂ ಮೂವರು ಇದ್ದೇವೆ. ನಮ್ಮ ಮೇಲೆ ದಯೆ ಇರಲಿ.' "

"ದೇವರು ಕೇಳಿಸಿಕೊಳ್ಳುವ ಒಂದು ಪ್ರಾರ್ಥನೆಯನ್ನು ನಾನು ಕಲಿಸಿಕೊಡುತ್ತೇನೆ," ಧರ್ಮ ಪ್ರಚಾರಕ ಹೇಳಿದ.

ಆತ ಒಂದು ಕೆಥಾಲಿಕ್ ಪ್ರಾರ್ಥನೆಯನ್ನು ಅವರಿಗೆ ಕಲಿಸಿಕೊಟ್ಟ. ನಂತರ ತನ್ನ ಪಯಣವನ್ನು ಮುಂದುವರಿಸಿದ.

ಸ್ಪೈನ್‌ಗೆ ಹಿಂದಿರುಗುವ ಸ್ವಲ್ಪ ಸಮಯಕ್ಕೆ ಮುಂಚೆ ಆತ ಕೆಲವು ವರ್ಷಗಳ ಹಿಂದೆ ಸಂದರ್ಶಿಸಿದ ಅದೇ ದ್ವೀಪದ ಸಮೀಪದಿಂದ ಹಾದುಹೋಗುವ ಅವಕಾಶ ಒದಗಿತು.

ಹಡಗು ತೀರವನ್ನು ಪ್ರವೇಶಿಸುವ ಹೊತ್ತಿಗೆ ಆತನಿಗೆ ಅಚ್ಚರಿಯ ಮೇಲೆ ಅಚ್ಚರಿ! ಆ ಮೂವರು ಪುರೋಹಿತರು ನೀರಿನ ಮೇಲೆ ನಡೆದು ಹೋಗುತ್ತಿರುವುದನ್ನು ಆತ ಕಂಡ.

"ಫಾದರ್, ಫಾದರ್," ಅವರಲ್ಲೊಬ್ಬ ಕೂಗಿದ. "ದಯವಿಟ್ಟು ದೇವರು ಕೇಳಿಸಿಕೊಳ್ಳುವ ಆ ಪ್ರಾರ್ಥನೆಯನ್ನು ಇನ್ನೊಮ್ಮೆ ಹೇಳಿಕೊಡಿ. ಯಾಕೆಂದರೆ ನಮಗದು ನೆನಪಿನಲ್ಲಿ ಉಳಿದಿಲ್ಲ."

"ಪರವಾಗಿಲ್ಲ," ಧರ್ಮಪ್ರಚಾರಕ ಈ ಪವಾಡವನ್ನು ಕಂಡು ಹೇಳಿದ.

ಮತ್ತು ಆತ ದೇವರ ಕ್ಷಮೆ ಯಾಚಿಸಿದ. ದೇವರಿಗೆ ಎಲ್ಲಾ ಭಾಷೆಗಳೂ ಅರ್ಥವಾಗುತ್ತವೆ ಎಂದು ತಿಳಿಯಲು ಆತ ವಿಫಲನಾಗಿದ್ದ.

ಸಂತ ಜಾನ್ ಆಫ್ ಕ್ರಾಸ್ ಕಲಿಸುವುದೆಂದರೆ, ನಾವು ಆಧ್ಯಾತ್ಮಿಕ ಹಾದಿಯಲ್ಲಿ ಸಾಗುವಾಗ, ಅದೇ ಹಾದಿಯಲ್ಲಿ ಸಾಗುವವರ ಕಲ್ಪನೆಗಳನ್ನಾಗಲೀ ಮಾತುಗಳನ್ನಾಗಲೀ ನಾವು ಕುರುಡಾಗಿ ಅನುಸರಿಸುವುದು ತರವಲ್ಲ. ನಮ್ಮ ಮೊದಲ ಆದ್ಯತೆಯ ಸಂಪನ್ಮೂಲವೆಂದರೆ ನಮ್ಮ ನಂಬಿಕೆ, ಯಾಕೆಂದರೆ ನಂಬಿಕೆ ನಿರ್ಮಲವೂ ಪಾರದರ್ಶಕವೂ ಆಗಿರುತ್ತದೆ. ಅದು ನಮ್ಮೊಳಗೇ ಉತ್ಪತ್ತಿಯಾಗಿರುತ್ತದೆ. ಹಾಗೆಯೇ ಅದರೊಂದಿಗೆ ಅನ್ಯ ಯಾವುದೇ ವಿಷಯದೊಂದಿಗೆ ಸಂದೇಹ ಏರ್ಪಡುವುದಿಲ್ಲ.

ಓರ್ವ ಲೇಖಕ ಪುರೋಹಿತರೊಬ್ಬರ ಜೊತೆಗೆ ಮಾತಾಡುವ ವೇಳೆ ದೇವರ ಸಾನಿಧ್ಯವನ್ನು ಅನುಭವದಿಂದ ಹೇಳುವುದು ಹೇಗೆ ಎಂದು ಕೇಳಿದ.

“ನನಗೆ ಗೊತ್ತಿಲ್ಲ,” ಎಂದರು ಪುರೋಹಿತರು. “ಈವರೆಗೆ ನಾನು ನನ್ನ ನಂಬಿಕೆಯನ್ನಷ್ಟೇ ಅನುಭವಿಸಿದ್ದೇನೇ ಹೊರತು ಬೇರೇನೂ ಇಲ್ಲ.”

ಅದುವೇ ನಿಜಕ್ಕೂ ಹೆಚ್ಚು ಗಣನೆಗೆ ನಿಲುಕುವಂಥದ್ದು.

ಗುರುಗಳು ಹೇಳುತ್ತಾರೆ:

ಕ್ಷಮೆ ಎಂಬುದು ಒಂದು ಕವಲು ದಾರಿ.

ನಾವು ಯಾರನ್ನಾದರೂ ಕ್ಷಮಿಸುವಾಗ, ನಾವು ನಮ್ಮಷ್ಟಕ್ಕೇ ಕ್ಷಮಿಸುವಂತಾಗುತ್ತದೆ. ನಾವು ಇನ್ನೊಬ್ಬರೊಂದಿಗೆ ಸಹಿಷ್ಣುಗಳಾದರೆ ನಮ್ಮ ತಪ್ಪುಗಳನ್ನು ಸ್ವೀಕರಿಸಲು ಸುಲಭವಾಗುತ್ತದೆ. ಇದರಿಂದ ನಾವು ನಮ್ಮ ಬದುಕಿನ ಕಡೆಗಿರುವ ಧೋರಣೆಯನ್ನು ಸುಧಾರಿಸಿಕೊಳ್ಳಬಹುದು.

ಯಾವುದೋ ಒಂದು ದುರ್ಬಲ ಕ್ಷಣದಲ್ಲಿ, ನಾವು ದ್ವೇಷ, ಮತ್ಸರ, ಮತ್ತು ಅಸಹನೆಗೆ ಈಡಾಗುತ್ತೇವೆ, ಅವು ನಮ್ಮ ಸುತ್ತಲಿನ ಗಾಳಿಯಲ್ಲಿ ಸ್ಪಂದಿಸುತ್ತಿರುತ್ತವೆ ಮತ್ತು ಅಂತಹ ಸ್ಪಂದನೆ ನಮ್ಮನ್ನು ತಿಂದುಹಾಕುವುದರಲ್ಲಿ ಪರ್ಯಾವಸಾನ ಹೊಂದುತ್ತದೆ.

ಪೀಟರ್ ಏಸು ಕ್ರಿಸ್ತನನ್ನು ಕೇಳಿದ:

"ಲಾರ್ಡ್, ನನ್ನ ವಿರುದ್ಧ ವಿಷಕಾರುತ್ತಿರುವ ನನ್ನ ಸಹೋದರ ಸಹೋದರಿಯರನ್ನು ನಾನೆಷ್ಟು ಸಲ ಕ್ಷಮಿಸಬಹುದು? ಏಳು ಸಲವೇ?"

ಜೀಸಸ್ ಉತ್ತರಿಸಿದರು, "ನಾನು ಹೇಳುತ್ತೇನೆ ಏಳು ಸಲವಲ್ಲ, ಎಪ್ಪತ್ತೇಳು ಸರ್ತಿ."

ಕ್ಷಮಿಸುವ ಕ್ರಿಯೆ ತಾರಾ ಜಗತ್ತನ್ನು ಸ್ವಚ್ಛಗೊಳಿಸುತ್ತದೆ ಮತ್ತು ದೈವೀಕತೆಯ ಸಹಜವಾದ ಬೆಳಕನ್ನು ತೋರಿಸುತ್ತದೆ.

ಗುರುಗಳು ಹೇಳುತ್ತಾರೆ:

ತಮ್ಮ ವ್ಯಕ್ತಿತ್ವದ ಕೆಟ್ಟ ಭಾಗವನ್ನು ಸುಧಾರಿಸಲು ಹಿಂದಿನ ಕಾಲದಲ್ಲಿ ಗುರುಗಳು "ಪಾತ್ರಗಳನ್ನು" ಸೃಷ್ಟಿಸಿ ತಮ್ಮ ಶಿಷ್ಯರಿಗೆ ಸಹಾಯ ಒದಗಿಸುತ್ತಿದ್ದರು. ಅಂತಹ ಪಾತ್ರಗಳ ಸೃಷ್ಟಿಯೇ ಮುಂದೆ ಯಕ್ಷ–ಯಕ್ಷಿಣಿಯರ ಕಥೆಗಳಾಗಿ ಪ್ರಖ್ಯಾತವಾದವು.

ವಿಧಾನ ತೀರಾ ಸರಳವಾಗಿದೆ: ನಿಮ್ಮೆಲ್ಲ ಆತಂಕಗಳನ್ನು, ಭಯಗಳನ್ನು, ಮತ್ತು ನಿರಾಶೆಗಳನ್ನು ನಿಮ್ಮ ಎಡಭಾದಲ್ಲಿ ಅದೃಶ್ಯವಾಗಿ ನಿಲ್ಲುವ ಓರ್ವ ವ್ಯಕ್ತಿಯಲ್ಲಿ ಇರಿಸಬೇಕು. ಆತ ನಿಮ್ಮ ಬದುಕಿನಲ್ಲಿ ಒಬ್ಬ "ಖಳನಾಯಕ"ನಾಗಿ ಪ್ರವರ್ತಿಸುತ್ತಾನೆ. ನಿಮಗೆ ಬೇಡವೆನಿಸುವ ಎಲ್ಲಾ ತರದ ಸಲಹೆಗಳನ್ನು ಆತ ನೀಡುತ್ತಿರುತ್ತಾನೆ. ಆದರೆ ಅವನ್ನೇ ನೀವು ಸ್ವೀಕರಿಸುವುದರಲ್ಲಿ ಮುಗಿಸುತ್ತೀರಿ. ಒಮ್ಮೆ ನೀವು ಅಂತಹ ಪಾತ್ರವನ್ನು ಸೃಷ್ಟಿಸಿದ್ದೇ ಆದಲ್ಲಿ, ಆತನ ಸಲಹೆಯನ್ನು ಕಡೆಗಣಿಸುವುದಕ್ಕೆ ನಿಮಗೆ ಸುಲಭವಾಗುತ್ತದೆ.

ಇದು ತೀರಾ ಸರಳ, ಆದ್ದರಿಂದ ಉತ್ತಮವಾಗಿ ಕೆಲಸ ಮಾಡುತ್ತದೆ.

“ನನ್ನ ಬದುಕನ್ನು ಅತ್ಯಂತ ಸುಖಮಯವಾಗಿ ಜೀವಿಸುವ ವಿಧಾನ ಯಾವುದು ಎಂಬುದನ್ನು ಹೇಗೆ ತಿಳಿಯಲಿ?” ಶಿಷ್ಯ ಗುರುಗಳನ್ನು ಕೇಳಿದ.

ಗುರುಗಳು ಶಿಷ್ಯನಿಗೆ ಒಂದು ಮೇಜನ್ನು ತಯಾರಿಸಲು ಹೇಳಿದರು. ಮೇಜು ಹೆಚ್ಚುಕಡಿಮೆ ಸಿದ್ಧವಾಗುವ ಹಂತದಲ್ಲಿದ್ದಾಗ– ಕೆಲವೇ ಮೊಳೆಗಳನ್ನು ಹೊಡೆಯಲು ಬಾಕಿಯಿದ್ದಾಗ– ಗುರುಗಳು ಅತ್ತ ಧಾವಿಸಿ ಬಂದರು.

ಶಿಷ್ಯ ಪ್ರತಿಯೊಂದು ಮೊಳೆಯನ್ನು ಹಗುರವಾದ ಮೂರು ಹೊಡೆತಗಳೊಂದಿಗೆ ಕೂರಿಸುತ್ತಿದ್ದ.

ಒಂದು ಮೊಳೆ ತುಸು ಹೆಚ್ಚು ಕಷ್ಟದಾಯಕವಾಗಿ ಕಂಡಿತು. ಶಿಷ್ಯ ಇನ್ನೊಂದು ಹೊಡೆತವನ್ನು ಹಾಕಿದ. ನಾಲ್ಕನೇ ಹೊಡೆತ ಮೊಳೆಯನ್ನು ಆಳವಾಗಿ ತೂರುವಂತೆ ಮಾಡಿದ್ದಲ್ಲದೆ ಹಲಗೆಯಲ್ಲಿ ಬಿರುಕನ್ನು ಮೂಡಿಸಿತು.

“ನಿನ್ನ ಕೈ ಕೇವಲ ಮೂರು ಹೊಡೆತಗಳನ್ನು ನೀಡಲು ಅಭ್ಯಾಸ ಗೊಂಡಿರುವುದು,” ಗುರುಗಳು ಹೇಳಿದರು. “ಯಾವುದೇ ಕ್ರಿಯೆ ಅಭ್ಯಾಸಬಲಕ್ಕೆ ಎರವಾದರೆ, ಅದರ ಅರ್ಥ ಕಳೆದುಹೋಗುತ್ತದೆ ಮತ್ತು ಅದರಿಂದ ಹಾನಿಯಾಗುತ್ತದೆ.

“ಯಾವುದೇ ಕಾರ್ಯ ಒಂದು ಕಾಯಕವೇ ಆಗಿರಬೇಕು, ಮತ್ತು ಅಲ್ಲಿರುವುದು ಒಂದೇ ರಹಸ್ಯ: ನಿನ್ನ ನಡೆಯನ್ನು ಯಾವತ್ತೂ ಅಭ್ಯಾಸದಿಂದ ಆಳಲು ಅನುವು ಮಾಡಿಕೊಡಬೇಡ.”

ಸ್ಪೈನ್‌ನ ನೊರಿಯಾ ಎಂಬ ಪಟ್ಟಣದ ಗುಹೆಯೊಂದರಲ್ಲಿ ಒಂದು ಪ್ರಾಚೀನ ಸನ್ಯಾಸಾಶ್ರಮವಿದ್ದು, ಅಲ್ಲೊಬ್ಬ ವ್ಯಕ್ತಿ ಕೆಲವು ವರ್ಷಗಳಿಂದ ವಾಸ್ತವ್ಯಕ್ಕಿದ್ದ. ಮೋಕ್ಷ ಸಾಧನೆಗಾಗಿ ಆತ ಎಲ್ಲವನ್ನೂ ತ್ಯಜಿಸಿ ಅಲ್ಲಿ ತಂಗಿದ್ದ. ಒಂದು ಮಧ್ಯಾಹ್ನ ಒಬ್ಬ ಯಾತ್ರಿಕ ಆತನನ್ನು ಸಂದರ್ಶಿಸಲು ಹೋದ. ಅವನನ್ನು ತುಂಬಾ ಸಂಭ್ರಮದಿಂದ ಸ್ವಾಗತಿಸಲಾಯಿತು.

ಸ್ವಲ್ಪ ಬ್ರೆಡ್ ತಿಂದ ಬಳಿಕ, ಸನ್ಯಾಸಿ ಯಾತ್ರಿಕನಿಗೆ, ಕೆಳಭಾಗದ ತಗ್ಗಿನ ಪ್ರದೇಶದಲ್ಲಿ ತನ್ನ ಜೊತೆಗೆ ಬರುವಂತೆ ಹೇಳಿ ಅಣಬೆಗಳನ್ನು ಆಯುವುದಕ್ಕೆ ಕರೆದೊಯ್ದ.

ಆ ಹಾದಿಯಲ್ಲಿ ಒಬ್ಬ ಯುವಕ ಅವರಿಗೆ ಎದುರಾದ,

“ಪವಿತ್ರಾತ್ಮರೇ,” ಆತ ಹೇಳಿದ, “ನಮಗೆ ಸಾಯುಜ್ಯ ಸಿಗಬೇಕಿದ್ದಲ್ಲಿ ನಾವು ಮಾಂಸವನ್ನು ಭಕ್ಷಿಸಬಾರದೆಂದು ಹೇಳುವುದನ್ನು ಕೇಳಿದ್ದೇನೆ. ಅದೆಷ್ಟು ಸತ್ಯ?”

“ಬದುಕು ನಿನಗೆ ಏನನ್ನೆಲ್ಲ ನೀಡುತ್ತದೆಯೋ ಅವನ್ನೆಲ್ಲ ಆನಂದದಿಂದ ಸ್ವೀಕರಿಸು,” ಸನ್ಯಾಸಿ ಹೇಳಿದ, “ಹಾಗಿದ್ದಾಗ ಮಾತ್ರ ನೀವು ನಿಮ್ಮ ಆತ್ಮಕ್ಕೆ ಯಾವುದೇ ಪಾಪದ ಚ್ಯುತಿಯನ್ನು ತರುವುದಿಲ್ಲ ಅಥವಾ ಭೂಮಿ ತಾಯಿಯ ಉದಾತ್ತ ನೀತಿಯನ್ನು ನೀವು ಉಲ್ಲಂಘನೆ ಮಾಡುವುದಿಲ್ಲ.”

ಗುರುಗಳು ಹೇಳುತ್ತಾರೆ:

ಪಯಣ ತೀರಾ ಕಷ್ಟದಾಯಕವೆನಿಸಿದರೆ, ನಿಮ್ಮ ಹೃದಯವನ್ನು ಆಲಿಸಿರಿ. ನಿಮ್ಮಷ್ಟಕ್ಕೆ ಎಷ್ಟು ಸಾಧ್ಯವೋ ಅಷ್ಟು ಪ್ರಾಮಾಣಿಕರಾಗಿರಿ ಮತ್ತು ನಿಜಕ್ಕೂ ನೀವು ನಿಮ್ಮ ಹಾದಿಯಲ್ಲಿದ್ದೀರಿ ಎಂಬುದನ್ನು ಖಚಿತ ಪಡಿಸಿಕೊಂಡು ನಿಮ್ಮ ಕನಸುಗಳಿಗೆ ತಕ್ಕ ಬೆಲೆ ತೆರಲು ಸನ್ನದ್ಧರಾಗಿರಿ.

ಇಷ್ಟೆಲ್ಲ ಮಾಡಿದಾಗ್ಯೂ ಬದುಕು ದುಸ್ತರವೆನಿಸಿದರೆ, ಆಗ ನೀವು ದೂರು ನೀಡುವ ಕ್ಷಣವನ್ನು ತಲುಪಿರುತ್ತೀರಿ ಎಂದರ್ಥ. ಅದನ್ನು ಓರ್ವ ಮಗು ತನ್ನ ತಂದೆಗೆ ಮಾಡುವಂತೆ ಗೌರವಾನ್ವಿತವಾಗಿ ಮಾಡಿ, ಹಾಗಿದ್ದರೂ ತುಸು ಎಚ್ಚರದಿಂದ ಮಾಡಿ ಮತ್ತು ಸಹಾಯವನ್ನು ಯಾಚಿಸಿ. ಭಗವಂತ ತಂದೆಯೂ ಹೌದು ಮತ್ತು ತಾಯಿಯೂ ಹೌದು, ಮತ್ತು ಎಂದಿಗೂ ತಂದೆ-ತಾಯಿ ಮಕ್ಕಳ ಒಳಿತನ್ನೇ ಬಯಸುತ್ತಾರೆ. ಬಹುಶಃ ನೀವು ಗಹನವಾಗಿ ಕಲಿಯಬೇಕು ಮತ್ತು ಹಾಗಿದ್ದರೆ ಏನೂ ತಪ್ಪಿಲ್ಲ, ತುಸು ಬಿಡುವು ಮತ್ತು ಚಿಕ್ಕ ರೀತಿಯ ವಾತ್ಸಲ್ಯ ಇದ್ದರಷ್ಟೇ ಸಾಕು.

ಆದರೆ ಮತ್ತಷ್ಟು ದೂರಕ್ಕೆ ಸಾಗುವುದು ಬೇಡ. ಸೂಕ್ತವಾದ ಗಳಿಗೆಯಲ್ಲಿ ದೂರು ನೀಡಿ ಮತ್ತು ಅವನ ಎಲ್ಲಾ ಸವಲತ್ತುಗಳನ್ನು ಹಿಂದಿರುಗಿಸಿ. ಅಲ್ ಅಫಿದ್ ಎಲ್ಲಾ ವಿಷಯಗಳ ಕುರಿತು ದೂರುತ್ತಲೇ ಇದ್ದ, ಮತ್ತು ದೇವರು ಅವನನ್ನು ಆಲಿಸುವುದನ್ನೇ ನಿಲ್ಲಿಸಿದರು.

ಸ್ಪ್ಯಾನಿಶ್‌ನ ವೆಲೆನ್ಸಿಯಾ ನಗರದಲ್ಲಿ ಒಂದು ವಿಚಿತ್ರ ಆಚರಣೆಯ ಉತ್ಸವ ನಡೆಯುತ್ತಿದ್ದು ಅದರ ಮೂಲ ಪ್ರಾಚೀನ ಮರಗೆಲಸದ ಮಂದಿಯ ಗುಂಪಿಗೆ ಸೇರುತ್ತದೆ.

ಕಲಾವಿದರು ಮತ್ತು ಶಿಲ್ಪಿಗಳು ವರ್ಷವಿಡೀ ದುಡಿಯುತ್ತ ಮರದ ಬೃಹತ್ ಶಿಲ್ಪಗಳನ್ನು ಕೆತ್ತುತ್ತಾರೆ. ಉತ್ಸವದ ವಾರದಲ್ಲಿ, ಕಲಾವಿದರು ಆ ಶಿಲ್ಪಗಳನ್ನು ಮೆರವಣಿಗೆಯಲ್ಲಿ ಕೆಳಗಿನ ಮುಖ್ಯ ರಸ್ತೆಯ ಚೌಕಕ್ಕೆ ಒಯ್ಯುತ್ತಾರೆ. ಜನರು ವೇಗವಾಗಿ ಸಾಗುತ್ತ ಸ್ವಲ್ಪ ತಡೆದು ತಕ್ಕ ಪ್ರತಿಕ್ರಿಯೆಯನ್ನು ನೀಡುತ್ತ, ಅಂತಹ ಕಲಾಕೌಶಲ್ಯದ ಬಗೆಗೆ ಅಚ್ಚರಿಯನ್ನೂ ಪ್ರಶಂಸೆಯನ್ನೂ ಹೇಳುತ್ತ ಹೊರಳುತ್ತಾರೆ. ನಂತರ ಸಂತ ಜೋಸೆಫ್‌ರ ಜನ್ಮದಿನದಂದು ಒಂದನ್ನು ಮಾತ್ರ ಹೊರತುಪಡಿಸಿ ಮಿಕ್ಕೆಲ್ಲಾ ಕಲಾಕೃತಿಗಳನ್ನು ಬಹುದೊಡ್ಡ ಉತ್ಸವದ ಬೆಂಕಿಯಲ್ಲಿ ಎಲ್ಲರ ಸಮ್ಮುಖ ಹೊತ್ತಿಸಲಾಗುತ್ತದೆ.

"ಅಷ್ಟೆಲ್ಲ ಅಧ್ವಾನದ ಬಳಿಕ ಶಿಲ್ಪಗಳನ್ನು ಅದೇಕೆ ಕ್ಷಣ ಮಾತ್ರದಲ್ಲಿ ಭಸ್ಮ ಮಾಡುತ್ತೀರಿ?" ಒಬ್ಬ ಆಂಗ್ಲ ಮಹಿಳೆ ಆಕಾಶದೆತ್ತರಕ್ಕೆ ಏಳುತ್ತಿದ್ದ ಜ್ವಾಲೆಯನ್ನು ನೋಡುತ್ತ ಕೇಳಿದಳು. ಅದಕ್ಕೆ ಸ್ಪ್ಯಾನಿಶ್ ಮಹಿಳೆಯ ಉತ್ತರ ಮಾರ್ಮಿಕವಾಗಿತ್ತು.

"ನೀನು ಕೂಡಾ ಒಂದಲ್ಲ ಒಂದು ದಿನ ಸಾಯುವವಳೇ," ಎಂದಳು ಸ್ಪ್ಯಾನಿಶ್ ಮಹಿಳೆ. "ಅಂತಹ ಕ್ಷಣದಲ್ಲಿ ಒಬ್ಬ ದೇವಕನ್ನಿಕೆ ದೇವರನ್ನು ಹೀಗೆ ಕೇಳುತ್ತಾಳೆ ಎಂದಿಟ್ಟುಕೊಳ್ಳಿ: 'ಯಾಕೆ ಅವೆಲ್ಲ ಕಷ್ಟದಾಯಕ ಕೆಲಸಗಳನ್ನು ಶೂನ್ಯಗೊಳಿಸಬೇಕು?' "

ಒಬ್ಬ ಅಪ್ಪಟ ದೈವಭಕ್ತ ಧರ್ಮಿಷ್ಠ ಮನುಷ್ಯ ತನ್ನೆಲ್ಲ ಸಂಪತ್ತನ್ನು ಕಳಕೊಂಡ. ಏನಿದ್ದರೂ ಭಗವಂತ ಕೈಬಿಡುವುದಿಲ್ಲವೆಂದು ತಿಳಿದು ಆತ ದೇವರಲ್ಲಿ ಹೀಗೆ ಪ್ರಾರ್ಥಿಸಿದ:

"ದೇವರೇ, ನಾನೊಂದು ಲಾಟರಿಯನ್ನು ಗೆಲ್ಲುವಂತೆ ಮಾಡು."

ಹಲವು ವರ್ಷಗಳ ಕಾಲ ಆತ ಅದೇ ಪ್ರಾರ್ಥನೆಯನ್ನು ಪುನರಾವರ್ತಿಸುತ್ತ ಹೋದ. ಆದರೂ ಅವನ ಬಡತನ ನೀಗಲಿಲ್ಲ.

ಅವನ ಸಾವಿನ ದಿನ ಸಮೀಪಿಸಿತು, ಮತ್ತು ಅವನೊಬ್ಬ ತೀರಾ ಧರ್ಮನಿಷ್ಠುರ ವ್ಯಕ್ತಿಯಾಗಿದ್ದರಿಂದ ಸೀದಾ ಸ್ವರ್ಗವನ್ನು ಸೇರಿದ.

ಅಲ್ಲಿಗೆ ತಲುಪಿದಾಗ ಒಳಗೆ ಹೋಗಲು ಒಪ್ಪಲಿಲ್ಲ. ಆತ ಹೇಳಿದ, ತಾನು ತನ್ನ ಜೀವಮಾನವಿಡೀ ಧಾರ್ಮಿಕವಾಗಿಯೇ ಜೀವಿಸಿದ್ದೆ ಆದರೆ ಭಗವಂತ ತನ್ನ ಪ್ರಾರ್ಥನೆಯನ್ನು ಕೇಳಲೂ ಇಲ್ಲ ಲಾಟರಿಯನ್ನು ನೀಡಲೂ ಇಲ್ಲ.

"ಭಗವಂತನ ಆಶ್ವಾಸನೆಗಳೆಲ್ಲ ಬರೀ ಬೊಗಳೆ," ಎಂದ ಆ ಮನುಷ್ಯ ಸಿಟ್ಟಿನಿಂದ.

"ನಾನು ನೀನು ಗೆಲ್ಲುವಂತೆ ಸಹಾಯ ಮಾಡಲು ಸದಾ ಸಿದ್ಧನಿದ್ದೆ," ದೇವರು ಅಂದ. "ಆದರೆ ನಾನು ಎಷ್ಟು ಸಾಧ್ಯವೋ ಅಷ್ಟು ಸಹಾಯ ಮಾಡಲು ಸಿದ್ಧವಿದ್ದರೂ, ನೀನು ಒಂದೇ ಒಂದು ಲಾಟರಿ ಟಿಕೆಟ್‌ನ್ನು ಕೊಂಡಿಲ್ಲ. ನಾನೇನು ಮಾಡಲಿ?"

ಒಬ್ಬ ವಯಸ್ಸಾದ ಸಂಭಾವಿತ ಚೈನೀಸ್ ವ್ಯಕ್ತಿ ಒಂದು ಮಂಜುಗಡ್ಡೆ ಆವರಿಸಿದ ವಲಯದಲ್ಲಿ ನಡೆದು ಹೋಗುತ್ತಿದ್ದಾಗ ಮಹಿಳೆಯೊಬ್ಬಳು ಅಳುತ್ತ ಕುಳಿತಿರುವುದನ್ನು ಕಂಡ.

"ನೀನ್ಯಾಕೆ ಅಳುತ್ತಿದ್ದೀಯೇ?" ಆತ ಕೇಳಿದ.

"ಯಾಕೆಂದರೆ ನಾನು ನನ್ನ ಹಳೆಯ ಘಟನೆಗಳನ್ನು, ನನ್ನ ಯೌವನ, ನನ್ನ ಸುಂದರ ಮುಖ, ನಾನು ಪ್ರೀತಿಸಿದ ಗಂಡಸರು ಎಲ್ಲವನ್ನೂ ನೆನಪಿಸಿ ಈಗಿನ ಪರಿಸ್ಥಿತಿ ನೋಡಿ ದುಃಖಪಡುತ್ತಿದ್ದೇನೆ. ದೇವರು ಎಷ್ಟೊಂದು ನಿಷ್ಕರುಣಿ ನೋಡಿ, ಅವನು ನನಗೆ ಎಲ್ಲವನ್ನೂ ನೆನಪಿಗೆ ತರುತ್ತಾನೆ. ಅವನಿಗೆ ಗೊತ್ತು ನಾನು ನನ್ನ ಸೊಗಸಿನ ಬದುಕನ್ನು ನೆನೆದುಕೊಳ್ಳಬೇಕಂತ ಮತ್ತು ಅಳಬೇಕಂತ."

ಆ ಸಂಭಾವಿತ ಮನುಷ್ಯ ಅಲ್ಲಿನ ಮಂಜು ತುಂಬಿದ ಕ್ಷೇತ್ರವನ್ನು ನೋಡುತ್ತ ಒಂದು ನಿರ್ದಿಷ್ಟ ಬಿಂದುವಿನಲ್ಲಿ ತನ್ನ ನೋಟವನ್ನು ನಿಲುಕಿಸಿ ನಿಂತ. ಮಹಿಳೆ ಇದ್ದಕ್ಕಿದ್ದ ಹಾಗೆ ಅಳು ನಿಲ್ಲಿಸಿ ಕೇಳಿದಳು:

"ನೀವೇನನ್ನು ನೋಡುತ್ತಿದ್ದೀರಿ?"

"ಗುಲಾಬಿ ಹೂಗಳ ಹೊಲವನ್ನು," ಅಂದ ವ್ಯಕ್ತಿ. "ದೇವರು ನನಗೂ ನೆನಪಿನ ಶಕ್ತಿಯನ್ನು ಪುಷ್ಕಳವಾಗಿ ನೀಡಿದ್ದಾನೆ. ಚಳಿಗಾಲದಲ್ಲಿ ನಾನು ವಸಂತಕಾಲದ ನೆನಪನ್ನು ಮಾಡಿಕೊಂಡು ನಗಬಹುದೆಂದು ಅವನು ಎಣಿಸಿದ್ದಾನೆ."

ಗುರುಗಳು ಹೇಳುತ್ತಾರೆ:

ತಮ್ಮ ವೈಯಕ್ತಿಕ ಐತಿಹ್ಯವನ್ನು ಅನುಸರಿಸುವುದು ಅಂದುಕೊಂಡಷ್ಟು ಸರಳವಲ್ಲ. ವ್ಯತಿರಿಕ್ತವಾಗಿ ಹಾಗೆ ಮಾಡುವುದರಿಂದ ಅಪಾಯಕ್ಕೆ ಆಹ್ವಾನವಿತ್ತಂತೆ.

ನಮಗೇನಾದರೂ ಬೇಕಿದ್ದರೆ, ನಾವು ಅತ್ತ ನಮ್ಮ ಶಕ್ತಿಮೀರಿ ಸಾಗುತ್ತೇವೆ ಮತ್ತು ಬದುಕಿನ ನಿಜವಾದ ಅರ್ಥವನ್ನು ನಮ್ಮಿಂದ ಬಚ್ಚಿಡುತ್ತೇವೆ.

ನಾವು ಏನನ್ನಾದರೂ ಬಯಸಿದ್ದಲ್ಲಿ, ನಮಗೆ ಬೆಲೆ ಸಲ್ಲಿಸಲು ಸಾಧ್ಯವಿರುವ ವಸ್ತುವನ್ನು ಖರೀದಿಸುತ್ತೇವೆ.

ಕನಸನ್ನು ಅನುಸರಿಸಿ ಸಾಗುವಾಗ ಅದಕ್ಕೊಂದು ಬೆಲೆ ತೆರಬೇಕಾಗುತ್ತದೆ. ನಾವು ನಮ್ಮೆಲ್ಲ ಹಳೆಯ ಅಭ್ಯಾಸಗಳನ್ನು ತ್ಯಜಿಸಬೇಕಾಗುತ್ತದೆ; ನಮಗೆ ಅದರಿಂದ ಕಷ್ಟವಾಗಬಹುದು, ನಿರಾಶೆಯಾಗಬಹುದು, ಇತ್ಯಾದಿ.

ಬೆಲೆ ಎಷ್ಟೇ ತೆರಲಿ ಅದು ವೈಯಕ್ತಿಕ ಐತಿಹ್ಯವನ್ನು ಅನುಸರಿಸದಿರುವಷ್ಟು ಆಗಿರುವುದಿಲ್ಲ. ಯಾಕೆಂದರೆ ಅದೊಂದು ದಿನ ಅವರು ಹಿಂದಿರುಗಿ ನೋಡಿದರೆ, ಯಾವುದನ್ನೆಲ್ಲ ಅವರು ಮಾಡಿದ್ದಾರೆ ಅವನ್ನೆಲ್ಲ ಅವರ ಹೃದಯವೇ ಹೇಳುವುದನ್ನು ಕೇಳಬಹುದು: “ನಾನು ನನ್ನ ಬದುಕನ್ನೇ ನಿರರ್ಥಕಗೊಳಿಸಿದೆ.”

ನನ್ನನ್ನು ನಂಬಿ, ಇವು ಯಾರೇ ಕೇಳಬಹುದಾದ ಅತೀ ಕ್ರೂರ ಶಬ್ದಗಳಾಗಿರುತ್ತವೆ.

ಕಾರ್ಲೋಸ್ ಕಸ್ಟನೇಡಾ ತಮ್ಮದೊಂದು ಪುಸ್ತಕದಲ್ಲಿ ವಿವರಿಸುತ್ತ, ಅವರ ಉಪಾಧ್ಯಾಯರು ಅವರ ಪ್ಯಾಂಟ್‌ನ ಮೇಲೆ ಬೆಲ್ಟ್‌ನ್ನು ಹೇಗೆ ತಿರುಗಾಮುರುಗಾ ಧರಿಸಬೇಕೆಂದು ತಿಳಿಸಿಕೊಟ್ಟಿದ್ದರೆಂದು ಹೇಳಿದ್ದಾರೆ. ಕಸ್ಟನೇಡಾ ಕಲಿತಿದ್ದು ಅದೊಂದು ಶಕ್ತಿಯುತ ಕಲಿಕೆಯ ವಿಧಾನವಾಯಿತು.

ತಿಂಗಳಿನ ನಂತರ ಅವರು ತಮ್ಮ ಉಪಾಧ್ಯಾಯರಿಗೆ ಕೃತಜ್ಞತೆ ಸಲ್ಲಿಸುತ್ತ, ಈ ಅಭ್ಯಾಸದಿಂದ ತಾನು ಮೊದಲಿಗಿಂತ ಶೀಘ್ರವಾಗಿ ಕಲಿಯಲು ಸಾಧ್ಯವಾಗಿದೆ ಎಂದರಂತೆ.

"ಬೆಲ್ಟ್‌ನ್ನು ತಿರುಗಾಮುರುಗಾ ಧರಿಸುವುದರಿಂದ ನನ್ನೆಲ್ಲ ಋಣಾತ್ಮಕ ಶಕ್ತಿ ಧನಾತ್ಮಕ ಶಕ್ತಿಯಾಗಿ ಪರಿವರ್ತಿತವಾಗಿವೆ," ಎಂದರಂತೆ.

ಗುರುಗಳು ಬಿದ್ದು ಬಿದ್ದೂ ನಕ್ಕರಂತೆ.

"ಒಂದು ಬೆಲ್ಟ್ ಶಕ್ತಿಯನ್ನು ಪರಿವರ್ತಿಸಲು ಅಸಾಧ್ಯ! ನಿನಗೆ ನಾನು ಹಾಗೆ ಯಾತಕ್ಕಾಗಿ ಹೇಳಿದೆನೆಂದರೆ, ನೀನು ಬೆಲ್ಟ್ ಧರಿಸುವಾಗೆಲ್ಲ, ನೀನೊಬ್ಬ ಮಾಂತ್ರಿಕನ ಶಿಷ್ಯನೆಂಬುದನ್ನು ಜ್ಞಾಪಿಸಿಕೊಳ್ಳುತ್ತೀಯಾ. ಆ ಬಗೆಯ ಅರಿವು ನಿನ್ನನ್ನು ಬೆಳವಣಿಗೆಯತ್ತ ಒಯ್ಯುತ್ತದೆಯೇ ಹೊರತು ಬೆಲ್ಟ್ ಅಲ್ಲವೇ ಅಲ್ಲ."

ಒಬ್ಬ ಗುರುಗಳಿಗೆ ನೂರಾರು ಶಿಷ್ಯರಿದ್ದರು. ಅವರೆಲ್ಲ ರಾತ್ರಿ ಸರಿಯಾದ ಸಮಯಕ್ಕೆ ಪ್ರಾರ್ಥನೆಯನ್ನು ಸಲ್ಲಿಸುತ್ತಿದ್ದರೆ ಒಬ್ಬ ಮಾತ್ರ ಯಾವಾಗಲೂ ಕುಡಿದ ಸ್ಥಿತಿಯಲ್ಲಿರುತ್ತಿದ್ದ.

ಗುರುಗಳು ಸಾಯುವ ಸಮಯ ಆ ಒಬ್ಬ ಶಿಷ್ಯನನ್ನು ಬಳಿಗೆ ಕರೆದು ಎಲ್ಲಾ ನಿಗೂಢ ರಹಸ್ಯಗಳನ್ನು ಅವನಿಗೆ ಉಸುರಿದರು.

ಮಿಕ್ಕುಳಿದ ಶಿಷ್ಯರೆಲ್ಲ ಸಿಟ್ಟಿಗೆದ್ದರು.

"ಇದು ತುಂಬಾ ಅನ್ಯಾಯ!" ಅವರು ಕೂಗಿದರು. "ನಾವು ನಮ್ಮ ಗುರುಗಳಿಗೆ ನಮ್ಮ ಜೀವಮಾನವಿಡೀ ತ್ಯಾಗ ಮಾಡಿದ್ದೇವೆ ಅಂತಹ ಗುರುಗಳಿಗೆ ನಮ್ಮ ಯೋಗ್ಯತೆಯನ್ನು ತಿಳಿಯಲು ಸಾಧ್ಯವಾಗಿಲ್ಲ."

ಗುರುಗಳು ಹೇಳಿದರು:

"ನನ್ನನ್ನು ಸರಿಯಾಗಿ ಅರ್ಥ ಮಾಡಿಕೊಂಡಿರುವ ಓರ್ವ ಮನುಷ್ಯನಿಗೆ ನಾನು ನನ್ನ ರಹಸ್ಯಗಳನ್ನು ತಿಳಿಸಬೇಕೆಂದಿದ್ದೆ. ಯಾರು ಯೋಗ್ಯರೆಂದು ತೋರಿಸಿಕೊಳ್ಳುವರೋ, ಅವರು ತಮ್ಮ ಷೋಕಿ, ಗರ್ವ, ಮತ್ತು ಅಸಹನೆಯನ್ನು ಅಡಗಿಸಿಕೊಂಡಿರುತ್ತಿದ್ದರು. ಹಾಗಾಗಿ ನಾನು ಒಬ್ಬ ಶಿಷ್ಯನನ್ನು ಆರಿಸಿದೆ, ಅವನ ಕುಂದುಕೊರತೆ ತೀರಾ ಸರಳವಾಗಿ ತೋರಿ ಬರುವಂಥದ್ದು: ಕುಡಿತವೊಂದೇ."

ಸಿಸ್ಟೇರ್ಸಿಯನ್ ಸನ್ಯಾಸಿ ಮಾರ್ಕೋಸ್ ಗಾರ್ಸಿಯಾ ಅವರ ಮಾತುಗಳು:

"ಭಗವಂತ ಒಂದು ಅನುಗ್ರಹವನ್ನು ಯಾವಾಗಲೂ ಹಿಂತೆಗೆದು ಕೊಂಡಿರುತ್ತಾನೆ, ಯಾಕೆಂದರೆ ಭಗವಂತ ಕೇವಲ ವಿನಂತಿಗಳಿಗೆ ಸ್ಪಂದಿಸುವವ ಮತ್ತು ಕೃಪೆಯನ್ನಷ್ಟೇ ನೀಡುವವನಲ್ಲ ಎಂಬುದನ್ನು ಮನವರಿಕೆ ಮಾಡುವುದಕ್ಕಾಗಿ. ಒಬ್ಬನ ಆತ್ಮವನ್ನು ಎಲ್ಲಿಯವರೆಗೆ ಪರೀಕ್ಷಿಸಬಹುದೆಂದು ಅವನಿಗೆ ಗೊತ್ತು ಮತ್ತು ಯಾವತ್ತೂ ಅದನ್ನು ಮೀರಿ ಅವನು ಹೋಗುವುದಿಲ್ಲ.

"ಅಂತಹ ಕ್ಷಣಗಳಲ್ಲಿ 'ದೇವರು ನನ್ನನ್ನು ದೂರಮಾಡಿದ್ದಾನೆ' ಎಂದು ನಾವು ಎಂದಿಗೂ ಹೇಳಬಾರದು. ಅವನು ಹಾಗೆ ಯಾವತ್ತೂ ಮಾಡುವುದಿಲ್ಲ: ನಾವಷ್ಟೇ ಕೆಲವೊಮ್ಮೆ ದೇವರನ್ನು ದೂರಮಾಡುತ್ತೇವೆ. ದೇವರು ನಮಗೆ ಮಹತ್ವದ ಪರೀಕ್ಷೆಗೆ ಗುರಿಪಡಿಸಿದರೆ ನಮಗೆ ಅಷ್ಟೇ ಸಮೃದ್ಧವಾಗಿ ನೀಡುತ್ತಾನೆ– ನಮಗೆ ಬೇಕಿರುವುದಕ್ಕೂ ಮಿಗಿಲಾಗಿ– ಅವನ್ನು ಉಳಿಸಿಕೊಳ್ಳಲು ನಾವು ತಕ್ಕ ಗುಣವನ್ನು ಬೆಳೆಸಿಕೊಳ್ಳಬೇಕಷ್ಟೇ.

"ನಾವು ಎಂದಾದರೂ ಅವನ ಮುಖವನ್ನು ಕಾಣಲಾರದ ಸ್ಥಿತಿಯಲ್ಲಿದ್ದರೆ, ನಾವು ನಮ್ಮಷ್ಟಕ್ಕೇ ಕೇಳಿಕೊಳ್ಳಬೇಕು: ನಮಗೆ ಅವನು ನಮ್ಮ ಹಾದಿಯಲ್ಲಿ ಕೊಟ್ಟಿರುವುದನ್ನೆಲ್ಲ ಬಳಸಿಕೊಳ್ಳುತ್ತಿದ್ದೇವೆಯೇ?"

ನಾವು ಕೆಲವೊಮ್ಮೆ ಕೆಲವು ದಿನಗಳು ಅಥವಾ ವಾರಗಳಷ್ಟು ನಮ್ಮ ಸಂಬಂಧಿಗಳಿಂದ ಕೇವಲ ಒಂದೇ ಒಂದು ಕರುಣೆಯ ಮಾತನ್ನು ಕೇಳದಿರುವಂತಹ ಸ್ಥಿತಿಯನ್ನು ಅನುಭವಿಸಿದ್ದಿರುತ್ತದೆ. ಅವೆಲ್ಲ ಕಷ್ಟದ ಸಮಯಗಳು, ಮಾನವನ ಸಹೃದಯತೆ ಮಾಯವಾಗಿರುತ್ತದೆ ಮತ್ತು ಬದುಕು ಕೇವಲ ಬದುಕುಳಿಯುವ ಪ್ರಶ್ನೆಯಾಗಿರುತ್ತದೆ.

ಗುರುಗಳು ಹೇಳುತ್ತಾರೆ:

ನಾವು ನಮ್ಮಲ್ಲಿನ ಬೆಂಕಿಯನ್ನಷ್ಟೇ ಕಾಣಬೇಕು. ನಾವು ಇನ್ನಷ್ಟು ಕಟ್ಟಿಗೆಯನ್ನು ಹಾಕಿ ನಮ್ಮಲ್ಲಿನ ಕತ್ತಲನ್ನು ಓಡಿಸಿ ಪ್ರಜ್ವಲವಾಗಿಸಲು ಯತ್ನಿಸಬೇಕು. ಕಟ್ಟಿಗೆ ಬಿರಿಯುವ ಶಬ್ದ, ಬೆಂಕಿ ಸಿಡಿಯುವ ಶಬ್ದಗಳನ್ನು ಕೇಳುವಾಗ ಮತ್ತು ಆ ಬೆಂಕಿ ಬಹಳಷ್ಟು ಕಥೆಗಳನ್ನು ನಮಗೆ ಹೇಳುತ್ತಿರುವಾಗ ನಮ್ಮಲ್ಲಿ ಭರವಸೆ ಮೂಡಿಬರುತ್ತದೆ.

ನಾವು ಪ್ರೇಮಿಸಲು ಶಕ್ತರಾದರೆ, ನಾವು ಕೂಡಾ ಪ್ರೇಮಿಸಲ್ಪಡಲು ಅರ್ಹರಾಗುತ್ತೇವೆ. ಇದು ಕೇವಲ ಸಮಯದ ಪ್ರಶ್ನೆ.

ರಾತ್ರಿಯ ಭೋಜನದ ವೇಳೆ ಯಾರೋ ಗ್ಲಾಸ್‌ನ್ನು ಒಡೆದರು.

"ಅದೊಂದು ಅದೃಷ್ಟದ ಸಂಕೇತ," ಎಂದರು ಅತಿಥಿ ಮಹಾಶಯ.

ಈ ಸಂಪ್ರದಾಯ ಎಲ್ಲರಿಗೂ ಗೊತ್ತಿತ್ತು.

"ಅದೇಕೆ ಅದೃಷ್ಟದ ಸಂಕೇತ?" ಗುಂಪಿನಲ್ಲಿದ್ದ ಒಬ್ಬ ರಬ್ಬಿ ಪ್ರಶ್ನಿಸಿದ.

"ನನಗಂತೂ ಗೊತ್ತಿಲ್ಲ," ಯಾತ್ರಿಕನ ಹೆಂಡತಿ ಅಂದಳು. "ಬಹುಶಃ ಅತಿಥಿ ನಿರಾಳವಾಗಿರಲು ಅದೊಂದು ಹಳೆಯ ಸಂಪ್ರದಾಯವಾಗಿರಬಹುದು."

"ಅಲ್ಲ, ಅದು ಸರಿಯಾದ ವಿವರಣೆಯಲ್ಲ," ರಬ್ಬಿ ಹೇಳಿದ. "ಯಹೂದಿಗಳ ಸಂಪ್ರದಾಯದಂತೆ, ನಮಗೆಲ್ಲರಿಗೂ ಒಂದಿಷ್ಟು ಅದೃಷ್ಟದ ಅಂಶವನ್ನು ನೀಡಲಾಗಿರುತ್ತದೆ. ಅದನ್ನು ನಾವು ನಮ್ಮ ಜೀವಿತದ ಅವಧಿಯಲ್ಲಿ ಉಪಯೋಗಿಸುತ್ತ ಬಂದಿರುತ್ತೇವೆ. ಅಗತ್ಯವಿರುವ ವಿಷಯಗಳಿಗಷ್ಟೇ ನಾವು ಅದೃಷ್ಟವನ್ನು ಉಪಯೋಗಿಸಿದರೆ, ಅದು ಬಡ್ಡಿಸಹಿತ ಹಿಂದಿರುಗಿ ಬರುತ್ತದೆ. ಇಲ್ಲವಾದರೆ ಅದು ಅಷ್ಟಕ್ಕೇ ಕರಗಿಹೋಗುತ್ತದೆ.

"ನಾವು ಯಹೂದಿಗಳು ಕೂಡಾ ಗ್ಲಾಸು ಒಡೆದಾಗ 'ಅದೃಷ್ಟ'ವೆಂದು ಹೇಳುತ್ತೇವೆ, ಆದರೆ ಅದರರ್ಥ ನೀವು ಗಾಜನ್ನು ಒಡೆಯುವ ಮೂಲಕ ಅದೃಷ್ಟವನ್ನು ಹೊಂದಿದ್ದೀರಿ ಎಂದಾಗುವುದಿಲ್ಲ, ಬದಲಾಗಿ ಆದಷ್ಟು ಗಾಜನ್ನು ಒಡೆಯದಿರುವಂತಹ ಎಚ್ಚರವಾಗಿರುತ್ತದೆ ಹಾಗೂ ಅದೃಷ್ಟವನ್ನು ಇನ್ನೂ ಮುಖ್ಯವಾದ ಸಂಗತಿಗಳಿಗೆ ವಿನಿಯೋಗಿಸಬೇಕು ಎಂಬರ್ಥ ಬರುತ್ತದೆ."

ಸ್ಕೆಟಿಸ್ ಮೊನಾಸ್ಟ್ರಿಯ ಹತ್ತಿರ ಓರ್ವ ಸನ್ಯಾಸಿ ಇದ್ದಾರೆ ಮತ್ತು ಆತ ಸಂತರೆಂದು ಹೆಸರಾಗಿದ್ದಾರೆ ಎಂದು ಅಬ್ಬೋಟ್ ಅಬ್ರಹಾಂರಿಗೆ ತಿಳಿದುಬಂತು.

ಅವರು ಆತನನ್ನು ಸಂದರ್ಶಿಸಿ ಹೀಗೆ ಕೇಳಿದರು:

"ಈವೊತ್ತು ನಿಮ್ಮ ಹಾಸಿಗೆಯಲ್ಲಿ ಒಬ್ಬ ಸುಂದರ ಯುವತಿ ಮಲಗಿರುವುದನ್ನು ಕಂಡರೆ, ಆಕೆ ಒಬ್ಬ ಮಹಿಳೆಯಲ್ಲ ಎಂದು ಪರಿಗಣಿಸುತ್ತೀರಾ?"

"ಇಲ್ಲ," ಸನ್ಯಾಸಿ ಅಂದರು, "ನಾನು ನನ್ನನ್ನು ನಿಯಂತ್ರಿಸಲು ಶಕ್ತನಾಗುವೆ."

ಅಬ್ಬೋಟ್ ಮುಂದುವರಿಸಿದರು:

"ಮತ್ತು ಮರುಭೂಮಿಯಲ್ಲಿ ನಿಮಗೆ ಸ್ವರ್ಣದ ನಾಣ್ಯಗಳು ಸಿಕ್ಕರೆ ಅವನ್ನು ಕೇವಲ ಕಲ್ಲುಗಳೆಂದು ತಿರಸ್ಕರಿಸುತ್ತೀರಾ?"

"ಇಲ್ಲ," ಸನ್ಯಾಸಿ ಹೇಳಿದರು, "ನಾನು ಅವನ್ನು ಹೆಕ್ಕಲು ಹೋಗುವುದಿಲ್ಲ."

ಅಬ್ಬೋಟ್ ಅಬ್ರಹಾಂ ಕೇಳಿದರು:

"ಮತ್ತು ನಿಮ್ಮನ್ನು ಇಬ್ಬರು ಸಹೋದರರು ಸಂದರ್ಶಿಸುತ್ತಾರೆ ಎಂದಿಟ್ಟುಕೊಳ್ಳಿ, ಒಬ್ಬಾತ ನಿಮ್ಮನ್ನು ದ್ವೇಷಿಸುತ್ತಾನೆ, ಇನ್ನೊಬ್ಬ ನಿಮ್ಮನ್ನು ಪ್ರೀತಿಯಿಂದ ಕಾಣುತ್ತಾನೆ ಎಂದಾದರೆ ನೀವು ಇಬ್ಬರನ್ನೂ ಒಂದೇ ರೀತಿಯಲ್ಲಿ ಸ್ವಾಗತಿಸುವಿರಾ?"

ಸನ್ಯಾಸಿ ಉತ್ತರಿಸಿದರು:

"ಅದೆಷ್ಟೇ ನೋವಿನ ವಿಷಯವಾಗಿದ್ದಿರಲಿ, ನಾನು ಪ್ರೀತಿಯಿಂದ ಕಂಡವನನ್ನೂ ದ್ವೇಷಿಸುತ್ತಿದ್ದವನನ್ನೂ ಒಂದೇ ರೀತಿಯಲ್ಲಿ ಕಾಣುತ್ತೇನೆ."

ಅಬ್ಬೋಟ್ ತನ್ನ ಮೊನಾಸ್ಟ್ರಿಗೆ ಹಿಂದಿರುಗಿದಾಗ ತನ್ನ ನವಶಿಷ್ಯರಿಗೆ ಅರುಹಿದರು:

"ಒಬ್ಬ ಸಂತ ಹೇಗಿರಬೇಕು ಎಂಬುದನ್ನು ನಾನು ನಿಮಗೆ ವಿವರಿಸಲು ಯತ್ನಿಸುತ್ತೇನೆ. ಸಂತ ತನ್ನ ಭಾವನೆಗಳನ್ನು ನಂದಿಸುವ ಬದಲು, ಅವನ್ನು ನಿಯಂತ್ರಿಸಿ ಉಜ್ವಲವಾಗಿಸಲು ಬದ್ಧನಾಗಿರುತ್ತಾನೆ."

ಡಬ್ಲ್ಯೂ. ಫ್ರೇಸೀರ್ ತಮ್ಮ ಜೀವಮಾನವಿಡೀ ಪಶ್ಚಿಮ ಅಮೆರಿಕಾದ ಅನ್ವೇಷಣೆಯ ಗೆಲುವಿನ ಬಗ್ಗೆ ಬರೆಯುತ್ತ ಕಳೆದರು. ಗ್ಯಾರಿ ಕೂಪರ್ ಅಭಿನಯಿಸಿದ ಸಿನಿಮಾದಲ್ಲಿ ತನ್ನ ಬರವಣಿಗೆಯನ್ನು ಒಳಪಡಿಸಿದ್ದರಿಂದ ಅವರು ಹೆಮ್ಮೆಪಟ್ಟರು. ಸಿನಿಮಾ ಎಂದಿಗೂ ಬೇಸರವೆನಿಸಲಿಲ್ಲ ಎಂದರು.

"ನಾನು ಅಮೆರಿಕನ್ ಆದ್ಯಪ್ರವರ್ತಕರಿಂದ ಬಹಳಷ್ಟನ್ನು ಕಲಿತ್ತಿದ್ದೇನೆ. ಅವರು ಇಂಡಿಯನರ ಜೊತೆಗೆ ಕಾದಾಡಿದರು, ಮರುಭೂಮಿಗಳನ್ನು ದಾಟಿದರು, ದೂರದ ಪ್ರದೇಶಗಳಲ್ಲಿ ಆಹಾರವನ್ನು, ನೀರನ್ನು ಅರಸುತ್ತ ಹೋದರು. ಎಲ್ಲಾ ಸಮಕಾಲೀನ ದಾಖಲೆಗಳು ಒಂದು ಗುಣಲಕ್ಷಣವನ್ನು ಎತ್ತಿಹಿಡಿಯುತ್ತದೆ: ಆದ್ಯಪ್ರವರ್ತಕರೆಲ್ಲ ಒಳ್ಳೆಯ ವಿಷಯಗಳನ್ನು ಮಾತ್ರವೇ ಉಲ್ಲೇಖಿಸಿದ್ದಾರೆ. ದೂರುವ ಬದಲು ಅವರು ಹಾಡುಗಳನ್ನು ಬರೆದರು ಮತ್ತು ಕಷ್ಟಗಳನ್ನು ಎದುರಿಸುವ ಸಂದರ್ಭಗಳಲ್ಲಿ ಹಾಸ್ಯವಾಡಿದರು. ಹೀಗೆ ಅವರು ನಿರಾಶೆ ಮತ್ತು ಖಿನ್ನತೆಯನ್ನು ದೂರವಿರಿಸಿದರು. ಮತ್ತು ಎಂಭತ್ತೆಂಟರ ಹರೆಯದಲ್ಲಿ ನಾನಿವತ್ತು ಮಾಡಲು ಯತ್ನಿಸುವುದು ಅದನ್ನೇ."

ಈ ಬರಹವನ್ನು ಜಾನ್ ಮ್ಯೂರ್‌ರ ಮಾತುಗಳಿಂದ ಆಯ್ದುಕೊಳ್ಳಲಾಗಿದೆ:

ನಾನು ನನ್ನ ಆತ್ಮವನ್ನು ಮುಕ್ತವಾಗಿಡಲು ಬಯಸುತ್ತೇನೆ. ಅದರಿಂದ ಸಾಮಾನ್ಯವಾಗಿ ಆತ್ಮಶಕ್ತಿಯ ಮೇಲೆ ಸ್ಫುರಿಸಲ್ಪಡುವ ಎಲ್ಲವೂ ವರ್ಷಿಸಲ್ಪಡಲಿ.

ಅದೆಲ್ಲಿ ಅಂತಹ ವಿಷಯ ಸಾಧ್ಯ? ನಾನು ಚಂದ್ರನ ಕುಳಿಗಳನ್ನು ದರ್ಶಿಸಲು ಹೋಗಲಾರೆ ಅಥವಾ ಸೂರ್ಯನ ಮೂಲದ ಸೂರ್ಯರಶ್ಮಿಗಳನ್ನು ಹಿಂಬಾಲಿಸಲಾರೆ. ನನ್ನದೇ ಪ್ರಿಯವಾದ ನಕ್ಷತ್ರಗಳ ಸೌಂದರ್ಯವನ್ನು ಅರ್ಥೈಸಲು ಹೆಣಗಾಡಲಾರೆ ಅಥವಾ ಮಾನವನ ಕೃತ್ರಿಮ ನಿರ್ಜನತೆಯನ್ನು.

ನನ್ನ ಆತ್ಮವನ್ನು ಹೇಗೆ ಮುಕ್ತವಾಗಿಸಲು ಸಾಧ್ಯ ಎನ್ನುವುದನ್ನು ನಾನು ಕಲಿತಾಗ, ನಾನು ಮುಂಬೆಳಕನ್ನು ಅನುಸರಿಸುತ್ತೇನೆ ಮತ್ತು ಕಾಲವನ್ನು ಹಿಂಬಾಲಿಸುತ್ತ ಸಾಗುತ್ತೇನೆ.

ನಾನು ನನ್ನ ಆತ್ಮವನ್ನು ಮುಕ್ತವಾಗಿಸಲು ಕಲಿತಾಗ, ಸಾಗರಕ್ಕೆ ಸೇರುವ ಅಯಸ್ಕಾಂತೀಯ ಪ್ರವಾಹದಲ್ಲಿ ಮುಳುಗುತ್ತೇನೆ. ಅಲ್ಲಿ ಸಮಸ್ತ ನೀರು ಸಂಯೋಗಗೊಂಡು ಪ್ರಪಂಚದ ಆತ್ಮದ ನಿರ್ಮಾಣವಾಗುತ್ತದೆ.

ನಾನು ನನ್ನ ಆತ್ಮವನ್ನು ಮುಕ್ತವಾಗಿಸಲು ಕಲಿತಾಗ, ನಾನು ಸೃಷ್ಟಿಯ ಭವ್ಯವಾದ ಸಮಸ್ತ ಪುಟಗಳನ್ನು ಶುರುವಿನಿಂದಲೇ ಓದಲು ಪ್ರಯತ್ನಿಸುತ್ತೇನೆ.

ಕ್ರೈಸ್ತ ಧರ್ಮದ ಒಂದು ಪವಿತ್ರ ಸಂಕೇತದ ಚಿತ್ರವೆಂದರೆ ಪೆಲಿಕನ್, ಅಂದರೆ ನೀರಹಕ್ಕಿ. ವಿವರಣೆ ಸರಳವಾಗಿದೆ: ಬೇರೆ ಏನೂ ಆಹಾರವಿರದಿದ್ದಾಗ, ತಾಯಿ ಹಕ್ಕಿ ತನ್ನ ಮಕ್ಕಳಿಗೆ ತನ್ನ ಎದೆಯನ್ನು ಕುಕ್ಕಿ ಅದರಿಂದ ಹೊರಬರುವ ರಕ್ತ ಮತ್ತು ಮಾಂಸವನ್ನು ಉಣಿಸುತ್ತದೆಯಂತೆ.

ಗುರುಗಳು ಹೇಳುತ್ತಾರೆ:

ನಮಗೆ ದಕ್ಕುವ ಲಾಭಗಳನ್ನು ನಾವೆಂದಿಗೂ ಅರಿತುಕೊಳ್ಳುವುದಿಲ್ಲ. ನಮ್ಮನ್ನು ದೇವರು ಹೇಗೆ ಆಧ್ಯಾತ್ಮಿಕವಾಗಿ ಪೋಷಣೆ ಮಾಡುತ್ತಾನೆ ಎಂಬುದನ್ನು ನಾವು ತಿಳಿಯಲಾರೆವು.

ಪಿಲಿಕನ್ ಪಕ್ಷಿಯ ಕುರಿತಂತೆ ಒಂದು ಕಥೆಯಿದೆ. ಒಂದು ಬಿರುಸಾದ ಚಳಿಗಾಲದಲ್ಲಿ ತ್ಯಾಗದ ಸಂಕೇತವಾಗಿ ತನ್ನ ಮಾಂಸದಿಂದ ತನ್ನ ಮರಿಗಳನ್ನು ಪೋಷಿಸುತ್ತ ಹೇಗೆ ಅದೊಂದು ಪಿಲಿಕನ್ ಕೇವಲ ಕೆಲವೇ ದಿನಗಳ ಕಾಲ ಮಾತ್ರ ಬದುಕುಳಿಯಿತು ಎಂಬುದು ಈ ಕಥೆ. ತಾಯಿ ಹಕ್ಕಿ ಸಾಕಷ್ಟು ಪೋಷಣೆಯಿಲ್ಲದೆ ಸತ್ತುಹೋಯಿತು. ಆಗ ಒಂದು ಮರಿಹಕ್ಕಿ ಇನ್ನೊಂದಕ್ಕೆ ಹೀಗೆ ಹೇಳಿತಂತೆ:

"ಒಳ್ಳೇದಾಯ್ತು. ಪ್ರತಿದಿನ ಒಂದೇ ತರಹದ ತಿನಸನ್ನು ತಿಂದು ನಾನು ಬೇಸತ್ತು ಹೋಗಿದ್ದೆ."

ನೀವು ಯಾವುದೇ ವಿಷಯದ ಬಗ್ಗೆ ಅಸಂತೃಪ್ತರಾಗಿದ್ದರೆ-ಅದೇನೋ ಉತ್ತಮವಾದುದನ್ನೇ ನೀವು ಬಯಸುತ್ತಿದ್ದರೂ ಅದರಲ್ಲಿ ನಿರಂತರ ವಿಫಲತೆಯನ್ನು ಹೊಂದುತ್ತಿದ್ದರೆ-ಅದನ್ನು ಈಗಲೇ ನಿಲ್ಲಿಸಿಬಿಡಿ.

ವಿಷಯಗಳು ಸರಿಯಾಗಿ ಸಾಗದಿದ್ದರೆ, ಅದಕ್ಕೆ ಎರಡು ಬಗೆಯ ವಿವರಣೆಗಳನ್ನು ನೀಡಬಹುದಾಗಿದೆ: ನಿಮ್ಮ ಸಹನೆಯ ವ್ಯಾಪ್ತಿಯನ್ನು ಪರೀಕ್ಷಿಸಲಾಗುತ್ತಿದೆ ಅಥವಾ ನೀವು ನಿಮ್ಮ ದಿಕ್ಕನ್ನು ಬದಲಿಸಬೇಕೆನ್ನುವುದು.

ಇವೆರಡರಲ್ಲಿ ಯಾವ ಆಯ್ಕೆ ಸೂಕ್ತವೆನ್ನುವುದನ್ನು ತಿಳಿಯಲು-ಇವೆರಡು ವಿರುದ್ಧವಾದ ಸ್ಥಾನಗಳಲ್ಲಿ ಇವೆ ಎಂಬುದನ್ನು ಅಂಗೀಕರಿಸಿದರೆ-ಮೌನವಾಗಿದ್ದುಕೊಂಡು ಪ್ರಾರ್ಥನೆಗೆ ಮೊರೆ ಹೋಗಿ. ಕಾಲಕ್ರಮೇಣ ವಿಷಯಗಳು ನಿಗೂಢವಾಗಿಯೇ ಸ್ಪಷ್ಟವಾಗುತ್ತವೆ ಮತ್ತು ನಿಮ್ಮಲ್ಲಿ ಆಯ್ಕೆ ಮಾಡಲು ತಕ್ಕ ಶಕ್ತಿ ಸ್ಫುರಿಸಬಹುದು.

ಒಮ್ಮೆ ನೀವು ನಿರ್ಧರಿಸಿದ ಮೇಲೆ, ಇನ್ನಿತರ ಸಾಧ್ಯತೆಗಳನ್ನು ಮರೆತುಬಿಡಿ, ಮತ್ತು ಮುಂದಕ್ಕೆ ಸಾಗಿ, ಯಾಕೆಂದರೆ ದೇವರು ಧೀರನ ಪರವಾಗಿರುವ ದೇವರಾಗಿರುತ್ತಾನೆ.

ಬ್ರಝಿಲಿಯನ್ ಲೇಖಕ ಫೆರ್ನಾಂಡೋ ಸಬೀನೋನ ತಂದೆ ಡೊಮಿಂಗೋ ಸಬೀನೋ ತನ್ನ ಮಗನಿಗೆ ಹೇಳುತ್ತಿದ್ದರಂತೆ:

"ಎಲ್ಲವೂ ಮುಕ್ತಾಯದಲ್ಲಿ ಕ್ಷೇಮವಾಗಿ ಕೊನೆಗೊಳ್ಳುತ್ತದೆ. ವಿಷಯಗಳು ಸರಿಯಾದ ಕ್ರಮದಲ್ಲಿ ಸಾಗುತ್ತಿಲ್ಲವೆಂದಾದರೆ, ನೀವು ಕೊನೆಯನ್ನು ತಲುಪಿಲ್ಲ ಎಂದೇ ಅರ್ಥ."

ಬ್ರೆಜಿಲ್‌ನ ಬಾಹಿಯಾದಲ್ಲಿ ಸಂಗೀತ ನಿರ್ದೇಶಕಿ ನೆಲ್ಸನ್ ಮೋಟಾ ಇದ್ದಾಗ, ಆಧ್ಯಾತ್ಮಿಕ ನಾಯಕಿ ಮೆಯ್ ಮೆನಿನ್ನಾ ಡಿ ಗಂಟೊಯ್ಸ್‌ರನ್ನು ಭೇಟಿ ಮಾಡಲು ನಿರ್ಧರಿಸಿದಳು. ಆಕೆ ಒಂದು ಟ್ಯಾಕ್ಸಿಯನ್ನು ಹಿಡಿದು ಸಾಗುತ್ತಿದ್ದಾಗ, ಕಾರಿನ ಬ್ರೇಕ್ ಕೈಕೊಟ್ಟಿತು ಮತ್ತು ಕಾರು ನಿಯಂತ್ರಣ ತಪ್ಪಿ ತಿಪ್ಪರಲಾಗ ಹಾಕಿತು. ವಿಭ್ರಮೆಗೊಂಡರೂ ಚಾಲಕನೂ ಸಂಗೀತ ನಿರ್ದೇಶಕಿಯೂ ಸ್ವಸ್ಥವಾಗಿದ್ದರು.

ನೆಲ್ಸನ್, ಮೆಯ್ ಮೆನಿನ್ನಾರನ್ನು ಭೇಟಿಯಾದ ತಕ್ಷಣ ಆಕೆ ಅಪಘಾತದ ಬಗ್ಗೆ ಹೇಳಿದರು. ಆಕೆ ಹೇಳಿದರು:

“ಕೆಲವು ಸಂಗತಿಗಳು ನಮ್ಮ ವಿಧಿಲಿಖಿತವಾಗಿರುತ್ತವೆ. ಆದರೆ ಭಗವಂತ ನಮ್ಮನ್ನು ಅವುಗಳಿಂದ ಸುರಕ್ಷಿತವಾಗಿಡಲು ಸಹಾಯ ಮಾಡುತ್ತಾನೆ. ಈ ಸಲದ ಅಪಘಾತ ನಿನ್ನ ವಿಧಿಯಲ್ಲಿ ಸ್ಪಷ್ಟವಾಗಿ ಬರೆದಿತ್ತು, ಆದರೆ ನೋಡು, ಹೇಗಾಯಿತು, ಎಲ್ಲವೂ ಸಂಭವಿಸಿತು, ಆದರೆ ಏನೂ ಸಂಭವಿಸಲಿಲ್ಲ.”

“ಕ್ಯಾಮಿನೊ ಡಿ ಸ್ಯಾಂಟಿಯಾಗೋ ಬಗೆಗೆ ನೀವು ಮಾತಾಡಿದಾಗ ಅದೇನೋ ಕೊರತೆಯಿದ್ದಂತೆ ಅನ್ನಿಸಿತು,” ಯಾತ್ರಿಕ ಪಯಣಿಗನಿಗೆ ಹೇಳಿದ. “ಬಹುತೇಕ ಯಾತ್ರಿಕರು ಕ್ಯಾಮಿನೊಂದಿಗಿರಲಿ ಅಥವಾ ಬದುಕಿನ ದಾರಿಯಲ್ಲಿರಲಿ, ಯಾವಾಗಲೂ ಇತರ ಯಾತ್ರಿಕರ ಜೊತೆಯಲ್ಲೇ ಸಾಗಲು ಯತ್ನಿಸುತ್ತಾರೆ.

“ನನ್ನ ತೀರ್ಥಯಾತ್ರೆಯ ಪ್ರಾರಂಭದಲ್ಲಿ, ನಾನು ನನ್ನ ಗುಂಪಿನೊಂದಿಗೇ ಇರಲು ಪ್ರಯತ್ನಿಸಿದೆ, ಆದರೆ ನಾನು ಬಹಳ ಸುಸ್ತಾಗಿರುವಂತೆ ಅನ್ನಿಸಿತು. ನನ್ನ ಶರೀರ ಬಹಳಷ್ಟನ್ನು ಬೇಡುತ್ತಿತ್ತು. ನಾನು ಬಹಳಷ್ಟು ಆತಂಕಿತನಾದೆ ಯಾಕೆಂದರೆ ನನ್ನ ಎಡ ಪಾದದಲ್ಲಿ ಸಮಸ್ಯೆಯಿತ್ತು.

“ಒಂದು ಹಂತದಲ್ಲಿ ನನಗೆ ಎರಡು ದಿನಗಳ ಕಾಲ ನಡೆಯಲು ಸಾಧ್ಯವಾಗಲಿಲ್ಲ. ನಾನು ನನ್ನ ಲಯವನ್ನೇ ಅನುಸರಿಸಿದರೆ ಸ್ಯಾಂಟಿಯಾಗೊಕ್ಕೆ ನಾನು ತಲುಪಲು ಸಾಧ್ಯವೆಂದುಕೊಂಡೆ.

“ನಾನು ಎಲ್ಲರಿಗಿಂತ ಹಿಂದಕ್ಕಿದ್ದೆ, ಮತ್ತು ಬಹಳಷ್ಟು ದೂರವನ್ನು ನಾನು ಏಕಾಂಗಿಯಾಗಿ ಕ್ರಮಿಸುವ ಪ್ರಮೇಯ ಒದಗಿತು. ನನ್ನ ಲಯದ ನಡಿಗೆಯನ್ನೇ ಗೌರವಪೂರ್ವಕವಾಗಿ ಅನುಸರಿಸಿ ಕೊನೆಗೂ ಗಮ್ಯ ಸ್ಥಾನವನ್ನು ತಲುಪಲು ಸಾಧ್ಯವಾಯಿತೆನ್ನಿ. ಅಂದಿನಿಂದ ಎಲ್ಲಕ್ಕೂ ನಾನು ಇದೇ ತತ್ವವನ್ನು ಅಳವಡಿಸಿದೆ, ಬದುಕಿನ ಸಾಗಾಟದಲ್ಲೂ.”

ಲಿಡಿಯಾದ ರಾಜ ಕ್ರೋಯೇಸಸ್, ಪರ್ಶಿಯಾವನ್ನು ಆಕ್ರಮಿಸುವ ಹುನ್ನಾರ ನಡೆಸಿದ. ಅದಕ್ಕೂ ಮೊದಲು ಆತ ಗ್ರೀಕ್ ಭವಿಷ್ಯವಾದಿ ಡೆಲ್ಫಿಯ ಸಲಹೆಯನ್ನು ಪಡೆಯಲು ನಿರ್ಧರಿಸಿದ.

"ನೀನು ಅದೊಂದು ಮಹಾನ್ ಸಾಮ್ರಾಜ್ಯವನ್ನು ಧ್ವಂಸಗೊಳಿಸಲಿದ್ದೀಯಾ," ಎಂದು ಭವಿಷ್ಯವಾಣಿಯಾಯಿತು.

ಭವಿಷ್ಯವಾಣಿಯಿಂದ ಉತ್ಸುಕನಾದ ಕ್ರೋಯೇಸಸ್ ಪರ್ಶಿಯಾದ ಮೇಲೆ ಯುದ್ಧವನ್ನು ಸಾರಿ ದಂಡೆತ್ತಿ ಹೋದ. ಎರಡು ದಿನಗಳ ಯುದ್ಧದ ಬಳಿಕ ಲಿಡಿಯಾವನ್ನು ಪರ್ಶಿಯಾದವರು ಆಕ್ರಮಿಸಿದರು. ಅವರು ರಾಜಧಾನಿಯನ್ನು ಹಿಡಿದ ಮೇಲೆ ಕ್ರೋಯೇಸಸ್‌ನನ್ನು ಸೆರೆಹಿಡಿದರು. ಸಿಟ್ಟಿಗೆದ್ದ ಕ್ರೋಯೇಸಸ್ ಗ್ರೀಸ್‌ನ ತನ್ನ ಅಂಬಾಸೆಡರ್‌ಗೆ ಭವಿಷ್ಯವಾದಿಯನ್ನು ಕಾಣಲು ಹೇಳಿ ಆತ ತನ್ನನ್ನು ಮೋಸಗೊಳಿಸಿದ ಎಂದು ಜರೆಯಲು ಬಿಟ್ಟ.

"ಇಲ್ಲ, ನಿಮಗೆ ಮೋಸ ಮಾಡಿಲ್ಲ," ಭವಿಷ್ಯವಾದಿ ಉತ್ತರಿಸಿದ. "ನೀವೊಂದು ಮಹಾನ್ ಸಾಮ್ರಾಜ್ಯವನ್ನು ಧ್ವಂಸಗೊಳಿಸಿದ್ದೀರಾ: ಲಿಡಿಯಾ."

ಗುರುಗಳು ಹೇಳುತ್ತಾರೆ:

ಸಂಕೇತಗಳ ಭಾಷೆಯನ್ನು ನಾವು ಅರಿತುಕೊಳ್ಳಬೇಕು ಹಾಗೆಯೇ ಕಲಿಸಬೇಕಿದ್ದರೆ ಮುಂದುವರಿಯಬೇಕು. ಏನಿದ್ದರೂ, ನಾವು ಈ ಸಂಕೇತಗಳ ಅರ್ಥವನ್ನು ವಿರೂಪಗೊಳಿಸುತ್ತೇವೆ. ಯಾಕೆಂದರೆ ನಮಗೆ ಬೇಕಿರುವ ಹಾಗೆ ನಾವು ಸಮ್ಮತಿಸುವಂತಾಗುತ್ತದೆ.

ಲೇಖಕ ಫೆಲಿಸ್ ಲಿಯಾನಾರ್ಡೋ ಬುಸೆಗ್ಲಿಯಾ, ಬೆತ್ಲೆಹೆಮ್‌ನ ಆಕಾಶದಲ್ಲಿ ನಕ್ಷತ್ರ ಕಂಡಿರುವ ನಾಲ್ಕನೇ ಸದಸ್ಯನಾದ ಮ್ಯಾಗಿಯ ಕಥೆಯನ್ನು ಹೇಳುತ್ತಾರೆ. ಆತ ಯಾವಾಗಲೂ ಏಸುಕ್ರಿಸ್ತ ತಂಗುವ ಸ್ಥಳಕ್ಕೆ ತಡವಾಗಿಯೇ ತಲುಪುತ್ತಿದ್ದ ಎನ್ನಲಾಗಿದೆ. ಕಾರಣ ತನ್ನ ದಾರಿಯಲ್ಲಿ ಕಂಡುಬರುವ ಬಡವರಿಗೆ, ಬೇಡುವ ಬಿಕನಾಸಿ ಮಂದಿಗೆ ಆತ ಸಹಾಯ ಮಾಡುವುದರಲ್ಲಿ ನಿರತನಾಗಿರುತ್ತಿದ್ದ.

ಏಸುಕ್ರಿಸ್ತರನ್ನು ಮೂವತ್ತು ವರ್ಷಗಳಷ್ಟು ಕಾಲ ಈಜಿಪ್ಟ್, ಗಲಿಲೀ ಮತ್ತು ಬೆಥನಿ ಮುಂತಾದ ಸ್ಥಳಗಳಲ್ಲಿ ಹಿಂಬಾಲಿಸುತ್ತ ಮಾಗುಸ್ ಜೆರುಸೆಲಮ್‌ನ್ನು ತಲುಪಿದ. ಅದೇ ದಿನ ದೊಡ್ಡವನಾಗಿ ಹರೆಯಕ್ಕೆ ಬಂದಿರುವ ಏಸುವನ್ನು ಶಿಲುಬೆಗೇರಿಸುವ ಸನ್ನಿವೇಶ ಒದಗಿತು. ಮಾಗುಸ್ ಏಸುವಿಗೆ ನೀಡಲೆಂದು ಸ್ವಲ್ಪ ಮುತ್ತುಗಳನ್ನು ತಂದಿದ್ದ, ಆದರೆ ಅವನ್ನು ದಾರಿಯಲ್ಲಿ ಜನರಿಗೆ ಸಹಾಯ ಮಾಡುವ ಸಲುವಾಗಿ ಆತ ಮಾರಾಟಮಾಡಬೇಕಾಗಿ ಬಂದಿತ್ತು. ಒಂದೇ ಒಂದು ಮುತ್ತು ಉಳಿದಿತ್ತು. ಆದರೆ ರಕ್ಷಕ ಅದಾಗಲೇ ಪ್ರಾಣಬಿಟ್ಟಿದ್ದರು.

"ನಾನು ನನ್ನ ಜೀವಿತಾವಧಿಯ ಗುರಿಯಲ್ಲಿ ವಿಫಲನಾಗಿದ್ದೇನೆ," ಎಂದು ಯೋಚಿಸಿದ ಮಾಗುಸ್.

ನಂತರ ಅವನಿಗೊಂದು ಧ್ವನಿ ಕೇಳಿಸಿತು:

"ತದ್ವಿರುದ್ಧವಾಗಿ, ನೀನು ನಿನ್ನ ಜೀವನ ಪರ್ಯಂತ ನನ್ನನ್ನು ಭೇಟಿಯಾಗುತ್ತಲೇ ಇದ್ದೆ. ನಾನು ವಿವಸ್ತ್ರನಾಗಿದ್ದಾಗ, ನನಗೆ ಬಟ್ಟೆಯನ್ನು ಹೊದಿಸಿದೆ. ನಾನು ಹಸಿದ ಹೊತ್ತನಲ್ಲಿ ನನಗೆ ಉಣಿಸಿದೆ. ನಾನು ಬಂಧಿಯಾಗಿದ್ದಾಗ ನೀನು ನನ್ನತ್ತ ಓಡಿ ಬಂದೆ. ನಿನ್ನ ಹಾದಿಯಲ್ಲಿ ಎದುರಾದ ಸಮಸ್ತ ಬಡಜನರಲ್ಲಿ ನಾನಿದ್ದೆ. ನೀನು ನೀಡಿದ ಪ್ರೇಮದ ಕೊಡುಗೆಗಳಿಗಾಗಿ ನಾನು ಕೃತಜ್ಞನಾಗಿದ್ದೇನೆ."

ಸಮಾಜದಲ್ಲಿ ಪ್ರತಿಯೊಬ್ಬ ವ್ಯಕ್ತಿಯೂ ಒಂದಲ್ಲ ಒಂದು ಕಾಯಕದಲ್ಲಿ, ಅಂದರೆ, ಒಬ್ಬ ಟೆಕ್ನೀಶಿಯನ್, ಒಬ್ಬ ಇಂಜಿನಿಯರ್, ಅಥವಾ ಒಬ್ಬ ಮ್ಯಕಾನಿಕ್ ಆಗಿ ವೃತ್ತಿಜೀವನದಲ್ಲಿ ತೊಡಗಿರಬೇಕೆಂದು ಹುಟ್ಟುವಾಗಲೇ ನಿರ್ಧರಿತವಾಗಿರುತ್ತದೆ ಎಂದು ಒಂದು ವೈಜ್ಞಾನಿಕ ಕಾಲ್ಪನಿಕ ಕಥೆ ಹೇಳುತ್ತದೆ. ಕೆಲವರು ಯಾವುದೇ ವಿಶೇಷ ಕೌಶಲ್ಯವಿಲ್ಲದೆಯೇ ಜನಿಸಿರುತ್ತಾರೆ. ಅಂಥವರನ್ನು ಅನಾಥಾಲಯಗಳಿಗೆ ಸೇರಿಸಲಾಗುತ್ತದೆ. ಅವರು ಸಮಾಜಕ್ಕೆ ಯಾವುದೇ ಕೊಡುಗೆಯನ್ನು ನೀಡಲು ಅಸಮರ್ಥರಾಗಿರುತ್ತಾರೆ.

ಅಂಥಹ ಒಬ್ಬ ಸದಸ್ಯ ಬಂಡೇಳುತ್ತಾನೆ. ಆಶ್ರಮದಲ್ಲಿ ಒಂದು ವಾಚನಾಲಯವಿದ್ದು, ಅವನು ವಿಜ್ಞಾನ ಮತ್ತು ಕಲೆಗೆ ಸಂಬಂಧಿಸಿದ ಎಲ್ಲವನ್ನೂ ಕರಗತ ಮಾಡಿಕೊಳ್ಳುತ್ತಾನೆ.

ಸಾಕಷ್ಟು ಕಲಿತ ಬಳಿಕ ಆತ ಅಲ್ಲಿಂದ ತಪ್ಪಿಸಿಕೊಳ್ಳಲು ಯತ್ನಿಸುತ್ತಾನೆ, ಆದರೆ ಹಿಡಿಯಲ್ಪಟ್ಟು ನಗರದ ಹೊರವಲಯದ ಒಂದು ಸಂಶೋಧನಾ ಕೇಂದ್ರಕ್ಕೆ ಒಯ್ಯಲ್ಪಡುತ್ತಾನೆ. ಅಲ್ಲಿ ಸೇವೆ ಸಲ್ಲಿಸುತ್ತಲಿದ್ದ ಒಬ್ಬಾತ,

"ಸ್ವಾಗತವಿದೆ," ಎನ್ನುತ್ತಾನೆ. "ಇದು ಚುಟುಕಾಗಿ ಹೇಳಬೇಕಿದ್ದರೆ ತಮ್ಮದೇ ದಾರಿಯನ್ನು ಕಂಡುಕೊಳ್ಳಲು ಯತ್ನಿಸುವವರಿಗಿರುವ ಜಾಗ ಮತ್ತು ಅಂಥವರನ್ನು ನಾವು ಅತೀವವಾಗಿ ಮೆಚ್ಚಿಕೊಳ್ಳುತ್ತೇವೆ. ಈಗ ನೀನು ನಿನಗೆ ಬೇಕಿದ್ದನ್ನು ಮಾಡಬಹುದು ಯಾಕೆಂದರೆ ನಿಮ್ಮಂತಹವರಿಂದಲೇ ಜಗತ್ತು ಪ್ರಗತಿಪಥದಲ್ಲಿ ಸಾಗಲು ಸಾಧ್ಯ."

ಒಂದು ದೀರ್ಘ ಪ್ರಯಾಣಕ್ಕೆ ಮುನ್ನ ಒಬ್ಬ ವ್ಯಾಪಾರಸ್ಥ ತನ್ನ ಪತ್ನಿಗೆ ವಿದಾಯ ಹೇಳಿದ.

"ನೀವು ನನಗೆ ನನ್ನ ಅರ್ಹತೆಗೆ ತಕ್ಕಂತೆ ಯಾವುದೇ ಉಡುಗೊರೆಯನ್ನು ಇಲ್ಲಿಯ ತನಕ ನೀಡಿದವರಲ್ಲ," ಆಕೆ ಹೇಳಿದಳು.

"ನೀನೊಬ್ಬ ಕೃತಘ್ನ ಹೆಣ್ಣು. ನಾನು ಕಷ್ಟಪಟ್ಟು ದುಡಿದು ನಿನಗೆ ಬೇಕಾದುದನ್ನೆಲ್ಲ ಇತ್ತಿದ್ದೇನೆ," ಗಂಡ ಅಂದ. "ಇನ್ನೇನನ್ನು ಕೊಡಬಲ್ಲೆ ಹೇಳು?"

"ನನ್ನಷ್ಟೇ ಸುಂದರವಾಗಿರುವ ಏನನ್ನಾದರೂ."

ಹೆಂಡತಿ ತನಗೆ ಬರಬಹುದಾದ ಉಡುಗೊರೆಗಾಗಿ ಪೂರ್ತಿ ಎರಡು ವರ್ಷಗಳಷ್ಟು ಕಾದಳು. ಕೊನೆಗೂ ಪತಿ ಹಿಂದಿರುಗಿ ಬಂದಾಗ ಹೀಗೆಂದ,

"ನಿನ್ನಷ್ಟು ಸುಂದರವಾದುದನ್ನು ಹೇಗಾದರೂ ಮಾಡಿ ಸಂಗ್ರಹಿಸಿದೆ. ನಿನ್ನ ಕೃತಘ್ನತೆಯ ಕುರಿತು ನಾನು ಅತ್ತುಬಿಟ್ಟೆ, ಆದರೂ ನಿನ್ನ ಬಯಕೆಯನ್ನು ಈಡೇರಿಸಲೇ ಬೇಕೆಂದು ನಿರ್ಧರಿಸಿದೆ. ಎಲ್ಲಾ ಸಮಯ ನಿನ್ನಷ್ಟೇ ಚೆಲುವಾಗಿರುವ ಏನನ್ನು ನಾನು ನಿನಗೆ ನೀಡಬಲ್ಲೆ ಎಂದು ಯೋಚಿಸುತ್ತಲೇ ಇದ್ದೆ. ಕೊನೆಗೂ ಅದನ್ನು ನಾನು ಕಂಡುಕೊಂಡೆ."

ಹೀಗೆನ್ನುತ್ತ, ಆತ ಸಣ್ಣ ಕನ್ನಡಿಯೊಂದನ್ನು ಆಕೆಯ ಮುಂದೆ ಹಿಡಿದ.

ಜರ್ಮನ್ ತತ್ವಜ್ಞಾನಿ ಫ್ರೆಡ್ರಿಕ್ ನೀಷೆ ಒಮ್ಮೆ ಹೇಳಿದ್ದರು: "ಎಲ್ಲಾ ವಿಷಯಗಳ ಬಗ್ಗೆ ವಾದಿಸುವ ಅಗತ್ಯವಿಲ್ಲ; ಆಗೊಮ್ಮೆ ಈಗೊಮ್ಮೆ ತಪ್ಪುಗಳನ್ನು ಎಸಗುವುದು ಮಾನವನ ಸಹಜ ಗುಣವಾಗಿರುತ್ತದೆ."

ಗುರುಗಳು ಹೇಳುತ್ತಾರೆ:

ಕೆಲವು ಮಂದಿ ಪ್ರತಿಯೊಂದು ವಿಷಯದಲ್ಲೂ ಚಿಕ್ಕ ಚಿಕ್ಕ ಸಂಗತಿಯೂ ಸರಿಯಾಗಿರಬೇಕೆಂದು ಬಯಸುತ್ತಾರೆ. ನಾವೆಂದಿಗೂ ತಪ್ಪುಗಳನ್ನೆಸಗಲು ಬಯಸಲಾರೆವು. ಅಂತಹ ಧೋರಣೆಯಿಂದ ನಾವು ಏನನ್ನಾದರೂ ಸಾಧಿಸಲು ಸಾಧ್ಯವಾಗುತ್ತದೆ.

ತಪ್ಪುಗಳನ್ನು ಎಸಗುವ ಹೆದರಿಕೆಯೇ ನಮ್ಮನ್ನು ಕಳಪೆಯ ಕೋಟೆಯೊಳಗೆ ಬಂಧಿಯಾಗುವಂತೆ ಮಾಡಬಹುದು. ಅಂತಹ ಭಯದಿಂದ ನಾವು ಮುಕ್ತರಾದರೆ, ನಾವೊಂದು ಸ್ವಾತಂತ್ರ್ಯದ ಬಹುದೊಡ್ಡ ಹೆಜ್ಜೆಯನ್ನು ಇರಿಸಿದಂತಾಗುತ್ತದೆ.

ಸ್ಕೆಟಿಸ್ ಮೊನಾಸ್ಟ್ರಿಯಲ್ಲಿ ಒಬ್ಬ ಅನನುಭವಿ ಅಬ್ಬೊಟ್ ನಿಸ್ಟರೊಸ್‌ಗೆ ಕೇಳಿದ:

"ದೇವರನ್ನು ಒಲಿಸಿಕೊಳ್ಳಲು ನಾನೇನು ಮಾಡಬೇಕು?"

ಅಬ್ಬೊಟ್ ಉತ್ತರಿಸಿದರು:

"ಅಬ್ರಹಾಂ ಅಪರಿಚಿತರನ್ನು ಸ್ವಾಗತಿಸಿದ ಮತ್ತು ದೇವರು ಸಂಪ್ರೀತರಾದರು. ಎಲಿಜಾಹ್ ಅಪರಿಚಿತರನ್ನು ಹೇಸುತ್ತಿದ್ದ ಮತ್ತು ದೇವರು ಸಂಪ್ರೀತರಾದರು. ಡೇವಿಡ್ ತನ್ನ ಕಾಯಕದ ಬಗ್ಗೆ ಹೆಮ್ಮೆಪಡುತ್ತಿದ್ದ, ದೇವರು ಸಂಪ್ರೀತರಾದರು. ತೆರಿಗೆ ಸಂಗ್ರಾಹಕ ದೇವಸ್ಥಾನದಲ್ಲಿ ತೆರಿಗೆ ಸಂಗ್ರಹಿಸಿದ್ದಕ್ಕೆ ನಾಚಿಕೆ ವ್ಯಕ್ತಪಡಿಸುತ್ತಿದ್ದ, ದೇವರು ಸಂಪ್ರೀತರಾದರು. ಜಾನ್ ಬ್ಯಾಪ್ಟಿಸ್ಟ್ ಕಾಡಿಗೆ ಹೋದ, ದೇವರು ಸಂಪ್ರೀತರಾದರು. ಜೊನಾಹ್ ನಿನೆವೇವ್ ಮಹಾನಗರಕ್ಕೆ ಸಾಗಿದ, ದೇವರು ಸಂಪ್ರೀತರಾದರು.

"ನೀನೇನು ಮಾಡಬೇಕೆಂದು ನಿನ್ನ ಆತ್ಮವನ್ನು ಕೇಳು. ನಮ್ಮ ಕನಸುಗಳೊಂದಿಗೆ ನಮ್ಮ ಆತ್ಮ ಒಪ್ಪಂದದಲ್ಲಿದ್ದರೆ, ಅದರಿಂದ ಭಗವಂತ ಸಂಪ್ರೀತನಾಗುತ್ತಾನೆ."

ಓರ್ವ ಬೌದ್ಧ ಗುರು ತನ್ನ ಶಿಷ್ಯರೊಂದಿಗೆ ಕಾಲ್ನಡಿಗೆಯಲ್ಲಿ ಪ್ರಯಾಣಿಸುತ್ತಿದ್ದ ವೇಳೆ, ಶಿಷ್ಯರೆಲ್ಲ ತಮ್ಮ ತಮ್ಮೊಳಗೆ ಯಾರು ಶ್ರೇಷ್ಠರೆಂದು ವಾದಿಸುತ್ತಿದ್ದುದನ್ನು ಕಂಡರು.

"ನಾನು ಹದಿನೈದು ವರ್ಷಗಳಿಂದ ಧ್ಯಾನದಲ್ಲಿ ನಿರತನಾಗಿದ್ದೆ," ಎಂದ ಒಬ್ಬಾತ.

"ನಾನು ನನ್ನ ಹೆತ್ತವರ ನಿವಾಸವನ್ನು ತೊರೆದು ಬಂದ ಬಳಿಕ ನಿರಂತರವಾಗಿ ದಾನ ಮಾಡುತ್ತಲೇ ಬಂದೆ," ಎಂದ ಇನ್ನೊಬ್ಬ.

"ನಾನು ಯಾವಾಗಲೂ ಬುದ್ಧನ ಬೋಧನೆಗಳನ್ನು ಅನುಸರಿಸುತ್ತಲೇ ಇದ್ದೆ," ಮೂರನೆಯವನು ಅಂದ.

ಮಧ್ಯಾಹ್ನದ ಹೊತ್ತಿಗೆ ಅವರೆಲ್ಲ ಒಂದು ಆ್ಯಪಲ್ ಮರದ ನೆರಳಿಗೆ ಬಂದು ವಿಶ್ರಾಂತಿ ಪಡೆಯಲು ಸಿದ್ಧರಾದರು. ಆ ಮರದ ಕೊಂಬೆಗಳೆಲ್ಲ ಹಣ್ಣುಗಳ ಭಾರದಿಂದಾಗಿ ಬಾಗಿ ನೆಲವನ್ನು ಮುಟ್ಟುತ್ತಿದ್ದವು.

ಗುರುಗಳು ಹೇಳಿದರು:

ಮರವೊಂದು ಹಣ್ಣುಗಳಿಂದ ಭಾರವಾಗಿದ್ದಾಗ, ಅದರ ಕೊಂಬೆಗಳು ಬಾಗಿ ನೆಲವನ್ನು ಮುಟ್ಟುತ್ತವೆ. ಅದೇ ರೀತಿಯಲ್ಲಿ, ನಿಜವಾದ ಹೃದಯವಂತ ವ್ಯಕ್ತಿ ಬಹಳ ವಿನಯವಂತನಾಗಿರುತ್ತಾನೆ. ಮರದಲ್ಲಿ ಹಣ್ಣುಗಳಿಲ್ಲವೆಂದಾದರೆ ಕೊಂಬೆಗಳು ಅಹಂಕಾರಿ ಮತ್ತು ಸೊಕ್ಕಿನಿಂದ ಕೂಡಿರುತ್ತವೆ. ಅದೇ ರೀತಿಯಲ್ಲಿ ಮೂರ್ಖನೊಬ್ಬ ತಾನು ತನ್ನ ಸಂಗಡಿಗರಿಗಿಂತಲೂ ಮೇಲ್ಮಟ್ಟದವನೆಂದು ಭಾವಿಸುತ್ತಾನೆ."

ಏಸು ಕ್ರಿಸ್ತ ತನ್ನ ಕೊನೆಯ ರಾತ್ರಿ ಭೋಜನದ ವೇಳೆ ತನ್ನ ಇಬ್ಬರು ಧರ್ಮಪ್ರಚಾರಕರ ಕುರಿತು ಆರೋಪಗಳನ್ನು ಮಾಡಿದರು ಮತ್ತು ಅವರು ಮುಂದೆ ಜೀಸಸ್ ಹೇಳಿದ ಭವಿಷ್ಯದಂತೆ ಅಂತಹ ಕೃತ್ಯಗಳನ್ನು ಮಾಡುತ್ತಲೇ ಹೋದರು.

ಜುದಾಸ್ ಇಸ್ಕಾರಿಯೊಟ್ ತನ್ನ ತಪ್ಪುಗಳನ್ನು ಅರಿತು ಆತ್ಮಹತ್ಯೆ ಮಾಡಿಕೊಂಡ. ಪೀಟರ್ ಕೂಡಾ ತನ್ನ ತಪ್ಪನ್ನು ಅರಿತ ಮತ್ತು ಮೂರು ಸಲ ಅದನ್ನು ನಿರಾಕರಿಸಿದ.

ಒಂದು ನಿರ್ಣಾಯಕ ಕ್ಷಣದಲ್ಲಿ ಪೀಟರ್ ಏಸುವಿನ ಸಂದೇಶದ ನಿಜವಾದ ಅರ್ಥವನ್ನು ಗ್ರಹಿಸಲು ಶಕ್ತನಾದ. ಆತ ಕ್ಷಮೆ ಯಾಚಿಸಿದ ಮತ್ತು ಎಷ್ಟೇ ಅವಮಾನಿಸಿದರೂ ಸಾಧ್ಯವಾದಷ್ಟು ವಿನೀತನಾಗಿ, ವಿನಮ್ರನಾಗಿ ಜೀವನ ಸಾಗಿಸಿದ.

ಆತನೂ ಆತ್ಮಹತ್ಯೆ ಮಾಡಿಕೊಳ್ಳಬಹುದಿತ್ತು, ಬದಲಾಗಿ ಆತ ಇತರ ಧರ್ಮಪ್ರಚಾರಕರೊಂದಿಗೆ ಮಾತಾಡಿದ ಮತ್ತು ಈ ಮುಂದಿನ ಮಾತುಗಳನ್ನು ಆಡಿರಬೇಕು:

"ಮಾನವ ಜೀವಿತವಿರುವ ತನಕ ಜನರು ನನ್ನ ತಪ್ಪುಗಳನ್ನು ಆಡುತ್ತಲೇ ಹೋಗಲಿ, ಆದರೆ ಆ ತಪ್ಪುಗಳನ್ನು ಸರಿಪಡಿಸಲು ನನಗೆ ಅವಕಾಶ ನೀಡಲಿ."

ಕ್ಷಮೆಯೆಂದರೆ ಪ್ರೇಮವೆಂದು ಪೀಟರ್ ಅರಿತುಕೊಂಡಿದ್ದ. ಆದರೆ ಜುದಾಸ್ ಅರ್ಥ ಮಾಡಿಕೊಂಡಿರಲಿಲ್ಲ.

ಓರ್ವ ಪ್ರಖ್ಯಾತ ಸಾಹಿತಿ ತನ್ನೊಬ್ಬ ಸ್ನೇಹಿತನ ಜೊತೆಗೆ ರಸ್ತೆಯಲ್ಲಿ ಸಾಗುತ್ತಿದ್ದಾಗ ಟ್ರಕ್ಕೊಂದು ವೇಗವಾಗಿ ಚಲಿಸುತ್ತಿದ್ದುದನ್ನು ಕಾಣದೆ ಒಬ್ಬ ಹುಡುಗ ರಸ್ತೆಯನ್ನು ದಾಟಿದ. ಈ ಗಂಡಾಂತರವನ್ನು ತಡೆಯುವುದಕ್ಕಾಗಿ ಸಾಹಿತಿ ಕ್ಷಣಮಾತ್ರದಲ್ಲಿ ರಸ್ತೆಯ ಆ ಕಡೆಗೆ ಹಾರಿಬಿದ್ದು, ಹುಡುಗನನ್ನು ಟ್ರಕ್‌ನಿಂದ ರಕ್ಷಿಸಲು ಶಕ್ತರಾದರು. ಇದೊಂದು ವೀರೋಚಿತ ಸಾಧನೆಗಾಗಿ ಲೇಖಕನನ್ನು ಯಾರೇ ಅಭಿನಂದಿಸಲು ಮುಂದಾಗುವ ಮುನ್ನವೇ ಆತ ಹುಡುಗನ ಕೆನ್ನೆಗೆ ಬಾರಿಸಿದರು ಮತ್ತು ಹೇಳಿದರು:

"ಮಗೂ, ಯಾವುದನ್ನೂ ಅದರ ಮೇಲ್ನೋಟದಲ್ಲೇ ಪರಿಗಣಿಸಬೇಡ. ನಾನು ನಿನ್ನನ್ನು ಯಾಕಾಗಿ ರಕ್ಷಿಸಿದೆನೆಂದರೆ, ನೀನು ಮುಂದೆ ದೊಡ್ಡವನಾದ ಮೇಲೆ ಯಾವುದೇ ಸಮಸ್ಯೆಯಿಂದ ತಪ್ಪಿಸಿಕೊಳ್ಳಲಾರೆ ಎಂಬುದನ್ನು ಮನದಟ್ಟು ಮಾಡುವುದಕ್ಕಾಗಿ."

ಗುರುಗಳು ಹೇಳುತ್ತಾರೆ:

ನಾವು ಕೆಲವೊಮ್ಮೆ ಉತ್ತಮ ಕೆಲಸವನ್ನು ಮಾಡಿದಾಗ ಮುಜುಗರ ಪಡುತ್ತೇವೆ. ನಮ್ಮೊಳಗಿನ ಪಾಪಪ್ರಜ್ಞೆ ಏನೆಂದರೆ, ನಾವು ನಮ್ಮ ಕೆಲಸದಿಂದ ಜನರ ಮುಂದೆ ಔದಾರ್ಯ ಮೆರೆದಿದ್ದೇವೆ ಎಂದು ತಿಳಿಯುತ್ತೇವೆ, ದೇವರಿಗೆ "ರುಷುವತ್ತು" ನೀಡುತ್ತೇವೆ ಮತ್ತು ಇನ್ನೇನೋ. ಮಾನವ ಸ್ವಭಾವ ಯಾವಾಗಲೂ ಉತ್ತಮವಾಗಿಯೇ ಇರುತ್ತದೆ. ನಾವು ನಮ್ಮ ಕರುಣೆಯ ನಡವಳಿಕೆಯನ್ನು ವಿಪರ್ಯಾಸವಾಗಿ, ಅಸಹಜತೆಯಿಂದ ಕಂಡು ಅವನ್ನು ಮರೆಮಾಚಲು ಯತ್ನಿಸುತ್ತೇವೆ, ಪ್ರೇಮ ದೌರ್ಬಲ್ಯದ ಪರ್ಯಾಯಪದ ಎನ್ನುವಂತೆ.

ಭೂಮಿಯ ಮೇಲಣ ಎಂತೆಂತಹ ವಿಚಿತ್ರಗಳು ಅವನ್ನು ಸಂಕೇತಿಸುತ್ತಿವೆ ಎಂದು ಅಚ್ಚರಿ ಪಡೆಯುತ್ತ, ಆತ ಮೇಜಿನ ಕಡೆಗೆ ನೋಡಿದ. ಅಲ್ಲಿ ಗಲಿಲೀಯ ದಾಳಿಂಬೆಗಳಿದ್ದವು, ದಕ್ಷಿಣ ಪ್ರಾಂತದ ಸಾಂಬಾರ ಪದಾರ್ಥಗಳಿದ್ದವು, ಸಿರಿಯಾದ ಒಣ ಹಣ್ಣುಗಳಿದ್ದವು, ಈಜಿಪ್ಟ್‌ನ ಕರ್ಜೂರಗಳಿದ್ದವು.

ಆತ ತನ್ನ ಕೈಯನ್ನು ಚಾಚಿ ಅಲ್ಲಿನ ಎಲ್ಲಾ ಹಣ್ಣುಗಳನ್ನು ಅನುಗ್ರಹಿಸಲು ಮುಂದಾದ. ಆದರೆ ತಕ್ಷಣ ತಡೆದ, ಯಾಕೆಂದರೆ ಅಲ್ಲಿ ತಂದಿರುವ ಹಣ್ಣುಗಳೆಲ್ಲ ಎಲ್ಲಾ ಪ್ರದೇಶದಲ್ಲಿ ಸಿಗುವಂಥದ್ದಾಗಿರಲಿಲ್ಲವಲ್ಲ. ದಾಳಿಂಬೆ ಮತ್ತು ಕರ್ಜೂರ ಜಗತ್ತಿನ ಎಲ್ಲಾ ಭಾಗಗಳಲ್ಲಿ ಬೆಳೆಯುವಂಥದ್ದಾಗಿರಲಿಲ್ಲ.

ಆತ ತನ್ನ ಕಡೆಗೇ ನೋಟ ಬೀರಿದ ಮತ್ತೆ ಇನ್ನೊಂದು ಯೋಚನೆ ಹೊಳೆಯಿತು: ದಾಳಿಂಬೆ, ಖರ್ಜೂರ ಮತ್ತು ಇನ್ನಿತರ ಹಣ್ಣುಗಳಲ್ಲಿ ಸೃಷ್ಟಿಯ ಪವಾಡ ಇದ್ದೇ ಇದೆ. ಮಾನವ ಹಸ್ತಕ್ಷೇಪ ಯಾವುದಕ್ಕೂ ಬೇಡ.

ನಂತರ ಆತ ಬ್ರೆಡ್‌ನ್ನು ಕೈಗೆತ್ತಿಕೊಂಡು, ಅದನ್ನು ಮುರಿದು ತನ್ನ ಶಿಷ್ಯಂದಿರಿಗೆ ನೀಡುತ್ತ ಹೇಳಿದ:

"ತಗೊಳ್ಳಿ, ತಿನ್ನಿ, ಇದು ನನ್ನ ದೇಹವೇ."

ಯಾಕೆಂದರೆ ಬ್ರೆಡ್ ಎಲ್ಲಾ ಕಡೆಯೂ ಸಿಗುವಂಥದ್ದು, ಖರ್ಜೂರ ಅಥವಾ ದಾಳಿಂಬೆಯಂತೆ ಅಥವಾ ಸಿರಿಯಾದ ಒಣ ಹಣ್ಣುಗಳಂತಲ್ಲ. ಬ್ರೆಡ್ ದೇವರ ಹಾದಿಗಿರುವ ಅತ್ಯುತ್ತಮ ಸಂಕೇತ. ಬ್ರೆಡ್ ಭೂಮಿಯ ಹಣ್ಣು ಮತ್ತು ಮಾನವ ಪರಿಶ್ರಮದ ದ್ಯೋತಕ.

ಓರ್ವ ಗಾರುಡಿಗ ರಾಜಮಾರ್ಗದ ಮಧ್ಯದ ಚೌಕದಲ್ಲಿ ನಿಂತು ಮೂರು ಕಿತ್ತಳೆ ಹಣ್ಣುಗಳನ್ನು ಮೇಲಕ್ಕೆ ಎಸೆಯುತ್ತ ಆಟವಾಡುತ್ತಿದ್ದ. ಗಾರುಡಿಗನ ಕೌಶಲ್ಯವನ್ನು ಕಂಡು ಜನರು ಅಚ್ಚರಿಪಡುತ್ತಿದ್ದರು.

"ಬದುಕೂ ಅದರಂತೆಯೇ," ಯಾತ್ರಿಕನಿಗೆ ಅದ್ಯಾರೋ ಹೇಳಿದರು. ನಮ್ಮ ಪ್ರತಿಯೊಂದು ಕೈಯಲ್ಲೂ ಒಂದೊಂದು ಕಿತ್ತಳೆ ಇರುತ್ತದೆ, ಮತ್ತು ಒಂದು ಗಾಳಿಯಲ್ಲೂ. ಅದೇ ಇಲ್ಲಿನ ವ್ಯತ್ಯಾಸ. ಕಿತ್ತಳೆಯನ್ನು ಗಾಳಿಗೆ ಎಸೆಯುತ್ತ ಕೌಶಲ್ಯವನ್ನು ಮತ್ತು ಅನುಭವವನ್ನು ಪ್ರದರ್ಶಿಸಿದ್ದಾನೆ. ಆದರೆ ಅದಕ್ಕೆ ಅದರದೇ ಹಾದಿ ಇದ್ದಿರುತ್ತದೆ. ಗಾರುಡಿಗನಂತೆಯೇ ನಾವು ಕೂಡಾ ನಮ್ಮದೊಂದು ಕನಸನ್ನು ಜಗತ್ತಿನತ್ತ ಎಸೆಯುತ್ತೇವೆ ಆದರೆ ಅದರ ಮೇಲೆ ನಮ್ಮ ನಿಯಂತ್ರಣವಿರುವುದಿಲ್ಲ. ನಂತರ ನಾವು ಅದನ್ನು ಭಗವಂತನಿಗೆ ಅರ್ಪಿಸುತ್ತ ಶರಣಾಗತರಾಗಬೇಕು ಮತ್ತು ಅದನ್ನು ಫಲಪ್ರದಗೊಳಿಸಲು ಪ್ರಾರ್ಥಿಸಬೇಕು. ಕಾಲಕ್ರಮದಲ್ಲಿ ಕನಸು ತನ್ನದೇ ಹಾದಿಯಲ್ಲಿ ಘನತೆಯಿಂದ ಸಾಗಿ ಕೆಳಗೆ ಬೀಳುತ್ತದೆ, ಫಲಪ್ರದವಾಗಿ, ನಮ್ಮ ಕೈಸೇರುತ್ತದೆ."

ಆಂತರಿಕ ಬೆಳವಣಿಗೆಗೆ ಬೇಕಾಗಿರುವ ಅತ್ಯಂತ ಶಕ್ತಿಯುತವಾದ ವ್ಯಾಯಾಮವೆಂದರೆ ನಮ್ಮಲ್ಲಿ ಸ್ವಯಂಚಾಲಿತವಾಗಿ ಸಾಗುವ ಕ್ರಿಯೆಗಳ ಬಗೆಗೆ, ಅಂದರೆ ಉಸಿರಾಟ, ಕಣ್ರೆಪ್ಪೆ ಮುಚ್ಚಿತೆರೆಯುವುದು ಅಥವಾ ನಮ್ಮ ಸುತ್ತಲಿನ ವಸ್ತುಗಳ ಕಡೆಗೆ ಗಮನವನ್ನು ಹರಿಸುವುದು.

ಹಾಗೆ ನಾವು ಮಾಡುವಾಗ, ನಾವು ನಮ್ಮ ಮಿದುಳನ್ನು ಮಧ್ಯಪ್ರವೇಶವಿಲ್ಲದೆ ಸ್ವತಂತ್ರವಾಗಿ ಕೆಲಸಕ್ಕೆ ಬಿಟ್ಟಂತೆ ಆಗುತ್ತದೆ. ಕೆಲವು ಸಮಸ್ಯೆಗಳಿಗೆ ಪರಿಹಾರ ಸಿಗದಿರುವಂತೆ ತೋರಿದರೆ, ಅವುಗಳಿಗೆ ಪರಿಹಾರ ಸಿಗುತ್ತದೆ; ಕೆಲವು ಕೆಲಸಗಳು ಅಸಾಧ್ಯವೆನಿಸಿದ್ದೆಲ್ಲ ಅನಾಯಾಸವಾಗಿ ಪೂರ್ತಿಯಾಗುತ್ತವೆ.

ಗುರುಗಳು ಹೇಳುತ್ತಾರೆ:

ಯಾವತ್ತಾದರೂ ಅಂತಹ ಕಷ್ಟಸಾಧ್ಯವಾದ ಸ್ಥಿತಿಯಲ್ಲಿದ್ದರೆ ಈ ತಂತ್ರವನ್ನು ಬಳಸಿ. ಇದಕ್ಕೆ ಕೊಂಚ ಶಿಸ್ತು ಬೇಕಾಗುತ್ತದೆಯಷ್ಟೇ, ಆದರೆ ಫಲಿತಾಂಶ ಅಚ್ಚರಿ ಹುಟ್ಟಿಸುತ್ತದೆ.

ಒಬ್ಬ ಮನುಷ್ಯ ಮಾರುಕಟ್ಟೆಯಲ್ಲಿ ಹೂದಾನಿಗಳನ್ನು ಮಾರಾಟ ಮಾಡುತ್ತಿದ್ದ. ಅಲ್ಲಿನ ವಸ್ತುಗಳನ್ನು ಕಂಡು ಒಬ್ಬಾಕೆ ಸಮೀಪಕ್ಕೆ ಬರುತ್ತಾಳೆ. ಕೆಲವು ಹೂದಾನಿಗಳು ಬರೀ ಸಾದಾ ಹೊರಮೈ ಹೊಂದಿದ್ದರೆ ಇನ್ನು ಕೆಲವುಗಳ ಹೊರಮೈಗೆ ಬಹಳ ಸೂಕ್ಷ್ಮ ಅಲಂಕಾರಿಕ ಬಣ್ಣಗಳಿಂದ ಮೆರುಗುಗೊಳಿಸಲಾಗಿದ್ದವು.

ಬೇರೆ ಬೇರೆ ಹೂದಾನಿಗಳ ಬೆಲೆಯನ್ನು ಆಕೆ ಕೇಳಿದಳು. ಮಾರಾಟಗಾರ ಎಲ್ಲಾ ಹೂದಾನಿಗಳಿಗೂ ಒಂದೇ ಬೆಲೆ ಎಂದಾಗ ಆಕೆಗೆ ಅಚ್ಚರಿಯಾಯಿತು.

“ಸಾದಾ ಹೂದಾನಿಗೆ ಅಲಂಕೃತ ಹೂದಾನಿಗೂ ಒಂದೇ ಬೆಲೆ ಹೇಗೆ ಸಾಧ್ಯ?” ಆಕೆ ಕೇಳಿದಳು. ಮುಂದುವರಿದು, “ಹೆಚ್ಚು ಸಮಯ ತಗಲುವ ಹೂದಾನಿಗೆ ಸಾಮಾನ್ಯದ ಹೂದಾನಿಗೂ ಒಂದೇ ಬೆಲೆ ಹೇಗೆ ಸಾಧ್ಯ?”

“ನಾನೊಬ್ಬ ಕಲಾವಿದ,” ಮಾರಾಟಗಾರ ಹೇಳಿದ. “ನಾನು ಹೂದಾನಿಯ ಬೆಲೆಯನ್ನು ನಿರ್ಣಯಿಸುತ್ತೇನೆಯೇ ಹೊರತು ಅದರ ಅಂದಚಂದವನ್ನಲ್ಲ. ಅದರ ಚೆಲುವು ಉಚಿತವಾಗಿರುತ್ತದೆ.”

ಚರ್ಚ್‌ನಿಂದ ಹೊರಬರುತ್ತಿದ್ದ ವೇಳೆ ಯಾತ್ರಿಕನಿಗೆ ಏಕಾಂಗಿತನದ ಅನುಭವವಾಯಿತು. ಆಗ ಒಬ್ಬ ಸ್ನೇಹಿತ ಆತನ ಬಳಿಗೆ ಬಂದ.

"ನನಗೆ ನಿನ್ನಲ್ಲಿ ನಿಜಕ್ಕೂ ಮಾತಾಡುವುದಿದೆ," ಸ್ನೇಹಿತ ಹೇಳಿದ.

ಈ ಸಮಾಗಮ ಅದೊಂದು ಉತ್ತಮ ಸಂಕೇತವೆಂದೆಣಿಸಿ ತಾನು ಅಂದುಕೊಂಡ ಅನೇಕ ವಿಷಯಗಳನ್ನು ಚರ್ಚಿಸತೊಡಗಿದ–ಭಗವಂತನ ಅನುಗ್ರಹಗಳ ಬಗ್ಗೆ, ಪ್ರೇಮದ ಬಗ್ಗೆ ಇತ್ಯಾದಿ. ಈಗ ಸಿಕ್ಕಿದ ಸ್ನೇಹಿತನನ್ನು ದೇವಕನ್ಯೆಯೇ ಕಳಿಸಿರಬೇಕೆನಿಸುತ್ತದೆ, ಯಾಕೆಂದರೆ ಚರ್ಚ್‌ನಿಂದ ಹೊರಕ್ಕಿಳಿಯುವ ಸಮಯ ತನಗೆ ಏಕಾಂಗಿತನದ ಅನುಭವವಾಗಿತ್ತು, ಈಗೊಂದು ಜೊತೆ ಸಿಕ್ಕು ಸಂತಸವೆನಿಸಿತು, ಎಂದೆಲ್ಲ ಪ್ರಸ್ತಾಪಿಸಿ ಮಾತಾಡಿದ.

ಸ್ನೇಹಿತ ಆತ ಹೇಳಬಯಸಿದ್ದನ್ನೆಲ್ಲ ಹೇಳುವವರೆಗೆ ಮೌನವಾಗಿ ಆಲಿಸುತ್ತಲಿದ್ದ. ನಂತರ ಕೃತಜ್ಞತೆ ಹೇಳುತ್ತ ಅವನನ್ನು ಬಿಟ್ಟು ಹೊರಟುಹೋದ.

ಯಾತ್ರಿಕನಿಗೆ ಈಗ ಸಂತಸಕ್ಕಿಂತ ಹೆಚ್ಚು ಏಕಾಂಗಿತನದ ಅನುಭವವಾಗ–ತೊಡಗಿತು. ನಂತರ ಅವನಿಗೆ ಅನ್ನಿಸಿತು, ಸ್ನೇಹಿತ ತನಗೆ ಮಾತಾಡುವುದಿದೆ ಎಂದು ಹೇಳಿರುವುದನ್ನು ತನ್ನ ಏಕಾಂಗಿತನ ಕಳೆದ ಉತ್ಸಾಹದ ಭರದಲ್ಲಿ ಮರೆತೇಬಿಟ್ಟಿದ್ದ.

ಯಾತ್ರಿಕ ನೆಲವನ್ನು ನೋಡುತ್ತ ನಿಂತುಬಿಟ್ಟ ಮತ್ತು ತನ್ನ ಮಾತುಗಳು ಅಲ್ಲಿನ ಪಕ್ಕದಲ್ಲೆಲ್ಲ ಹರವಿಬಿದ್ದಿರುವುದನ್ನು ಕಂಡ, ಯಾಕೆಂದರೆ ವಿಶ್ವ ಬೇರೇನನ್ನೋ ಅವನಿಂದ ಬಯಸುತ್ತಿದ್ದಿತು.

ಮೂವರು ಯಕ್ಷಣಿಯರನ್ನು ಯುವರಾಜನ ನಾಮಕರಣಕ್ಕೆ ಆಹ್ವಾನಿಸಲಾಗಿತ್ತು. ಮೊದಲನೆ ಯಕ್ಷಿಣಿ ನಿಜವಾದ ಪ್ರೇಮವನ್ನು ಗುರುತಿಸುವ ಉಡುಗೊರೆಯನ್ನು ನೀಡಿದಳು. ಎರಡನೆಯವಳು ಆತ ತನಗೆ ಇಷ್ಟಬಂದಂತೆ ಖರ್ಚು ಮಾಡಲು ಬೇಕಿರುವ ಹಣವನ್ನು ನೀಡಿದಳು. ಮೂರನೆಯವಳು ಅವನಿಗೆ ಸಾಕಷ್ಟು ಅಂದಚೆಂದವನ್ನು ಪೂರೈಸಿದಳು.

ಆದರೆ–ಎಲ್ಲಾ ಯಕ್ಷ–ಯಕ್ಷಿಣಿಯರ ಕಥೆಗಳಲ್ಲಿರುವಂತೆ– ಒಬ್ಬ ದುಷ್ಟ ಮಾಟಗಾತಿ ಪ್ರತ್ಯಕ್ಷಳಾದಳು. ತನ್ನನ್ನು ಸಮಾರಂಭಕ್ಕೆ ಕರೆದಿಲ್ಲವೆಂದು ಕೋಪಗೊಂಡಿದ್ದ ಆಕೆ ಹೀಗೊಂದು ಶಾಪವನ್ನು ಅವನ ಮೇಲೆ ಎಸೆದಳು:

"ಈಗಾಗಲೇ ನಿನಗೆ ಎಲ್ಲವೂ ದೊರೆತಿರುವುದರಿಂದ, ನಾನು ಇನ್ನಷ್ಟು ನಿನಗೆ ನೀಡಲು ಬಯಸುತ್ತೇನೆ. ನೀನು ಮಾಡುವ ಪ್ರತಿಯೊಂದರಲ್ಲೂ ನಿನಗೆ ಬಹಳಷ್ಟು ಕೌಶಲ್ಯ ಪ್ರಾಪ್ತವಾಗಲಿ."

ಯುವರಾಜ ಚೆಲುವನಾದ, ಹಣವಂತನಾದ ಮತ್ತು ಹೇರಳ ಪ್ರೀತಿಯನ್ನೂ ಸಂಪಾದಿಸಿದ. ಆದರೆ ಆತ ತನ್ನ ಯಾವುದೇ ಗುರಿಯನ್ನು ಪೂರ್ತಿಗೊಳಿಸಲು ಸಾಧ್ಯವಾಗಲಿಲ್ಲ. ಅವನೊಬ್ಬ ಅತ್ಯದ್ಭುತ ಕಲಾವಿದನಾಗಿದ್ದ, ಶಿಲ್ಪಿಯಾಗಿದ್ದ, ಲೇಖಕನಾಗಿದ್ದ, ಸಂಗೀತಗಾರನಾಗಿದ್ದ, ಮತ್ತು ಉತ್ತಮ ಗಣಿತಜ್ಞನೂ ಆಗಿದ್ದ. ಆದರೆ ಯಾವುದನ್ನೂ ಆತನಿಗೆ ಪೂರ್ತಿ ಮಾಡಲು ಸಾಧ್ಯವಾಗುತ್ತಿರಲಿಲ್ಲ. ಯಾಕೆಂದರೆ ಅವನ ಗಮನ ಯಾವಾಗಲೂ ವಿಚಲಿತವಾಗುತ್ತಿತ್ತು ಮತ್ತು ಬೇರೆಯೇ ಕೆಲಸವನ್ನು ಮಾಡುವತ್ತ ಗಮನ ಸೆಳೆಯುತ್ತಿತ್ತು.

ಗುರುಗಳು ಹೇಳುತ್ತಾರೆ:

ಎಲ್ಲಾ ಮಾರ್ಗಗಳು ಒಂದೇ ಕಡೆ ಸೇರುತ್ತವೆ, ಆದರೆ ನೀವು ಒಂದೇ ಮಾರ್ಗವನ್ನು ಆಯ್ದುಕೊಳ್ಳಬೇಕು ಮತ್ತು ಅದನ್ನು ಕೊನೆಯ ತನಕ ಮುಂದುವರಿಸಿಕೊಂಡು ಹೋಗಬೇಕು. ಎಲ್ಲಾ ಮಾರ್ಗಗಳನ್ನು ಜೊತೆಯಲ್ಲೇ ಸಾಗಿಸಲು ಯತ್ನಿಸದಿರಿ.

ಒಂದು ಅನಾಮಿಕ ಬರಹ ಹದಿನೆಂಟನೇ ಶತಮಾನದ ಓರ್ವ ರಶಿಯಾದ ಬಿಕ್ಕುವಿನ ಬಗ್ಗೆ ಹೇಳುತ್ತದೆ. ಆತ ಒಬ್ಬ ಆಧ್ಯಾತ್ಮಿಕ ಗುರುಗಳನ್ನು ಅರಸುತ್ತಿದ್ದ.

ಒಂದು ದಿನ, ಅದೊಂದು ಹಳ್ಳಿಯಲ್ಲಿ ಓರ್ವ ಸನ್ಯಾಸಿ ಆತ್ಮ ಸಾಕ್ಷಾತ್ಕಾರಕ್ಕಾಗಿ ಹಗಲಿರುಳೂ ಪ್ರಯತ್ನಿಸುತ್ತಿದ್ದಾನೆ ಎಂದು ತಿಳಿದು ಬಂತು. ಈ ವಿಷಯವನ್ನರಿತು ಬಿಕ್ಕು ಸನ್ಯಾಸಿಯನ್ನು ಹುಡುಕುತ್ತ ಹೋದ. ಭೇಟಿಯಾದ ತಕ್ಷಣ,

"ಆತ್ಮಸಾಕ್ಷಾತ್ಕಾರದ ಬಗ್ಗೆ ನನಗೆ ತಾವು ಮಾರ್ಗದರ್ಶನ ಮಾಡಬೇಕು," ಬಿಕ್ಕು ಯಾಚಿಸಿದ.

"ಆತ್ಮಕ್ಕೆ ಅದರದೇ ಹಾದಿಯಿದೆ, ನಿನ್ನ ದೇವದೂತ ಮಾರ್ಗದರ್ಶನ ಮಾಡಬಹುದು," ಸನ್ಯಾಸಿ ಹೇಳಿದ. "ನಿರಂತರವಾಗಿ ಪ್ರಾರ್ಥನೆಯನ್ನು ಸಲ್ಲಿಸು."

"ಹಾಗೆ ಪ್ರಾರ್ಥಿಸುವುದಕ್ಕೆ ನನಗೆ ಬರುವುದಿಲ್ಲ. ಅದನ್ನು ನೀವು ಕಲಿಸಿಕೊಡಬೇಕು."

"ನಿರಂತರವಾಗಿ ಪ್ರಾರ್ಥಿಸಲು ಬಾರದಿದ್ದರೆ, ದೇವರನ್ನು ಬೇಡು, ಆತ ನಿನಗೆ ನಿರಂತರವಾಗಿ ಹೇಗೆ ಪ್ರಾರ್ಥಿಸಬಹುದೆಂದು ತಿಳಿಸಿಕೊಡುತ್ತಾನೆ."

"ಹಾಗಿದ್ದರೆ ನೀವು ನನಗೆ ಏನನ್ನೂ ಕಲಿಸಿಕೊಡುವುದಿಲ್ಲ," ಬಿಕ್ಕು ಹೇಳಿದ.

"ಕಲಿಸುವುದಕ್ಕೆ ಏನೂ ಇಲ್ಲ, ಮೂಲಭೂತ ಗಣಿತವನ್ನು ಕಲಿಸಿದ ಹಾಗೆ ಇದರಲ್ಲಿ ಕಲಿಸುವುದಕ್ಕೆ ಏನೂ ಇರುವುದಿಲ್ಲ. ನಂಬಿಕೆಯ ನಿಗೂಢತೆಯನ್ನು ಸ್ವೀಕರಿಸು, ಮತ್ತು ವಿಶ್ವ ನಿನಗೆ ಎಲ್ಲವನ್ನೂ ತೆರೆದು ಬಹಿರಂಗಪಡಿಸುತ್ತದೆ."

ಸ್ಪಾನಿಶ್ ಕವಿ ಅಂಟೋನಿಯೋ ಮಚಾಡೋ ಹೀಗೆ ಬರೆಯುತ್ತಾರೆ:

ಯಾತ್ರಿಕ, ನೀವು ಹಾದಿಯನ್ನು ಮಾಡುತ್ತೀರಿ
ನಿಮ್ಮ ಹೆಜ್ಜೆಗಳಿಂದ, ಹೆಚ್ಚೇನೂ ಇಲ್ಲ;
ಯಾತ್ರಿಕ, ಹಾಗೆ ಹಾದಿ ಎನ್ನುವುದು ಏನೂ ಇಲ್ಲ,
ನೀವು ನಡೆಯುತ್ತ ಆ ಹಾದಿಯನ್ನು ಮಾಡಿಕೊಳ್ಳುವಿರಿ,
ನಡೆಯುತ್ತಲೇ ನೀವು ಅದನ್ನು ಹಾದಿಯಾಗಿ ಮಾಡುತ್ತೀರಿ
ಮತ್ತು ಹಿಂದಿರುಗಿ ನೋಡಿದಾಗ
ನಿಮಗೆ ಹಾದಿ ನಿಚ್ಚಳವಾಗಿ ಕಾಣಿಸುತ್ತದೆ,
ಆ ಹಾದಿಯಲ್ಲಿ ಮತ್ತೆಂದೂ ನಡೆಯಬೇಕಿಲ್ಲ.
ಯಾತ್ರಿಕ, ಹಾಗೊಂದು ಹಾದಿ ಎಂಬುದಿಲ್ಲ,
ಸಮುದ್ರದಲ್ಲಿ ಹಡಗು ಹೋದಾಗ ಗುರುತಾಗುವ
ನೀರಿನ ಹಾದಿಯ ಹಾಗೆ.

ಗುರುಗಳು ಹೇಳುತ್ತಾರೆ:

ಬರೆಯಿರಿ. ಸುಮ್ಮನೆ ಬರೆಯಿರಿ, ಅದು ಪತ್ರವಾಗಿರಲಿ, ಅಥವಾ ದಿನಚರಿಯಾಗಲಿ, ಅಥವಾ ಫೋನಿಸಿದಾಗ ಗುರುತು ಹಾಕಿಕೊಂಡ ಬರವಣಿಗೆಯಾಗಿರಲಿ, ಅಂತೂ ಬರೆಯುತ್ತಿರಿ.

ಬರವಣಿಗೆ ನಮ್ಮನ್ನು ಭಗವಂತನ ಮತ್ತು ಮಾನವರ ಸಮೀಪಕ್ಕೆ ಒಯ್ಯುತ್ತದೆ.

ನಿಮ್ಮ ಬಗ್ಗೆ ಜಗತ್ತಿನಲ್ಲಿ ಸರಿಯಾದ ತಿಳುವಳಿಕೆ ಮೂಡಬೇಕಿದ್ದರೆ, ಬರೆಯಬೇಕು. ನಿಮ್ಮ ಪೂರ್ಣ ಆತ್ಮವನ್ನು ಬರವಣಿಗೆಯಲ್ಲಿ ಹಾಕಿ, ಅದನ್ನು ಎಂದಿಗೂ ಯಾರೂ ಓದಿವುದಿಲ್ಲವಾದರೂ ಬರೆಯಿರಿ, ಅಥವಾ ಇನ್ನೂ ಯಾರೂ ಅದನ್ನು ಓದಬಾರದೆಂಬುದಾಗಿ ಅಂದುಕೊಂಡಿದ್ದರೂ, ಅವರು ಓದುತ್ತಾರೆ ಎಂದಿದ್ದರೂ ಬರೆಯಿರಿ. ಬರವಣಿಗೆ ನಮ್ಮ ಯೋಚನೆಗಳನ್ನು ಸುಸ್ಥಿರಗೊಳಿಸಲು ಸಹಾಯ ಮಾಡುತ್ತವೆ. ಹಾಗೆಯೇ ನಮ್ಮ ಸುತ್ತಲಿನ ಜಗತ್ತನ್ನು ಸ್ಪಷ್ಟವಾಗಿ ನೋಡಲು ಒದಗುತ್ತದೆ. ಒಂದು ಚಿಕ್ಕ ಕಾಗದದ ತುಂಡು ಮತ್ತು ಒಂದು ಪೆನ್ ಅದ್ಭುತಗಳನ್ನು ಎಸಗಬಹುದು– ಕಣ್ಣೀರು ಒರೆಸಬಹುದು, ಕನಸುಗಳನ್ನು ಸಾಕ್ಷಾತ್ಕಾರಗೊಳಿಸಬಹುದು, ಕಳೆದು ಹೋದ ಭರವಸೆಯನ್ನು ಮರಳಿಸಬಹುದು.

ಶಬ್ದಗಳೆಂದರೆ ಶಕ್ತಿ.

ಮರುಭೂಮಿಯ ಬಿಕ್ಕುಗಳ ಪ್ರಕಾರ ನಾವು ದೇವದೂತರನ್ನು ಸ್ವತಂತ್ರವಾಗಿ ಕಾರ್ಯಾಚರಿಸಲು ಬಿಡಬೇಕು. ಹಾಗಾಗಿಯೇ ಅವರು ಕೆಲವೊಮ್ಮೆ ಅಸಂಗತ ಸಂಗತಿಗಳನ್ನು ಮಾಡುತ್ತಾರೆ. ಹೂಗಳನೊಡನೆ ಮಾತಾಡುವುದು ಅಥವಾ ಯಾವುದೇ ಕಾರಣವಿಲ್ಲದೆ ನಗುವುದು ಇತ್ಯಾದಿ. ಅಲ್‌ಕೆಮಿಸ್ಟ್‌ಗಳು, "ದೇವರ ಸಂಕೇತ"ಗಳನ್ನು ಅನುಸರಿಸುತ್ತ ಅವುಗಳಿಗೆ ಯಾವುದೇ ಅರ್ಥವಿರದಿದ್ದರೂ ಆ ದಾರಿ ಎಲ್ಲೋ ನಮ್ಮನ್ನು ಒಯ್ಯುವಂತಿರುತ್ತವೆ ಎನ್ನುತ್ತಾರೆ.

ಗುರುಗಳು ಹೇಳುತ್ತಾರೆ:

ತುಂಟಾಟ ಮಾಡಿದರೆ ಹೆದರಿಕೆ ಬೇಡ. ಈವೊತ್ತು ಏನಾದರೊಂದನ್ನು ಮಾಡು, ನಿನಗೆ ಕಲಿಸಿದ ಎಲ್ಲಾ ತರ್ಕಕ್ಕೂ ಅದು ವಿರುದ್ಧವಾಗಿದ್ದರೂ. ನಿನಗೆ ಕಲಿಸಿದಕ್ಕಿಂತ ಕೊಂಚ ಕಡಿಮೆ ಸಂವೇದನಾಶೀಲನಾಗು. ಅಂತಹ ಸೂಕ್ಷ್ಮ, ಸಣ್ಣ ಸಂಗತಿ ನಿನಗೆ ಅದೊಂದು ಬೃಹತ್ ಸಾಹಸಕ್ಕೆ ಅನುವು ಮಾಡಿಕೊಡಬಹುದು– ಮಾನವೀಯವಾಗಿ ಮತ್ತು ಆಧ್ಯಾತ್ಮಿಕವಾಗಿ.

ಒಬ್ಬ ವ್ಯಕ್ತಿ ತನ್ನ ನೂತನ ಮರ್ಸಿಡಿಸ್ ಬೆನ್ಸ್ ಕಾರನ್ನು ಓಡಿಸುತ್ತಿರುವ ವೇಳೆ ಅದರ ಟೈರ್ ಪಂಕ್ಚರ್ ಆಯಿತು. ಟೈರ್‌ನ್ನು ಬದಲಿಸಲು ಅವನು ಹೆಣಗಾಡುತ್ತಿದ್ದಾಗ, ಅದರಲ್ಲಿ ಜಾಕ್ ಇಲ್ಲದಿರುವುದು ಗಮನಕ್ಕೆ ಬಂತು.

"ಈಗಲೇ ನನ್ನ ಎದುರಿನ ಮನೆಗೆ ಹೋಗಿ ಒಂದು ಜಾಕ್‌ನ್ನು ಎರವಲು ಪಡೆಯಬಹುದು," ಎಂದು ಅಂದುಕೊಂಡ. ಅವನು ಸಹಾಯಕ್ಕಾಗಿ ಹಾತೊರೆದ.

"ನನ್ನ ಕಾರನ್ನು ಮನೆಯಾತ ಕಂಡಾಗ, ಜಾಕ್‌ಗಾಗಿ ನನ್ನಿಂದ ರಖಂನ್ನು ವಸೂಲು ಮಾಡಬಹುದು," ಆತ ಯೋಚಿಸಿದ. ಅವನು ನನ್ನಿಂದ ಹತ್ತು ಡಾಲರ್ ವಸೂಲು ಮಾಡಬಹುದು. ಅಥವಾ ಐವತ್ತು ಡಾಲರ್ ಕೂಡಾ ಕೇಳಬಹುದು, ನನಗೆ ಜಾಕ್‌ನ ಅತೀ ಅಗತ್ಯವಿದೆ ಎಂದುಕೊಂಡಾಗ. ಅವನು ಸನ್ನಿವೇಶವನ್ನು ದುರುಪಯೋಗಪಡಿಸಿಕೊಂಡು ನನ್ನಿಂದ ನೂರು ಡಾಲರ್ ಕೂಡಾ ಕೇಳಬಹುದು.

ಹಾಗೆ ಆತ ಮುಂದುವರಿದಂತೆ ತೆರಬೇಕಾದ ಮೊಬಲಗು ಕೂಡಾ ಏರುತ್ತ ಹೋಯಿತು.

ಆತ ಆ ಮನೆಯನ್ನು ತಲುಪಿದಾಗ, ಮನೆಯೊಡೆಯ ಬಾಗಿಲು ತೆರೆದು ಬೊಬ್ಬಿಟ್ಟ:

"ನೀನೊಬ್ಬ ಕಳ್ಳ, ಹೌದಲ್ಲ! ಒಂದು ಜಾಕ್ ಅಷ್ಟೊಂದು ಬೆಲೆಬಾಳುವಂಥದ್ದಲ್ಲ. ಇದನ್ನು ನೀನೇ ಇಟ್ಟುಕೋ!"

ನಮ್ಮಲ್ಲಿ ಎಷ್ಟು ಮಂದಿ ಹೀಗೆ ಹೇಳಬಹುದು? ನಾವೆಂದೂ ಹೀಗೆ ಮಾಡಿರಲಾರೆವು.

ಪೌಲೋ ಕೊಯೆಲೋ

ಮಿಲ್ಟನ್ ಎರಿಕ್‌ಸನ್ ಅವರು ಚಿಕಿತ್ಸೆಯೊಂದರ ಜನಕರಾಗಿದ್ದು ಅದು ಇಂದು ಅಮೆರಿಕಾದಾದ್ಯಂತ ಮಿಲಿಯಂಗಟ್ಟಲೆ ಜನರಿಂದ ಉಪಯೋಗಿಸಲಾಗುತ್ತಿದೆ. ಅವರಿಗೆ ಹನ್ನೆರಡು ವರ್ಷವಿದ್ದಾಗ ಅಸೌಖ್ಯವುಂಟಾಗಿ ಪೋಲಿಯೋ ಬಾಧಿಸಿತು. ಹತ್ತು ತಿಂಗಳ ಬಳಿಕ ವೈದ್ಯರು ರೋಗವನ್ನು ನಿಯಂತ್ರಣಕ್ಕೆ ತರಲು ಸಾಧ್ಯವಾಗದಾಗ, ವೈದ್ಯರು ಅವರ ತಾಯಿಗೆ ಹೇಳುತ್ತಿದ್ದುದನ್ನು ಕೇಳಿಸಿಕೊಂಡರು:

"ನಿಮ್ಮ ಮಗ ಈ ರಾತ್ರಿ ಬದುಕುಳಿಯುವುದು ಕಷ್ಟ."

ಎರಿಕ್‌ಸನ್‌ಗೆ ತಮ್ಮ ತಾಯಿ ಬಿಕ್ಕುವುದು ಕೇಳಿಸಿತು ಮತ್ತು ಯೋಚಿಸಿದರು: "ಯಾರಿಗೆ ಗೊತ್ತು? ನಾನು ರಾತ್ರಿ ಬದುಕುಳಿದರೆ, ತಾಯಿ ಹೆಚ್ಚೇನೂ ಕಷ್ಟ ಅನುಭವಿಸುವ ಸಂಭವವಿಲ್ಲ."

ಹಾಗೆ ಆತ ರಾತ್ರಿಯಿಡೀ ನಿದ್ದೆ ಮಾಡದೆ ಮರುದಿನ ಬೆಳಗ್ಗಿನ ಜಾವ ಎದ್ದರು. ಬೆಳಿಗ್ಗೆಯೇ ತನ್ನ ತಾಯಿಯನ್ನು ಕರೆದರು:

"ಹೇ... ನಾನಿನ್ನೂ ಜೀವಂತವಾಗಿದ್ದೇನೆ!"

ಪರಿವಾರದವರೆಲ್ಲ ಸಂಭ್ರಮಿಸಿದರು. ಅಂದಿನಿಂದ ಆತ ನಿರ್ಧರಿಸಿದರು:

ಇನ್ನೊಂದು ದಿನ ಜೀವಿಸುವುದು ಮತ್ತು ತನ್ನ ಹೆತ್ತವರ ದುಃಖವನ್ನು ದೂರಮಾಡುವುದು.

ಆತ 1980ರಲ್ಲಿ ತನ್ನ ಎಪ್ಪತ್ತೆಂಟನೇ ವಯಸ್ಸಿನಲ್ಲಿ ತೀರಿಕೊಂಡರು. ನಮ್ಮ ಮಿತಿಗಳನ್ನು ಮೀರಿ ಸಾಗುವ ವಿಷಯದ ಕುರಿತು ಅನೇಕ ಪ್ರಮುಖವಾದ ಪುಸ್ತಕಗಳನ್ನು ಅವರು ಹಿಂದೆ ಬಿಟ್ಟು ಹೋಗಿದ್ದಾರೆ.

"ಫಾದರ್," ನವಶಿಷ್ಯನೊಬ್ಬ ಅಬ್ಬೊಟ್ ಪಾಸ್ಟರ್‌ಗೆ ಹೇಳಿದ, "ನನ್ನ ಹೃದಯದ ತುಂಬ ಪ್ರಪಂಚಕ್ಕೆ ನೀಡಲು ಪ್ರೇಮ ತುಂಬಿತುಳುಕುತ್ತಿದೆ. ಮತ್ತು ನನ್ನ ಆತ್ಮ ದೆವ್ವಗಳ ಪ್ರಲೋಭನೆಗಳಿಂದ ಮುಕ್ತವಾಗಿದೆ. ನನ್ನ ಮುಂದಿನ ಹೆಜ್ಜೆ ಏನು?"

ಅಬ್ಬೊಟ್ ಶಿಷ್ಯನನ್ನು ಒಬ್ಬ ರೋಗಿಯ ಅಂತಿಮ ಸಂಸ್ಕಾರಕ್ಕೆ ಸಿದ್ಧತೆ ನಡೆಸುತ್ತಿರುವ ಮನೆಗೆ ಕರೆದುಕೊಂಡು ಹೋದರು.

ಕುಟುಂಬ ವರ್ಗಕ್ಕೆ ಸಾಂತ್ವನ ಹೇಳಿದ ಬಳಿಕ, ಅಲ್ಲೊಂದು ಮೂಲೆಯಲ್ಲಿ ದೊಡ್ಡ ಟ್ರಂಕ್‌ನ್ನು ಕಂಡರು.

"ಟ್ರಂಕ್‌ನ ಒಳಗಡೆ ಏನಿದೆ?" ಆತ ಕೇಳಿದರು.

"ನನ್ನ ಅಂಕಲ್ ಎಂದೂ ಧರಿಸದ ಬಟ್ಟೆಗಳು ಅದರಲ್ಲಿವೆ," ಸಾಯುತ್ತಿರುವ ಮನುಷ್ಯನ ಸೋದರಳಿಯ ಹೇಳಿದ. "ಅವರು ಸರಿಯಾದ ಸಮಯ ಬಂದಾಗ ಅದನ್ನು ತೊಡುವೆನೆಂದು ಹೇಳುತ್ತಿದ್ದರು. ಅವೆಲ್ಲ ಇದೀಗ ಕೊಳೆತಿರುವ ಸ್ಥಿತಿಯಲ್ಲಿರಬೇಕು."

"ಟ್ರಂಕ್‌ನ ವಿಷಯ ಮರೆಯಬೇಡ," ಅವರು ಅಲ್ಲಿಂದ ಹೊರಡುವ ವೇಳೆ ಅಬ್ಬೊಟ್ ಶಿಷ್ಯನಿಗೆ ಅಂದರು. "ನಿನ್ನ ಮನಸ್ಸಿನಲ್ಲಿ ಆಧ್ಯಾತ್ಮಿಕ ನಿಧಿ ಇದ್ದುವು ಎಂದಾದರೆ ಅದನ್ನು ನಿತ್ಯ ಆಚರಣೆಯಲ್ಲಿ ತಂದಿರು. ಇಲ್ಲವಾದರೆ ಅವೆಲ್ಲ ಹಾಗೆಯೇ ಕೊಳೆತು ಹೋಗಬಹುದು."

ನಾವು ಅಧ್ಯಾತ್ಮದ ಪಯಣದಲ್ಲಿರುವಾಗ ಭಗವಂತನ ಜೊತೆಗೆ ಎಷ್ಟೊಂದು ವಾರ್ತಾಲಾಪ ಮಾಡುತ್ತೇವೆ ಅಂದರೆ, ಅವನಿಗೆ ನಮ್ಮ ಜೊತೆಗೆ ಮಾತನಾಡಲೂ ಬಿಡುವುದಿಲ್ಲ ಎಂಬುದು ಅತೀಂದ್ರಿಯ ಶಕ್ತಿಯುಳ್ಳವರ ಅಂಬೋಣ.

ಗುರುಗಳು ಹೇಳುತ್ತಾರೆ:

ಸ್ವಲ್ಪ ವಿಶ್ರಮಿಸಿ. ಅದೇನೂ ಅಷ್ಟೊಂದು ಸುಲಭವಲ್ಲ; ನಾವು ಸ್ವಾಭಾವಿಕವಾಗಿ ಸರಿಯಾದ ಕೆಲಸಗಳನ್ನೇ ಮಾಡುವುದರಲ್ಲಿ ನಿರತರಾಗಿರುತ್ತೇವೆ ಮತ್ತು ಅದರಲ್ಲಿ ಸತತವಾಗಿ ತೊಡಗಿಕೊಂಡರಷ್ಟೇ ಅದನ್ನು ಪೂರ್ತಿಗೊಳಿಸಲು ನಮಗೆ ಸಾಧ್ಯವೆಂದು ಅಂದುಕೊಂಡಿದ್ದೇವೆ.

ಪ್ರಯತ್ನಿಸುವುದು, ಎದ್ದು ಬೀಳುವುದು, ಮತ್ತು ಮುಂದಕ್ಕೊಯ್ಯುವುದು, ಎಲ್ಲಾ ಮುಖ್ಯವಾಗಿ ಇದ್ದುದೇ. ಆದರೆ ನಮಗೆ ಸಹಾಯ ಮಾಡುವಂತಹ ಅವಕಾಶವನ್ನು ದೇವರಿಗೆ ನೀಡಬೇಕು. ನಾವು ನಿಜಕ್ಕೂ ಅತ್ಯಂತ ಕಷ್ಟಪಟ್ಟು ದುಡಿಯುತ್ತಿದ್ದರೆ, ನಮ್ಮಷ್ಟಕ್ಕೇ ಸಮೀಪದಿಂದ ನಿರುಕಿಸಿ ಮತ್ತು ದೇವರು ನಮ್ಮ ಕಡೆ ತೆರೆದುಕೊಂಡು ಅವನ ಮಾರ್ಗದರ್ಶನಕ್ಕೆ ಹಾತೊರೆಯಿರಿ.

ಹಾಗೆಯೇ ಆಗೊಮ್ಮೆ ಈಗೊಮ್ಮೆ ಅವನು ನಮ್ಮ ತೊಡೆಯ ಮೇಲೆ ಕುಳಿತುಕೊಳ್ಳುವಂತೆ ಮಾಡಿ.

ಓರ್ವ ಯುವಕ ಅಧ್ಯಾತ್ಮದ ಹಾದಿಯಲ್ಲಿ ಸಾಗುವುದು ಹೇಗೆ ಎಂಬುದನ್ನು ತಿಳಿಯಲು ಸ್ಕೆಟಿಸ್ ಮೊನಾಸ್ಟ್ರಿಯ ಅಬ್ಬೊಟ್‌ರನ್ನು ಭೇಟಿಯಾಗಲು ಬಂದ.

"ಒಂದು ವರ್ಷ ಪೂರ್ತಿ, ನಿನ್ನನ್ನು ಯಾರು ಅವಹೇಳನ ಮಾಡುತ್ತಾರೋ ಅಥವಾ ನಿನ್ನೊಂದಿಗೆ ಅಸಭ್ಯವಾಗಿ ವರ್ತಿಸುತ್ತಾರೋ ಅವರಿಗೆ ಯಾವಾಗಲೂ ಹಣವನ್ನು ನೀಡು," ಅಬ್ಬೊಟ್ ಹೇಳಿದರು.

ಹನ್ನೆರಡು ತಿಂಗಳ ಕಾಲ ಯುವಕ ಹಾಗೆಯೇ ನಡೆದುಕೊಂಡ, ನಂತರ ಅಬ್ಬೊಟ್‌ರನ್ನು ಭೇಟಿ ಮಾಡಲು ಹೋದ. ಮುಂದಿನ ಹೆಜ್ಜೆ ಏನೆಂದು ಕೇಳಿದ.

"ನಗರಕ್ಕೆ ಹೋಗಿ ನನಗೆ ಒಂದಿಷ್ಟು ಆಹಾರವನ್ನು ತಾ," ಅಬ್ಬೊಟ್ ಹೇಳಿದರು.

ಯುವಕ ಅಲ್ಲಿಂದ ಕಾಲ್ತೆಗೆದ ತಕ್ಷಣ, ಅಬ್ಬೊಟ್ ಒಬ್ಬ ಭಿಕ್ಷುಕನ ಹಾಗೆ ಬಟ್ಟೆ ಬದಲಾಯಿಸಿಕೊಂಡು, ಒಂದು ಒಳದಾರಿಯಲ್ಲಿ ನಗರದ ಹೆಬ್ಬಾಗಿಲ ಹತ್ತಿರಕ್ಕೆ ಹೋದರು. ಯುವಕ ಇವರತ್ತ ಹಾದು ಬಂದಾಗ, ಮಾರುವೇಷದಲ್ಲಿದ್ದ ಅಬ್ಬೊಟ್, ಯುವಕನನ್ನು ಅವಮಾನಿಸುವ ಶಬ್ದಗಳನ್ನು ಬಳಸಿ ವಾಚಾಮಗೋಚರ ಬೈದರು.

"ಮಹಾನ್!" ಯುವಕ ಮಾರುವೇಷದ ಭಿಕ್ಷುಕನಿಗೆ ಹೇಳಿದ. "ಇದೀಗ ಪೂರ್ತಿ ವರ್ಷ ನಾನು ನನ್ನೆಡೆಗೆ ಆಕ್ರಮಣಕಾರಿಯಾಗಿ ಬರುವವರಿಗೆ ಹಣವನ್ನು ನೀಡಬೇಕಾಗಿದೆ. ಇಲ್ಲೊಬ್ಬ ನನ್ನನ್ನು ಉಚಿತವಾಗಿ ಅವಮಾನಿಸುತ್ತಿದ್ದಾನೆ, ಒಂದು ಪೈಸಾ ಕೂಡಾ ಖರ್ಚಾಗುವುದಿಲ್ಲ!"

ಇದನ್ನು ಕೇಳಿದಾಕ್ಷಣ ಅಬ್ಬೊಟ್ ತನ್ನ ಮಾರುವೇಷವನ್ನು ತೆಗೆದರು.

"ನೀನು ಮುಂದಿನ ಹೆಜ್ಜೆಯನ್ನು ತೆಗೆದುಕೊಳ್ಳಲು ಸಿದ್ಧನಾಗಿದ್ದೀಯಾ, ಯಾಕೆಂದರೆ ನಿನ್ನ ಸಮಸ್ಯೆಗಳನ್ನೇ ನೀನು ಹಾಸ್ಯ ಮಾಡಲು ಸಾಧ್ಯವಾಗುವ ಹಂತವನ್ನು ತಲುಪಿದ್ದೀಯಾ," ಆತ ಹೇಳಿದರು.

ಯಾತ್ರಿಕ ತನ್ನಿಬ್ಬರು ಸ್ನೇಹಿತರ ಜೊತೆಗೆ ನ್ಯೂಯಾರ್ಕ್‌ನಲ್ಲಿ ಸಾಗುತ್ತಿದ್ದ. ಇದ್ದಕ್ಕಿದ್ದಹಾಗೆ ಇಬ್ಬರು ಗೆಳೆಯರೂ ಮಾತಿಗೆ ಮಾತು ಬೆಳೆದು ಕೈ ಕೈ ಮಿಲಾಯಿಸುವ ಹಂತಕ್ಕೆ ತಲುಪಿದರು.

ಕಾವು ತಣಿದ ಬಳಿಕ, ಅವರು ಮದ್ಯಪಾನದ ಅಂಗಡಿಯನ್ನು ಹೊಕ್ಕರು. ಅವರಲ್ಲೊಬ್ಬ ಕ್ಷಮೆ ಯಾಚಿಸಿದ:

"ನಾವು ಹೆಚ್ಚೆಚ್ಚು ಸಾಮೀಪ್ಯ ಹೊಂದಿದಂತೆಲ್ಲ ಸುಲಭವಾಗಿ ಜಗಳಾಡುತ್ತೇವೆ. ನೀನೊಬ್ಬ ಅಪರಿಚಿತನಾಗಿದ್ದರೆ ನಾನೆಂದಿಗೂ ಜಗಳಾಡುತ್ತಿರಲಿಲ್ಲ ಮತ್ತು ನೀನು ನನ್ನನ್ನು ಅನ್ಯರಿಗಿಂತ ಹೆಚ್ಚು ಅರ್ಥ ಮಾಡಿಕೊಳ್ಳುವಂತಿರುವುದರಿಂದ, ನನಗೆ ನಿನ್ನ ಜೊತೆಗೆ ಹೆಚ್ಚು ಸಲುಗೆ ಇರುವುದರಿಂದ ಜಗಳವಾಯಿತು. ಅದು ಮಾನವ ಸ್ವಭಾವವೆನ್ನಬೇಕು."

ಬಹುಶಃ ಇದ್ದಿರಬಹುದು, ಆದರೆ ಅದನ್ನು ಅದುಮಿ ಹಿಡಿಯುವುದು ಉಚಿತವೇ ಸರಿ.

ಒಬ್ಬ ವ್ಯಕ್ತಿಗೆ ನಾವು ಸಹಾಯ ಮಾಡಬೇಕೆನಿಸುವ ಕ್ಷಣಗಳು ಬರುವಂತಹ ಸಂದರ್ಭಗಳಿರುತ್ತವೆ. ಆದರೆ ಅಂತಹ ಸಂದರ್ಭಗಳಲ್ಲಿ ನಮಗೆ ಏನೂ ಮಾಡಲಾಗದಂತಹ ಸ್ಥಿತಿಯೂ ಉತ್ಪನ್ನವಾಗಿರುತ್ತದೆ. ಸನ್ನಿವೇಶಗಳು ನಮಗೆ ವಿರುದ್ಧವಾಗಿರುತ್ತವೆ ಅಥವಾ ಯಾವ ವ್ಯಕಿಗೆ ನಾವು ಸಹಾಯ ಮಾಡಬೇಕೆಂದಿರುತ್ತೇವೆಯೋ ಆತ ತನ್ನಷ್ಟಕ್ಕೇ ಇದ್ದು, ನಮ್ಮೊಂದಿಗೆ ಸಹಕರಿಸದೆ ಹೋಗಬಹುದು.

ಗುರುಗಳು ಹೇಳುತ್ತಾರೆ:

ಉಳಿದಿರುವುದೆಂದರೆ ಪ್ರೀತಿಯೊಂದೇ. ನಮಗೆ ಏನನ್ನೂ ಮಾಡಲಾಗದಿದ್ದರೂ ಯಾವುದೇ ಫಲಾಪೇಕ್ಷೆಯಿಲ್ಲದೆ ಸಹಾಯ ಮಾಡಬಹುದು, ವ್ಯಕ್ತಿ ಬದಲಾಗದಿದ್ದರೂ, ಅಥವಾ ವ್ಯಕ್ತಿಯಿಂದ ಯಾವುದೇ ಧನ್ಯವಾದದ ಮಾತುಗಳೂ ಇಲ್ಲದೆ ಸಹಾಯ ಮಾಡಬಹುದು.

ಹೀಗೆ ನಾವು ಮಾಡುವುದರಿಂದ ನಮ್ಮ ಸುತ್ತಲಿನ ವಿಶ್ವ ಪರಿವರ್ತನೆಗೊಳ್ಳಬಹುದು. ಅಂತಹ ಶಕ್ತಿ ಪ್ರಕಟಗೊಳ್ಳುವ ಸಂದರ್ಭ ಅದು, ಅದೇನೋ ಮ್ಯಾಜಿಕ್‌ನ್ನು ಉಂಟು ಮಾಡಬಹುದು.

ಪ್ರೇಮ ಕವಿ ಜಾನ್ ಕೀಟ್ಸ್ ಕಾವ್ಯದ ಬಗೆಗೆ ಒಂದು ಉತ್ತಮ ನಿರ್ವಚನೆಯನ್ನು ನೀಡಿದ್ದಾರೆ, ಮತ್ತು ಅದನ್ನು ನಾವು ಆಯ್ದುಕೋಬಹುದು, ಬದುಕಿಗಿರುವ ಒಂದು ನಿರ್ವಚನೆ ಎಂದೂ ತೆಗದುಕೊಳ್ಳಬಹುದು:

“ಅಚ್ಚರಿಯ ಮೂಲಕ ಕವಿತೆಯೊಂದು ನಮಗೆ ಆಪ್ತವಾಗಬೇಕು ಎಂಬುದು ನನ್ನ ಅನ್ನಿಸಿಕೆ. ಏಕತ್ವದಲ್ಲಿ ಅಲ್ಲ; ಓದುಗನಿಗೆ ಅದು ತನ್ನದೇ ಅತ್ಯುತ್ತಮ ಚಿಂತನೆಯಂತೆ ಹೊಳೆಯಬೇಕು, ಅದೊಂದು ಆತ್ಮೀಯ ಸ್ಮರಣೆಯಂತೆ ಮೂಡಿಬರಬೇಕು.

“ಅದರ ಸೌಂದರ್ಯ ಅರ್ಥಕ್ಕೆ ನಿಲ್ಲುವಂತಿರಬಾರದು. ಓದುಗ ತೃಪ್ತನಾಗುವ ಬದಲು ಅವನನ್ನು ಉಸಿರುಗಟ್ಟುವಂತೆ ಮಾಡಬೇಕು. ಉದಯ, ಪ್ರಗತಿ, ಕಾಲ್ಪನಿಕ ಭಂಗಿ, ಸೂರ್ಯನಂತೆ, ಅವನಿಗೆ ಸ್ವಾಭಾವಿಕವಾಗಿರಬೇಕು, ಅವನ ಮೇಲೆ ಹೊಳೆಯುತ್ತಿರಬೇಕು, ಸಮಚಿತ್ತದಿಂದ ಕಂತುವಂತಿರಬೇಕು, ಅದು ವೈಭವದೊಂದಿಗೇ ಇದ್ದಿರಲಿ, ಸಂಧ್ಯಾಕಾಲದ ಹೊನಲು ಬೆಳಕಿನಲ್ಲಿ ತೋಯುವಂತಿರಬೇಕು.”

ಹದಿನೈದು ವರ್ಷಗಳ ಹಿಂದೆ ಪಯಣಿಗ ತನ್ನ ನಂಬಿಕೆಯನ್ನು ಅಲ್ಲಗಳೆಯುವ ಸ್ಥಿತಿಯಲ್ಲಿದ್ದಾಗ, ಆತ ತನ್ನ ಮಡದಿ ಮತ್ತು ಸ್ನೇಹಿತ ರಿಯೊ ಡಿ ಜನ್ಯೆರಿಯೋ ಜೊತೆಗಿದ್ದ. ಅವರು ಸ್ವಲ್ಪ ಕುಡಿದಿದ್ದರು, ನಂತರ ಅವರೊಂದಿಗೆ ಒಬ್ಬ ಹಳೆಯ ಸ್ನೇಹಿತ ಸೇರಿಕೊಂಡ. ಅವರೆಲ್ಲ 1960 ಮತ್ತು 70ರಲ್ಲಿ ಅನೇಕ ಪರಾಕ್ರಮಗಳನ್ನು ಎಸಗಿ ಅವನ್ನು ಹಂಚಿಕೊಂಡಿದ್ದರು.

"ನೀನೀಗ ಏನು ಮಾಡುತ್ತಿದ್ದೀಯಾ?" ಪಯಣಿಗ ಕೇಳಿದ.

"ಈಗ ನಾನೊಬ್ಬ ಪುರೋಹಿತ," ಸ್ನೇಹಿತ ಉಸುರಿದ.

ಅವರು ರೆಸ್ಟೋರೆಂಟ್‌ನ್ನು ಬಿಡುವ ಹೊತ್ತಿಗೆ ಪಯಣಿಗ ಅವರಿಬ್ಬರಿಗೆ ಪಕ್ಕದ ಗಲ್ಲಿಯಲ್ಲಿ ಮಲಗಿಕೊಂಡಿದ್ದ ಮಗುವೊಂದನ್ನು ತೋರಿಸಿದ.

"ಜೀಸಸ್ ಜಗತ್ತನ್ನು ಹೇಗೆ ಸಂರಕ್ಷಿಸುತ್ತಾನೆ ನೋಡಿರಿ?" ಅದೊಂದು ವಿಪರ್ಯಾಸದ ಮಾತಾಗಿತ್ತು.

"ಇರಬಹುದು," ಪುರೋಹಿತ ಹೇಳಿದ. "ಆ ಮಗುವನ್ನು ಏಸು ಅಲ್ಲಿ ಯಾಕಾಗಿ ಇರಿಸಿದ್ದಾನೆಂದರೆ, ನೀನು ಅದನ್ನು ನೋಡಬೇಕಂತ ಮತ್ತು ನೀನು ಏನಾದರೂ ಸಹಾಯ ಮಾಡಬಹುದು ಎಂಬ ಇರಾದೆಯಿಂದ ಹಾಗಿರಿಸಿದ್ದಾನೆ."

ಯಹೂದಿ ವಿದ್ವಾಂಸರ ಗುಂಪೊಂದು ಒಟ್ಟು ಸೇರಿದರು. ಜಗತ್ತಿನ ಬಗೆಗೆ ಒಂದು ಸಾಧ್ಯವಾದಷ್ಟು ಚಿಕ್ಕ ಸಂವಿಧಾನವನ್ನು ರಚಿಸುವುದು ಅವರ ಉದ್ಧೇಶವಾಗಿತ್ತು. ಒಬ್ಬ ವ್ಯಕ್ತಿ ಒಂಟಿ ಕಾಲಿನ ಮೇಲೆ ನಿಲ್ಲಲು ಸಾಧ್ಯವಾದರೆ, ಕೆಲವರು ಮಾನವ ಸಮುದಾಯದ ಸ್ವಭಾವವನ್ನು ಆಳುವ ಬಗೆಗಿನ ನಿಯಮಗಳನ್ನು ಸಂಕ್ಷಿಪ್ತಗೊಳಿಸಿ ಪ್ರಸ್ತುತಪಡಿಸಲು ಯತ್ನಿಸಿದರು. ಅಂಥವರೇ ಸದಾ ಮಹಾನ್ ಸಂತ ಎಂದು ಪರಿಗಣಿಸಲ್ಪಡುತ್ತಾನೆ ಎಂದು ಮಾತಾಡಿ ಕೊಂಡರು.

"ನಿಯಮವನ್ನು ಮುರಿವವರನ್ನು ದೇವರು ಶಿಕ್ಷಿಸುತ್ತಾನೆ," ಒಬ್ಬ ಹೇಳಿದ.

ಇತರರು ಇವೆಲ್ಲ ಅದೇನೂ ನಿಯಮಗಳಲ್ಲ, ಕೇವಲ ಬೆದರಿಕೆಗಳು ಮತ್ತು ನಿಯಮವನ್ನು ತಿರಸ್ಕರಿಸಲಾಯಿತು.

ಈ ಹಂತದಲ್ಲಿ ರಬ್ಬಿ ಹಿಲ್ಲಾಲ್ ಅವರನ್ನು ಸೇರಿಕೊಂಡರು ಮತ್ತು ಒಂಟಿ ಕಾಲಲ್ಲಿ ನಿಂತು, ಹೇಳಿದರು:

"ನಿಮ್ಮನ್ನು ದ್ವೇಷಿಸುವವರು ನಿಮಗೆ ಮಾಡುವುದನ್ನು ನೀವು ತಿರುಗಿ ಮಾಡಲು ಹೋಗದಿರಿ: ತೊರಾಹ್‌ನ ಪೂರ್ತಿ ಸಾರಾಂಶವೇ ಇದು; ಮಿಕ್ಕಿದ್ದೆಲ್ಲ ಸುಮ್ಮನೆ ವಿಮರ್ಶೆಯಷ್ಟೇ."

ಮತ್ತು ರಬ್ಬಿಯನ್ನು ಅವರ ಕಾಲದ ಮಹಾನ್ ದಾರ್ಶನಿಕರೆಂದು ಪರಿಗಣಿಸಲಾಯಿತು.

ಶಿಲ್ಪಿ ಜಾಕೊಬ್ ಎಪ್‌ಸ್ಟೀನ್ ಅವರ ಮನೆಯಲ್ಲಿ ಬೃಹತ್ ಗಾತ್ರದ ಒಂದು ಶಿಲೆಗಲ್ಲನ್ನು ಕಂಡ ಪ್ರಖ್ಯಾತ ನಾಟಕಕಾರ ಜಾರ್ಜ್ ಬರ್ನಾರ್ಡ್ ಷಾ ಕೇಳಿದರು,

"ಈ ಶಿಲೆಯಿಂದ ನೀವು ಏನನ್ನು ಕೆತ್ತಲು ಹೊರಟಿದ್ದೀರಿ?"

"ನನಗಿನ್ನೂ ಗೊತ್ತಿಲ್ಲ. ಇನ್ನೂ ನಾನು ಯೋಜನೆಗಳನ್ನು ಹಾಕಿಕೊಳ್ಳುತ್ತಿದ್ದೇನೆ."

"ಅಂದ್ರೆ ನಿಮ್ಮ ಶಿಲ್ಪಕ್ಕೆ ಯೋಜನೆಗಳನ್ನು ಹಾಕಿಕೊಳ್ಳುವಿರಿ ಎಂದ ಹಾಗಾಯ್ತು?" ಷಾ ಉತ್ತರಿಸಿದರು. "ಯಾಕೆ, ಒಂದು ದಿನದಲ್ಲೇ ನಾನು ನನ್ನ ಮನಸ್ಸನ್ನು ಬದಲಾಯಿಸುತ್ತೇನೆ!"

"ಒಂದು ನಾಲ್ಕು ಔನ್ಸ್ ಕಡತಕ್ಕೆ ಅದೆಲ್ಲ ಸರಿಹೋಗುತ್ತದೆ," ಶಿಲ್ಪಿಯ ಉತ್ತರ, "ಆದರೆ ಅದೇ ನಾಲ್ಕು ಟನ್ ಬಂಡೆಗೆ ಹಾಗಾಗುವುದಿಲ್ಲ."

ಗುರುಗಳು ಹೇಳುತ್ತಾರೆ:

ನಮ್ಮದೇ ಕೆಲಸವನ್ನು ನಾವು ಹೇಗೆ ಸುಧಾರಿಸಬಹುದೆಂಬುದು ನಮಗೆ ಗೊತ್ತು. ತನ್ನ ಕೆಲಸದಲ್ಲಿನ ನಿಜವಾದ ಕಷ್ಟದ ಕುರಿತಂತೆ ದುಡಿಯುವಾತನಿಗೆ ಮಾತ್ರ ತಿಳಿದಿರುತ್ತದೆ.

ಅಬ್ಬೋಟ್ ಜೊವಾ ಪೆಕ್ಯುನೊ ಯೋಚಿಸಿದ್ದು ಹೀಗೆ: "ನಾನು ದೇವದೂತರ ಥರ ಇರಬೇಕು, ಅವರೇನೂ ಮಾಡದೆ ದೇವರ ವೈಭವವನ್ನಷ್ಟೇ ಹಾಡಿ ಹೊಗಳುತ್ತಾರೆ." ಆ ರಾತ್ರಿ ಅವರು ಸ್ಕೆಟಿಸ್ ಮೊನಾಸ್ಟ್ರಿಯನ್ನು ತೊರೆದು ಮರುಭೂಮಿಗೆ ತೆರಳಿದರು.

ಒಂದು ವಾರದ ಬಳಿಕ ಅವರು ಹಿಂದಿರುಗಿದರು. ಗೇಟಿನಲ್ಲಿದ್ದ ಸನ್ಯಾಸಿ ಗೇಟಿನ ಮೇಲಿನ ಬಡಿತವನ್ನು ಕೇಳಿ ಯಾರು ಅಂತ ಕೇಳಿದರು.

"ನಾನು ಅಬ್ಬೋಟ್ ಜೊವಾ," ಅಬ್ಬೋಟ್ ಉಸುರಿದರು. "ನನಗೆ ಹಸಿವಾಗ್ತಿದೆ."

"ಅದು ಸಾಧ್ಯವಿಲ್ಲದ ಮಾತು," ಸನ್ಯಾಸಿ ಹೇಳಿದರು. "ಅಬ್ಬೋಟ್ ಜಾವೊ ಮರುಭೂಮಿಯಲ್ಲಿದ್ದಾರೆ, ದೇವದೂತನಾಗಿ ಪರಿವರ್ತಿತರಾಗುತ್ತಿದ್ದಾರೆ. ಅವರಿಗೆ ಇನ್ನು ಮುಂದೆ ಹಸಿವೆಯೇ ಇರುವುದಿಲ್ಲ ಮತ್ತು ಅವರಿಗೆ ಯಾವುದೇ ಆಹಾರ ಬೇಕಿರುವುದಿಲ್ಲ."

"ನನ್ನ ಉದ್ಧಟತನವನ್ನು ದಯವಿಟ್ಟು ಕ್ಷಮಿಸಿ," ಅಬ್ಬೋಟ್ ಅಂದರು. ದೇವದೂತರು ನಮ್ಮಂಥ ಮಾನವರಿಗೆ ಸಹಾಯ ಒದಗಿಸುತ್ತಾರೆ. ಅದು ಅವರ ಕೆಲಸ, ಮತ್ತು ಆದ್ದರಿಂದಲೇ ಅವರು ದೇವರ ವೈಭವವನ್ನು ಹೊಗಳುವ ದೈನಂದಿನ ಕಾಯಕದಲ್ಲಿರುತ್ತಾರೆ."

ಈ ವಿನಮ್ರ ಮಾತನ್ನು ಕೇಳಿದ ಸನ್ಯಾಸಿ, ನಂತರ ಮೊನಾಸ್ಟ್ರಿಯ ಬಾಗಿಲನ್ನು ತೆರೆದರು.

ಎಲ್ಲಾ ಆವಿಷ್ಕಾರಗಳಲ್ಲಿ ಮಾನವ ಕಂಡು ಹಿಡಿದ ವಿನಾಶಕಾರೀ ಆಯುಧಗಳೇ ಅತ್ಯಂತ ಭೀಕರ ಮತ್ತು ಅದಕ್ಕೂ ಭೀಕರವಾದುದು ಮಾತು.

ಖಡ್ಗ ಮತ್ತು ಮದ್ದುಗುಂಡುಗಳು ರಕ್ತದ ಕಲೆಗಳನ್ನು ಉಳಿಸಿ ಹೋಗುತ್ತವೆ. ಅಣುಬಾಂಬ್‌ಗಳು ಕಟ್ಟಡ ಮತ್ತು ರಸ್ತೆಗಳನ್ನು ನಾಶಪಡಿಸುತ್ತವೆ. ವಿಷವನ್ನು ಯಾವತ್ತಾದರೂ ಪತ್ತೆಹಚ್ಚಬಹುದು.

ಗುರುಗಳು ಹೇಳುತ್ತಾರೆ:

ಮಾತು ನಾಶ ಮಾಡುತ್ತದೆ ಮತ್ತು ಅದರ ಯಾವುದೇ ಗುರುತನ್ನು ಬಿಟ್ಟುಹೋಗುವುದಿಲ್ಲ. ಮಕ್ಕಳನ್ನು ಅವರ ಹೆತ್ತವರು ನಿಯಂತ್ರಣದಲ್ಲಿ ಇಟ್ಟುಕೊಳ್ಳುವರು, ಮನುಷ್ಯರನ್ನು ನಿರ್ದಾಕ್ಷಿಣ್ಯವಾಗಿ ಟೀಕಿಸಲಾಗುತ್ತದೆ, ಮತ್ತು ಮಹಿಳೆಯರು ಅವರ ಗಂಡಂದಿರ ಟೀಕೆಗಳಿಂದ ಅವ್ಯಾಹತವಾಗಿ ಹತ್ಯೆಗೆ ಒಳಗಾಗುತ್ತಾರೆ. ಭಗವಂತನ ಮಾತನ್ನು ವ್ಯಾಖ್ಯಾನಿಸುವ ಮಂದಿ ವಿಶ್ವಾಸಾರ್ಹನನ್ನು ಧರ್ಮದಿಂದ ಸ್ವಲ್ಪ ದೂರದಲ್ಲೇ ಇರಿಸುತ್ತಾರೆ.

ನೀವು ಸ್ವತಃ ಈ ಆಯುಧವನ್ನು ಉಪಯೋಗಿಸುತ್ತಿದ್ದೀರಾ? ಈ ಆಯುಧವನ್ನು ನಿಮ್ಮ ವಿರುದ್ಧವಾಗಿ ಬಳಸಲಾಗುತ್ತಿದೆಯೇ? ಹಾಗಿದ್ದರೆ, ಇಲ್ಲಿ ನಮೂದಿಸಿರುವ ಎರಡಕ್ಕೂ ಆಸ್ಪದ ನೀಡಬೇಡಿ.

ಅದೊಂದು ಹಳೆಯ ಸನ್ನಿವೇಶವನ್ನು ಕರೆನ್ ವಿಲಿಯಮ್ಸ್ ವಿವರಿಸಲು ಯತ್ನಿಸುತ್ತಾರೆ:

"ಬದುಕು ಪರಿಪೂರ್ಣವಿದೆ ಎಂದು ತಿಳಿಯಿರಿ. ನೀವೊಂದು ಪರಿಪೂರ್ಣ ಜಗತ್ತಿನಲ್ಲಿ ಜೀವಿಸುತ್ತಿದ್ದೀರಿ, ಪರಿಪೂರ್ಣ ಜನರೊಂದಿಗೆ, ನಿಮಗೆ ಬೇಕಾದುದೆಲ್ಲ ಲಭ್ಯವಿವೆ, ಪ್ರತಿಯೊಬ್ಬರೂ ಸಕಾಲಕ್ಕೆ ಮಾಡಬೇಕಾದುದನ್ನೆಲ್ಲ ಮಾಡುತ್ತಿದ್ದಾರೆ, ಎಂದು ತಿಳಿಯಿರಿ. ನೀವು ಬಯಸಿದ್ದನ್ನೆಲ್ಲ ಪಡೆಯುತ್ತಿದ್ದೀರಿ, ನಿಮ್ಮ ಕನಸುಗಳೆಲ್ಲ ಸಾಕಾರಗೊಂಡಿವೆ. ನಿಮಗೆ ಬೇಕಿರುವಷ್ಟು ಕಾಲ ನೀವು ಬದುಕಬಲ್ಲಿರಿ.

"ಕಲ್ಪಿಸಿ, ನೂರು ಅಥವಾ ಇನ್ನೂರು ವರ್ಷಗಳ ಬಳಿಕ ನೀವೊಂದು ಸ್ವಚ್ಛವಾದ ಬೆಂಚಿನ ಮೇಲೆ ಪರಿಶುದ್ಧವಾದ ಮನಃಸ್ಥಿತಿಯಲ್ಲಿ ಕುಳಿತಿದ್ದೀರಿ, ಎದುರುಗಡೆ ಚೆಲುವಾದ ದೃಶ್ಯಗಳಿವೆ ಮತ್ತು ನಿಮಗೆ ಅನ್ನಿಸುತ್ತಿದೆ: 'ಎಷ್ಟೊಂದು ಬೋರಿಂಗ್! ಉತ್ಸಾಹ ಎಲ್ಲಿದೆ?'

"ಅದೇ ಕ್ಷಣದಲ್ಲಿ ಒಂದು ಕೆಂಪು ಗುಂಡಿ ನಿಮ್ಮೆದುರು ತೋರಿಬರುತ್ತದೆ, ಅದರ ಮೇಲೆ ಬರೆದಿದೆ: ಕೌತುಕ!

"ಈ ಶಬ್ದಕ್ಕೇನು ಅರ್ಥವೆಂದು ಸೂಕ್ಷ್ಮವಾಗಿ ವಿಶ್ಲೇಷಿಸುತ್ತ, ನೀವು ಗುಂಡಿಯನ್ನು ಒತ್ತಬೇಕೇ? ಎಂದು ಅನ್ನಿಸುತ್ತದೆ. ಹೌದು! ನಂತರ ನೀವೊಂದು ಕತ್ತಲೆಯ ಗುಹೆಯನ್ನು ಪ್ರವೇಶಿಸುತ್ತೀರಿ ಮತ್ತು ನೀವೀಗ ಜೀವಿಸುತ್ತಿರುವ ಜಗತ್ತಿನಲ್ಲಿ ಪ್ರಕಟವಾಗುತ್ತೀರಿ."

ಒಂದು ಮರುಭೂಮಿಯ ಐತಿಹ್ಯ ಒಬ್ಬ ಮನುಷ್ಯನ ಆಖ್ಯಾಯಿಕೆಯನ್ನು ಹೇಳುತ್ತದೆ. ಅದರಲ್ಲಿ ಆತ ಒಂದು ಓಯಸಿಸ್‌ನಿಂದ ಇನ್ನೊಂದಕ್ಕೆ ಸ್ಥಾನಾಂತರಿಸುತ್ತ ತನ್ನ ಒಂಟೆಯ ಮೇಲೆ ಹೇರನ್ನು ತುಂಬಿಸುತ್ತಿರುತ್ತಾನೆ. ಅವನು ರಗ್ಗನ್ನು ಹೇರಿದ, ಅಡುಗೆಯ ಪಾತ್ರೆಗಳನ್ನು, ಟ್ರಂಕಿನ ತುಂಬ ಬಟ್ಟೆಬರೆ, ಆದರೂ ಒಂಟೆ ಸ್ಥಿರವಾಗಿ ನಿಂತಿತ್ತು. ಹೊರಡಲು ಸಿದ್ಧವಾಗುವ ಹೊತ್ತಿಗೆ ಇದ್ದಕ್ಕಿದ್ದ ಹಾಗೆ ಅವನಿಗೆ ಹಿಂದೊಮ್ಮೆ ತನ್ನ ತಂದೆ ನೀಡಿದ್ದ ಒಂದು ಮುದ್ದಾದ ನೀಲಿ ಬಣ್ಣದ ಹಕ್ಕಿಯ ಗರಿಯ ನೆನಪಾಯಿತು.

ಅವನು ಹಿಂದಿರುಗಲು ನಿರ್ಧರಿಸಿ ಲಗುಬಗನೆ ಆ ಗರಿಯನ್ನು ತಂದು ಒಂಟೆಯ ಭಾರಕ್ಕೆ ಸೇರಿಸಿದ.

ಒಂಟೆ ಭಾರವನ್ನು ತಾಳಲಾರದೆ ಕೂಡಲೇ ಕುಸಿದು ಬಿದ್ದು ಸತ್ತುಹೋಯಿತು.

ವ್ಯಕ್ತಿ ಹೀಗೆ ಗ್ರಹಿಸಿದ್ದಿರಬಹುದು: "ಗರಿಯ ಭಾರ ನನ್ನ ಒಂಟೆಗೆ ತಾಳಲಾಗದಷ್ಟಾಗಿರಬೇಕು."

ಅಂತಹ ಕೆಲವು ಸಂದರ್ಭಗಳಲ್ಲಿ ನಮಗೆ ಆಪ್ತರಾಗಿರುವವರ ಬಗೆಗೂ ನಾವು ಹಾಗೆಯೇ ಅಂದುಕೊಳ್ಳುತ್ತೇವೆ, ಇದೇ ಒಂಟೆಯ ಬೆನ್ನನ್ನು ಒಂದು ಯಃಕಶ್ಚಿತ್ ಗರಿ ಮುರಿಯುವ ಹಾಗೆ.

“ಕೆಲವೊಮ್ಮೆ ಜನರು ಸಿನಿಮಾಗಳಲ್ಲಿ ಎಷ್ಟೊಂದು ತನ್ಮಯರಾಗಿರುತ್ತಾರೆ ಎಂದರೆ, ನೈಜ ಕಥೆಯನ್ನೇ ಅವರು ಮರೆತುಬಿಡುತ್ತಾರೆ,” ಅದ್ಯಾರೋ ಯಾತ್ರಿಕನಿಗೆ ಮಿಯಾಮಿ ಪೋರ್ಟ್‌ನಿಂದ ಹೊರಗೆ ಇಣುಕುತ್ತಿದ್ದಾಗ ಹೇಳಿದರು. “ನಿಮಗೆ ‘ಟೆನ್ ಕಮಾಂಡ್‌ಮೆಂಟ್ಸ್’ನ ನೆನಪಿದೆಯಾ?”

“ನೆನಪಿದೆ. ಮೊಸೆಸ್‌ನ ಪಾತ್ರಧಾರಿ ಚಾರ್ಲ್‌ಟನ್ ಹೇಸ್ಟನ್ ತನ್ನ ದಂಡವನ್ನು ಎತ್ತಿದಾಗ ಕೆಂಪು ಸಮುದ್ರ ತನ್ನ ನೀರನ್ನು ಇಬ್ಭಾಗವಾಗಿಸಿ ಹಿಬ್ರೂ ಜನರಿಗೆ ದಾಟಲು ದಾರಿ ಮಾಡಿಕೊಡುತ್ತದೆ.

“ಬೈಬಲ್‌ನಲ್ಲಿ ಅದು ಬೇರೆಯೇ ಇದೆ,” ಆ ಇನ್ನೊಬ್ಬ ಹೇಳುತ್ತಾನೆ. “ಅದರಲ್ಲಿ ದೇವರು ಮೊಸೆಸ್‌ನಿಗೆ ಆಜ್ಞಾಪಿಸುತ್ತಾನೆ: ‘ಇಸ್ರೇಲ್‌ನ ಮಕ್ಕಳಿಗೆ ಮುಂದಕ್ಕೆ ಸಾಗಲು ಹೇಳು.’ ಮತ್ತು ಅದೊಂದೇ ಸಲ ಮೊಸೆಸ್ ದಂಡವನ್ನು ಎತ್ತಿದಾಗ ಕೆಂಪು ಸಮುದ್ರ ಇಬ್ಭಾಗವಾಗುತ್ತದೆ, ದಾರಿ ಕಾಣಿಸುತ್ತದೆ, ಅದು ಅದರಷ್ಟಕ್ಕೇ ತೆರೆದುಕೊಂಡಿರುತ್ತದೆ.”

ಸೆಲ್ಲಿಸ್ಟ್ ಪ್ಯಾಬ್ಲೊ ಕ್ಯಾಸಲ್ಸ್ ಈ ಮಾತುಗಳನ್ನು ಆಡಿದ್ದಾರೆ:

"ಪ್ರತಿದಿನ ನಾನು ಪುನರ್ಜನ್ಮ ಪಡೆದಿರುತ್ತೇನೆ. ಕಳೆದ ಎಂಭತ್ತು ವರ್ಷಗಳಿಂದಲೂ ನಾನು ಹಾಗೆಯೇ ಪ್ರಾರಂಭಿಸಿದ್ದೇನೆ. ಅದೇನೂ ಯಾಂತ್ರಿಕವಾಗಿ ನಡೆದಿಲ್ಲ, ಅದು ನನಗೆ ಅನಿವಾರ್ಯವೆನಿಸಿದೆ. ನಾನು ಪಿಯಾನೊ ಕಡೆಗೆ ಹೋಗುತ್ತೇನೆ, ಮತ್ತು ಎರಡು ಪ್ರಿಲ್ಯೂಡ್‌ಗಳನ್ನು ನುಡಿಸುತ್ತೇನೆ. ನಂತರ ಬಾಚ್‌ನ ಫ್ಯೂಗ್ ನುಡಿಸುತ್ತೇನೆ. ಇದೊಂದು ನನ್ನ ಮನೆಯಲ್ಲಿನ ಸ್ವಸ್ತಿವಾಚನವಿದ್ದಂತೆ. ಆದರೆ ಅದು ಬದುಕಿನ ನಿಗೂಢತೆಯ ಜೊತೆಗೆ ತಾದಾತ್ಮ್ಯವನ್ನು ಮರಳಿ ಸ್ಥಾಪಿಸಿದಂತಿರುತ್ತದೆ. ಯಾಕೆಂದರೆ ಪವಾಡಗಳು ಮಾನವ ಕುಲದ ಭಾಗವಾಗಿರುತ್ತವೆ. ನಾನು ಇದನ್ನು ಕಳೆದ ಎಂಭತ್ತು ವರ್ಷಗಳ ಕಾಲ ಮಾಡುತ್ತ ಬಂದಿದ್ದರೂ, ಸಂಗೀತ ಎಂದಿಗೂ ಒಂದೇ ಆಗಿರುವುದಿಲ್ಲ; ಅದು ನನಗೆ ಸದಾ ಏನಾದರೊಂದು ಹೊಸತನ್ನು, ಅತ್ಯದ್ಭುತವಾದುದನ್ನು ಮತ್ತು ನಂಬಲಸಾಧ್ಯವಾದುದನ್ನು ಕಲಿಸುತ್ತ ಬಂದಿದೆ."

ಗುರುಗಳು ಹೇಳುತ್ತಾರೆ:

ಒಂದೆಡೆ ನಾವು ದೇವರನ್ನು ಯಾಚಿಸುವುದು ಮುಖ್ಯವೆನ್ನುತ್ತದೆ. ಇನ್ನೊಂದೆಡೆ, ಬದುಕನ್ನು ಅವನಿಂದ ದೂರ ಇಡಲು ಬಯಸುತ್ತದೆ. ನಾವು ಅವನಿಂದ ಕಡೆಗಣಿಸಲ್ಪಟ್ಟಿರುತ್ತೇವೆ ಎಂದೋ, ಅಥವಾ ನಮ್ಮ ದೈನಂದಿನ ಬದುಕಿನಲ್ಲಿ ವ್ಯಸ್ತರಾಗಿರುತ್ತೇವೋ ಅನ್ನಿಸುತ್ತಿದೆ. ಇದರಿಂದ ನಮ್ಮಲ್ಲಿ ಅಪರಾಧೀ ಭಾವನೆ ಮೂಡುತ್ತದೆ: ನಾವು ನಮ್ಮ ಬದುಕನ್ನು ಅತಿಯಾಗಿ ದೇವರಿಗೆ ಮುಡಿಪಾಗಿಡುತ್ತೇವೆ ಎಂದು ಒಂದೆಡೆ ಅನ್ನಿಸಿದರೆ ಅಥವಾ ನಾವು ನಮ್ಮ ವೈಯಕ್ತಿಕ ಬದುಕನ್ನು ಕಟ್ಟಿಕೊಳ್ಳುವ ಅವಸರದಲ್ಲಿ ದೇವರನ್ನು ಮರೆತುಬಿಟ್ಟಿದ್ದೇವೆ ಎಂದು ಅನ್ನಿಸುತ್ತದೆ.

ಈ ಪ್ರಕಾರದಲ್ಲಿ ತೋರುವ ದ್ವಂದ್ವ ಕಲ್ಪಕತೆ ಆಗಿರುತ್ತದೆ. ದೇವರೇ ಜೀವನ ಮತ್ತು ಜೀವನವೇ ದೇವರು. ಆ ಮೂಲಕವೇ ನಮ್ಮ ಅದೃಷ್ಟವನ್ನು ನಾವು ಕಂಡುಕೊಳ್ಳಲು ಸಾಧ್ಯವಾಗಬಹುದು. ನಮ್ಮ ಬದುಕಿನ ಪವಿತ್ರವಾದ ಸಾಮರಸ್ಯದ ಜೊತೆಗೆ ನಾವು ಎಲ್ಲಿಯವರೆಗೆ ಸಂಪರ್ಕದಲ್ಲಿರುತ್ತೇವೋ, ಅಲ್ಲಿಯವರೆಗೆ ನಾವು ಸರಿಮಾರ್ಗದಲ್ಲಿ ಸಾಗುತ್ತಿದ್ದೇವೆ ಎಂದೆಣಿಸುತ್ತದೆ ಮತ್ತು ಆ ಮೂಲಕ ನಾವು ನಮ್ಮ ಕಾಯಕವನ್ನು ಪರಿಪೂರ್ಣಗೊಳಿಸಲು ಸಾಧ್ಯವಾಗುತ್ತದೆ.

ಪ್ಯಾಬ್ಲೋ ಪಿಕಾಸೊ ಹೇಳಿದ್ದರು:

"ಭಗವಂತನೊಬ್ಬ ಮಹಾನ್ ಚಿತ್ರ ಕಲಾವಿದ. ಅವನೇ ಆನೆಯನ್ನು, ಜಿರಾಫೆಯನ್ನು ಮತ್ತು ಇರುವೆಯನ್ನೂ ಸೃಷ್ಟಿಸಿದ. ಅವನೆಂದೂ ಯಾವುದೇ ಶೈಲಿಯನ್ನು ಅನುಸರಿಸಲು ಯತ್ನಿಸಲಿಲ್ಲ; ತನಗೇನು ಅನ್ನಿಸಿತೋ ಅದನ್ನು ಮಾಡುತ್ತಿದ್ದ."

ಗುರುಗಳು ಹೇಳುತ್ತಾರೆ:

ನಾವು ನಮ್ಮ ಹಾದಿಯಲ್ಲಿ ತೊಡಗಿಕೊಂಡಾಗ, ನಮ್ಮಲ್ಲಿ ಭಯ ತುಂಬಿಕೊಂಡಿರುತ್ತದೆ; ನಾವು ಎಲ್ಲವನ್ನೂ ಪರಿಪೂರ್ಣವಾಗಿ ನಿರ್ವಹಿಸುವುದಕ್ಕೆ ಬದ್ಧರಾಗಿರುತ್ತೇವೆ. ನಮ್ಮಲ್ಲಿ ಪ್ರತಿಯೊಬ್ಬರಿಗೂ ತಮ್ಮದೇ ಆದ ವಿಶಿಷ್ಟವಾದ ಬದುಕು ಇರುವುದರಿಂದ ಅಂತಹ ಪರಿಪೂರ್ಣತೆ ಎಲ್ಲಿಂದ ಬರುತ್ತದೆ? ಜಿರಾಫೆಯನ್ನು ದೇವರು ಸೃಷ್ಟಿಸಿದ, ಆನೆಯನ್ನು, ಮತ್ತು ಇರುವೆಯನ್ನೂ, ಹಾಗಾಗಿ ಯಾವುದೇ ಒಂದು ಮಾದರಿ ಎಲ್ಲಿದೆ?

ಮಾದರಿಯೊಂದೇ ಎಲ್ಲರೂ ನಿಜವಾದ ತಮ್ಮತನವನ್ನು ತೋರಿಸಲು ಶಕ್ತವಾಗುವಂತಹ ವಿಧಾನ. ನಾವು ಯಾವಾಗಲೂ ಇತರ ಮಾದರಿಗಳನ್ನು ಪ್ರಶಂಸಿಸುತ್ತೇವೆ, ಮತ್ತು ಹಾಗೆಯೇ ಇನ್ನೊಬ್ಬರು ಮಾಡುವ ತಪ್ಪುಗಳನ್ನು ನಾವು ಮಾಡಲಾರೆವು. ಆದರೆ ಜೀವಿಸುವಲ್ಲಿ, ನಾವಷ್ಟೇ ನಮ್ಮಷ್ಟಕ್ಕೆ ಮಾಡಬಲ್ಲೆವು.

ಬಹಳಷ್ಟು ಜನ ಯಹೂದಿಗಳು ಅವರ ಸಿನೆಗೋಗ್‌ನಲ್ಲಿ ಪ್ರಾರ್ಥನೆ ಸಲ್ಲಿಸುತ್ತಿದ್ದರು. ಅಷ್ಟರಲ್ಲಿ ಒಬ್ಬ ಹುಡುಗ: "ಎ.ಬಿ.ಸಿ.ಡಿ..." ಎಂದು ಪಠಿಸುವುದು ಕೇಳಿಸಿತು.

ಅವರೆಲ್ಲ ಮತ್ತೆ ತಮ್ಮ ಪ್ರಾರ್ಥನೆಯಲ್ಲಿ ಗಮನವಿರಿಸಿಕೊಂಡರು. ಹಾಗೆ ಗಮನ ಕೇಂದ್ರೀಕರಿಸಿದರೂ, ಹುಡುಗನ ಧ್ವನಿ ಗುಂಯ್‌ಗುಟ್ಟುತ್ತಲೇ ಇತ್ತು:

"ಎ.ಬಿ.ಸಿ.ಡಿ..."

ಅವರೆಲ್ಲ ಪ್ರಾರ್ಥನೆಯನ್ನು ನಿಲ್ಲಿಸಿದರು. ಹುಡುಗ ಮತ್ತೂ ಪುನರಾವರ್ತಿಸುತ್ತಲೇ ಇದ್ದ:

"ಎ.ಬಿಸಿ.ಡಿ..."

ಅಲ್ಲಿನ ರಬ್ಬಿ ಹುಡುಗನ ಸನಿಹಕ್ಕೆ ಸರಿದು ಕೇಳಿದರು:

"ನೀನೇಕೆ ಹೀಗೆ ಮಾಡುತ್ತಿದ್ದೀಯೇ?"

"ಯಾಕೆಂದರೆ ನನಗೆ ಪವಿತ್ರ ಪ್ರಾರ್ಥನೆಯ ಸಾಲುಗಳು ತಿಳಿದಿಲ್ಲ," ಹುಡುಗ ಅಂದ. "ಮತ್ತು ನಾನು ನನ್ನ ವರ್ಣಮಾಲೆಯನ್ನು ಪಠಿಸಿದರೆ, ಅದು ದೇವರನ್ನು ತಲುಪುತ್ತದೆ, ಹಾಗೆಯೇ ದೇವರು ನನ್ನ ಅಕ್ಷರಗಳನ್ನು ಸರಿಯಾದ ನಮೂನೆಯಲ್ಲಿ ಹೊಂದಿಸಿಕೊಂಡು ಅದನ್ನು ಪ್ರಾರ್ಥನೆಯನ್ನಾಗಿ ಸ್ವೀಕರಿಸುತ್ತಾನೆ ಎಂದು–ಕೊಂಡಿದ್ದೇನೆ."

"ಈ ಪಾಠಕ್ಕಾಗಿ ನಿನಗೆ ಅನಂತ ಧನ್ಯವಾದಗಳು," ರಬ್ಬಿ ಹೇಳಿದರು. "ನನಗನ್ನಿಸುತ್ತಿದೆ, ನೀನು ಅವನಿಗೆ ವರ್ಣಮಾಲೆಯ ಅಕ್ಷರಗಳನ್ನು ಅರ್ಪಿಸಿದಂತೆ ನಾನು ಈ ಭೂಮಿಯ ಮೇಲೆ ಇರುವಷ್ಟು ದಿನ ನನ್ನ ವರ್ಣಮಾಲೆಯ ಅಕ್ಷರಗಳನ್ನು ಅರ್ಪಿಸುತ್ತ ನನ್ನ ಮುಂದಿನ ದಿನಗಳನ್ನು ಕಳೆಯುತ್ತೇನೆ."

ಗುರುಗಳು ಹೇಳುತ್ತಾರೆ:

ನಮ್ಮೆಲ್ಲರಲ್ಲಿರುವ ಭಗವಂತನ ಸಾನಿಧ್ಯವನ್ನು ಸಿನಿಮಾ ಪರದೆಗೆ ಹೋಲಿಸಬಹುದೆಂದು ನನಗನ್ನಿಸುತ್ತದೆ. ವಿವಿಧ ಸನ್ನಿವೇಶಗಳು ಪರದೆಯ ಮೇಲೆ ಕಾಣಿಸುತ್ತವೆ, ಜನರು ಪ್ರೀತಿ ಮಾಡುತ್ತಾರೆ, ಜನರು ಬೇರ್ಪಡುತ್ತಾರೆ, ನಿಧಿಗಳನ್ನು ಅನ್ವೇಷಿಸಲಾಗುತ್ತದೆ, ದೂರದ ದೇಶಗಳು ಕಂಗೊಳಿಸುತ್ತವೆ, ಇತ್ಯಾದಿ.

ಯಾವ ಸಿನಿಮಾವನ್ನು ತೋರಿಸುತ್ತಾರೆ ಎನ್ನುವುದು ಮುಖ್ಯವಲ್ಲ: ಪರದೆ ಹಾಗೆಯೇ ಇರುತ್ತದೆ. ಕಣ್ಣೀರು ಅಥವಾ ರಕ್ತ ಹರಿಯುವುದು ನಗಣ್ಯ. ಯಾಕೆಂದರೆ ಪರದೆ ಅವು ಯಾವುದಕ್ಕೂ ಸಾಕ್ಷಿಯಾಗುವುದಿಲ್ಲ.

ಭಗವಂತನಿದ್ದಾನೆ, ಅವನು ಆ ಸಿನಿಮಾ ಪರದೆಯ ಹಾಗೆ, ಅದರ ಹಿಂದೆ ಬದುಕಿನಲ್ಲಿ ಸಂಭವಿಸುವ ಆ ಎಲ್ಲಾ ಶೋಕಗಳೂ ಉತ್ಸಾಹಗಳೂ ಇದ್ದಿರುತ್ತವೆ. ಸಿನಿಮಾ ಮುಗಿದಾಗಷ್ಟೇ ನಮಗೆ ಭಗವಂತನ ದರ್ಶನವಾಗುತ್ತದೆ.

ಬಿಲ್ಲುಗಾರನೊಬ್ಬ ಶಿಸ್ತಿನ ಬೋಧನೆಗಳಿಗೆ ಹೆಸರಾದ ಒಂದು ಹಿಂದು ಮಠದ ಸುತ್ತ ನಡೆದಾಡುತ್ತಿದ್ದ. ಅಲ್ಲಿನ ಹೂದೋಟ ಒಂದರಲ್ಲಿ ಆ ಮಠದ ಸನ್ಯಾಸಿಗಳು ಕುಡಿದು ತಮಾಷೆಯಾಡುತ್ತಿದ್ದುದನ್ನು ಆತ ಕಂಡ.

"ಎಷ್ಟೊಂದು ಕಪಟ ಸನ್ಯಾಸಿಗಳು!" ಬಿಲ್ಲುಗಾರ ಎತ್ತರದ ಧ್ವನಿಯಲ್ಲಿ ಕಿರುಚಾಡಿದ. "ದೇವರ ಅನ್ವೇಷಣೆಯಲ್ಲಿ ತೊಡಗಿಕೊಂಡು ಶಿಸ್ತಿನ ಮಹತ್ವವನ್ನು ಬೋಧಿಸುವವರು ತಮ್ಮ ಖಾಸಗಿ ಜೀವನದಲ್ಲಿ ಕುಡಿತದಲ್ಲಿ ಓಲಾಡುತ್ತಾರೆ! ಎಂತಹ ವಿಪರ್ಯಾಸ," ಎಂದ.

"ನೀನು ನಿನ್ನ ಬಾಣಗಳನ್ನು ಒಂದರ ಹಿಂದೆ ಒಂದರಂತೆ ಎಡೆಬಿಡದೆ ಎಸೆಯುತ್ತಿದ್ದರೆ, ನಿನ್ನ ಬಿಲ್ಲಿಗೆ ಏನಾಗಬಹುದು?" ಸನ್ಯಾಸಿಗಳ ಗುಂಪಿನಲ್ಲಿನ ಹಿರಿಯ ಕೇಳಿದ.

"ನನ್ನ ಬಿಲ್ಲು ಮುರಿದು ಹೋಗುತ್ತದೆ," ಬಿಲ್ಲುಗಾರ ಉಸುರಿದ.

"ಯಾವಾತನು ತನ್ನ ಮಿತಿಯನ್ನು ಮೀರಿ ಸಾಗುತ್ತಾನೋ, ಆತ ತನ್ನ ಸಂಕಲ್ಪವನ್ನು ಕಳೆದುಕೊಳ್ಳುತ್ತಾನೆ," ಸನ್ಯಾಸಿ ಮುಂದುವರಿದು ಹೇಳಿದ. ನಿನ್ನ ಕಾಯಕ ಮತ್ತು ವಿಶ್ರಾಂತಿಯ ನಡುವೆ ಒಂದು ಸಮತೋಲನವನ್ನು ಕಾಯ್ದುಕೊಳ್ಳದಿದ್ದರೆ ನೀನು ನಿನ್ನ ಉತ್ಸಾಹವನ್ನೂ ನಿನ್ನ ದಾರಿಯನ್ನೂ ಕಳೆದುಕೊಳ್ಳುತ್ತೀಯಾ."

ಶಾಂತಿ ಒಪ್ಪಂದವನ್ನು ಕುದುರಿಸುವ ಸಲುವಾಗಿ ಒಬ್ಬ ರಾಜ ತನ್ನ ದೂತನ ಮೂಲಕ ದೂರದ ರಾಜ್ಯಕ್ಕೆ ಒಂದು ಸಂದೇಶವನ್ನು ಕಳಿಸಿದ. ದೂತ ತನ್ನ ಪ್ರಯಾಣದ ಕಾರಣವನ್ನು ತನ್ನ ಆಪ್ತ ಸ್ನೇಹಿತರಲ್ಲಿ ಹಂಚಿಕೊಂಡ. ಆತನ ಸ್ನೇಹಿತರಿಗೆ ಶತ್ರು ದೇಶದವರೊಂದಿಗೆ ವ್ಯಾಪಾರ ವಹಿವಾಟಿನ ಸಂಬಂಧವಿತ್ತು. ಸ್ನೇಹಿತರು ದೂತನಿಗೆ ಸ್ವಲ್ಪ ದಿನಗಳು ಕಳೆದ ಬಳಿಕ ಹೋದರೆ ಸಾಕೆಂದರು. ಆ ಅವಧಿಯಲ್ಲಿ ಅವರು ತಮ್ಮ ವ್ಯಾಪಾರ ವಹಿವಾಟಿನ ನಿಯಮಗಳನ್ನು ಬದಲಾಯಿಸಿಕೊಳ್ಳಬಹುದು ಎಂದುಕೊಂಡರು.

ಕೊನೆಗೂ ದೂತ ಆ ದೇಶವನ್ನು ತಲುಪಿದಾಗ, ಶಾಂತಿ ಒಪ್ಪಂದಕ್ಕೆ ಅದು ತೀರಾ ವಿಳಂಬವಾಗಿ ಹೋಗಿತ್ತು. ಯುದ್ಧ ಅದಾಗಲೇ ಶುರುವಾಗಿತ್ತು. ಒಪ್ಪಂದ ವಿಳಂಬವಾದುದರಿಂದ ರಾಜನ ಯೋಜನೆಗಳೆಲ್ಲವೂ ಬುಡಮೇಲಾದವು, ಜೊತೆಗೆ ವ್ಯಾಪಾರಸ್ಥರ ಯೋಜನೆಗಳೂ.

ಗುರುಗಳು ಹೇಳುತ್ತಾರೆ:

ನಾವು ನಮ್ಮ ಬದುಕಿನಲ್ಲಿ ಮಾಡಬೇಕಾದ ಒಂದೇ ಒಂದು ಮುಖ್ಯ ವಿಷಯವೊಂದಿದೆ: ನಮ್ಮ ವೈಯಕ್ತಿಕ ಐತಿಹ್ಯದ ಬದುಕನ್ನು ಬಾಳುವುದು, ನಮ್ಮ ಗುರಿಯನ್ನು ಸಾಧಿಸುವುದು. ಏನಿದ್ದರೂ, ಸಾಮಾನ್ಯವಾಗಿ ನಮ್ಮ ಕನಸುಗಳು ಹದಗೆಟ್ಟು ಅದರಲ್ಲೇ ನಮ್ಮ ಕೊನೆಗಾಣುವ ಸಂಭವವೂ ಇಲ್ಲದಿಲ್ಲ.

ಪಯಣಿಗ ಸಿಡ್ನಿಯಲ್ಲಿದ್ದ. ನಗರದ ಎರಡು ಭಾಗಗಳನ್ನು ಜೋಡಿಸುವ ಸೇತುವೆಯ ಮೂಲಕ ಇಣುಕುತ್ತಿದ್ದಾಗ ಒಬ್ಬ ಆಸ್ಟ್ರೇಲಿಯನ್ ಸಮೀಪಿಸಿ ಒಂದು ಜಾಹೀರಾತನ್ನು ಓದಿ ಹೇಳುವುದಕ್ಕೆ ಕೇಳಿಕೊಂಡ.

"ತುಂಬಾ ಸಣ್ಣ ಪ್ರಿಂಟ್, ನನಗೆ ಓದುವುದಕ್ಕೆ ಕಷ್ಟ," ಆತ ಹೇಳಿದ, "ಅಷ್ಟೇ ಅಲ್ಲ, ನಾನು ನನ್ನ ಕನ್ನಡಕವನ್ನು ಮನೆಯಲ್ಲಿ ಬಿಟ್ಟು ಬಂದಿದ್ದೇನೆ."

ಪಯಣಿಗ ಕೂಡಾ ತನ್ನ ಕನ್ನಡಕವನ್ನು ಮನೆಯಲ್ಲೇ ಬಿಟ್ಟುಬಂದಿದ್ದ. ಕ್ಷಮಿಸುವಂತೆ ಹೇಳಿ ಕೊಂಚ ಕಳೆದ ಬಳಿಕ, ಮುಂದುವರಿದು ಹೇಳಿದ:

"ಸರಿ ಹಾಗಾದರೆ, ಜಾಹೀರಾತನ್ನು ಮರೆತುಬಿಡುವುದೇ ಕ್ಷೇಮ."

ನಂತರ ಸಂಭಾಷಣೆಯನ್ನು ಮುಂದುವರಿಸುವ ಇರಾದೆಯಿಂದ, ಆತ ಹೇಳಿದ:

"ನಾವು ಒಬ್ಬರೇ ಅಲ್ಲ. ಭಗವಂತನೂ ಕುರುಡುತನವನ್ನು ಅನುಭವಿಸುತ್ತಾನೆ. ಅವನಿಗೆ ವಯಸ್ಸಾಗಿದೆ ಎಂದಲ್ಲ, ಅವನ ಆಯ್ಕೆ ಅದು. ಹಾಗಾಗಿಯೇ ಅವನಿಗೆ ಹತ್ತಿರವಾಗಿರುವವರು ಏನಾದರೂ ತಪ್ಪುಗಳನ್ನು ಎಸಗಿದರೆ, ಅವನು ಅವನ್ನು

ತಾನು ಕಾಣಲಾಗುವುದಿಲ್ಲ ಮತ್ತು, ಅನ್ಯಾಯವಾಗದಿರಲೆಂದು, ಅವನನ್ನು ಕ್ಷಮಿಸಿಬಿಡುತ್ತಾನೆ."

"ಜನರು ಒಳ್ಳೆಯ ಕೆಲಸವನ್ನು ಮಾಡಿದಾಗ ಏನು ಮಾಡುತ್ತಾನೆ?" ಪಯಣಿಗ ಕೇಳುತ್ತಾನೆ.

"ಭಗವಂತ, ಎಂದಿಗೂ ತನ್ನ ಕನ್ನಡಕವನ್ನು ಮನೆಯಲ್ಲಿ ಬಿಟ್ಟು ಬರುವುದಿಲ್ಲ," ಆಸ್ಟ್ರೇಲಿಯನ್ ನಗುತ್ತಾ ಅಲ್ಲಿಂದ ಸಾಗುತ್ತಾ ಹೇಳಿದ.

“ಪ್ರಾರ್ಥನೆಗಿಂತ ಮಿಗಿಲಾದುದು ಮತ್ತೇನಾದರೂ ಇದೆಯಾ?” ಒಬ್ಬ ಶಿಷ್ಯ ತನ್ನ ಗುರುಗಳಿಗೆ ಕೇಳಿದ.

ಗುರುಗಳು ಆತನನ್ನು ಸಮೀಪದ ಒಂದು ಮರದ ಬಳಿಗೆ ಹೋಗಿ ಅದರ ಕೊಂಬೆಗಳನ್ನು ಕತ್ತರಿಸಲು ಹೇಳುತ್ತಾರೆ. ಶಿಷ್ಯ ಗುರುಗಳು ಆಜ್ಞಾಪಿಸಿದ್ದನ್ನು ಶಿರಸಾವಹಿಸಿ ನಿರ್ವಹಿಸಿದ.

“ಮರ ಇನ್ನೂ ಜೀವಂತವಾಗಿದೆಯೆ?” ಗುರುಗಳು ಕೇಳಿದರು.

“ಹೌದು, ಜೀವಂತವಾಗಿಯೇ ಇದೆ, ಮೊದಲಿನ ಹಾಗೆಯೇ,” ಶಿಷ್ಯ ಹೇಳಿದ.

“ಇನ್ನೊಮ್ಮೆ ಮರದ ಬಳಿಗೆ ಹೋಗಿ ಅದರ ಬೇರುಗಳನ್ನು ಕಡಿದು ಬಾ,” ಗುರುಗಳು ಹೇಳಿದರು.

“ನಾನು ಅದರ ಬೇರುಗಳನ್ನು ಕಡಿದರೆ ಅದು ಸತ್ತು ಹೋಗಬಹುದಲ್ಲ,” ಶಿಷ್ಯ ನಿವೇದಿಸಿಕೊಂಡ.

“ಪ್ರಾರ್ಥನೆಯೆಂದರೆ ಮರದ ಕೊಂಬೆಗಳು, ಅದರ ಬೇರುಗಳೇ ‘ನಂಬಿಕೆ,’” ಗುರುಗಳು ಹೇಳಿದರು. “ನಂಬಿಕೆ ಪ್ರಾರ್ಥನೆಯ ಹೊರತಾಗಿಯೂ ಉಳಿಯಬಹುದು, ಆದರೆ ಪ್ರಾರ್ಥನೆ, ನಂಬಿಕೆಯ ಹೊರತಾಗಿ ಉಳಿಯ–ಲಾರದು.”

ಅವಿಲಾದ ಸಂತ ತೆರೆಸಾ ಬರೆದರು:

"ನೆನಪಿಡಿ, ಭಗವಂತ ನಮ್ಮೆಲ್ಲರನ್ನೂ ಸ್ವೀಕರಿಸುತ್ತಾನೆ; ಅವನು ಸತ್ಯದ ಪ್ರತಿರೂಪವಾಗಿರುವುದರಿಂದ, ಅವನನ್ನು ಸಂದೇಹಪಡುವುದೇ ಬೇಡ. ಅವನು ಹೇಳಿದ್ದೇನು: 'ಬಯಾರಿಕೆಯಾದವರು ನನ್ನ ಬಳಿಗೆ ಬನ್ನಿ. ನಿಮಗೆ ಪಾನೀಯುವನ್ನು ನಾನು ನೀಡುತ್ತೇನೆ.' ಅದು ಆತನ ಸಾಮಾನ್ಯ ಆಮಂತ್ರಣವಾಗಿರದಿದ್ದರೆ, ಆತ ಹೀಗೆ ಹೇಳುತ್ತಿದ್ದನೋ ಏನೋ: 'ಬನ್ನಿ ನೀವೆಲ್ಲರೂ, ನೀವು ನನ್ನ ಬಳಿಗೆ ಬರುವುದರಿಂದ ಕಳಕೊಳ್ಳುವುದು ಏನೂ ಇರುವುದಿಲ್ಲ; ಯಾರು ಅರ್ಹರೋ ಅವರಿಗೆ ನಾನು ಬಾಯಾರಿಕೆ ಹಿಂಗಿಸುವ ಪಾನೀಯ ನೀಡುತ್ತೇನೆ.' ಆದರೆ ಅವನು ನಮ್ಮೆಲ್ಲರನ್ನೂ ಯಾವುದೇ ಷರತ್ತು ಇಲ್ಲದೆ ತನ್ನ ಬಳಿಗೆ ಕರೆದಿದ್ದುದರಿಂದ, ತಮ್ಮ ಹಾದಿಯನ್ನು ತುಳಿಯಲು ಅಸಮರ್ಥರಾದವರನ್ನಷ್ಟೇ ಹೊರತುಪಡಿಸಿ, ಅವನಿಂದ ನಮ್ಮಲ್ಲಿ ಯಾರೂ ಜೀವಜಲವನ್ನು ಪಡೆಯದಿರುವ ಅವಕಾಶವೇ ಇರುವುದಿಲ್ಲ."

ಝೆನ್ ಗುರುಗಳು ಧ್ಯಾನ ಮಾಡುವ ಸಮಯ ಅವರು ಬಂಡೆಗಲ್ಲೊಂದರ ಎದುರು ಕುಳಿತಿರುತ್ತಾರೆ: "ಈಗ ಈ ಬಂಡೆಗಲ್ಲು ತುಸು ಬೆಳೆಯುತ್ತದೆ ಎಂದುಕೊಂಡಿದ್ದೇನೆ," ಅವರು ಅಂದುಕೊಂಡಿರುತ್ತಾರೆ.

ಗುರುಗಳು ಹೇಳುತ್ತಾರೆ:

ನಮ್ಮ ಸುತ್ತಮುತ್ತಲಿನ ಎಲ್ಲವೂ ನಿತ್ಯವೂ ಬದಲಾಗುತ್ತಿರುತ್ತವೆ. ಪ್ರತಿ ಮುಂಜಾನೆ ಸೂರ್ಯ ಹೊಸ ಜಗತ್ತೊಂದನ್ನು ಬೆಳಗಿಸುತ್ತಾನೆ. ನಮ್ಮ ನಿತ್ಯಕ್ರಮದಲ್ಲಿ ಹಲವು ಕಲ್ಪನೆಗಳು ಮತ್ತು ಅವಕಾಶಗಳು ಬಂದಿರುತ್ತವೆ, ಆದರೆ ಪ್ರತಿದಿನವೂ ಹಿಂದಿನ ದಿನಕ್ಕಿಂತ ಭಿನ್ನವಾಗಿರುತ್ತದೆ ಎಂದು ನಾವು ಗಮನಿಸಿರುವುದಿಲ್ಲ.

ಇಂದು, ಎಲ್ಲೋ, ಒಂದು ನಿಧಿ ನಿಮಗಾಗಿ ಕಾಯುತ್ತಿದೆ. ಅದೊಂದು ಚಿಕ್ಕ ಮುಗುಳ್ನಗೆ ಇದ್ದಿರಬಹುದು; ಒಂದು ಬೃಹತ್ ಗೆಲುವು ಇದ್ದಿರಬಹುದು. ದೊಡ್ಡ ವಿಷಯವೇನೂ ಅಲ್ಲ. ಬದುಕಿನಲ್ಲಿ ದೊಡ್ಡ ಚಿಕ್ಕ ಪವಾಡಗಳು ತುಂಬಿರುತ್ತವೆ. ಯಾವುದೂ ಬೇಸರಪಡಿಸುವಂಥದ್ದಲ್ಲ. ಯಾಕೆಂದರೆ ಎಲ್ಲವೂ ಸತತವಾಗಿ ಬದಲಾಗುತ್ತಲೇ ಇರುತ್ತವೆ. ಜಗತ್ತಿನಲ್ಲಿ ಬೇಸರವೆನ್ನುವುದೇ ಇಲ್ಲ. ಅದಿರುವುದು ನಾವು ಜಗತ್ತನ್ನು ನೋಡುವ ದೃಷ್ಟಿಯಿಂದಷ್ಟೇ.

ಟಿ.ಎಸ್. ಇಲಿಯಟ್ ಬರೆದರು: "ನಾವು ಅನ್ವೇಷಣೆಯಲ್ಲಿ ಸೊರಗಿ ಹೋಗುವುದೆಂದು ಇರುವುದಿಲ್ಲ, ಮತ್ತು ನಮ್ಮ ಅನ್ವೇಷಣೆಗಳೆಲ್ಲ ಕೊನೆಗೆ ಬಂದು ತಲುಪುವುದು ನಾವು ಶುರು ಮಾಡಿದ ಜಾಗದಲ್ಲೇ. ಮತ್ತು ಆ ಜಾಗವನ್ನು ನಾವು ಹೊಸದಾಗಿ ಕಂಡಂತೆ ಕಾಣುತ್ತೇವೆ."

ಅನುವಾದಕರ ಪರಿಚಯ

ಡಾ। ಶಿವಾನಂದ ಬೇಕಲ್, ಒಬ್ಬ ಹೆಸರಾಂತ ಕವಿ, ಕಾದಂಬರಿಕಾರ, ಕಲಾವಿದ, ವ್ಯಂಗ್ಯಚಿತ್ರಕಾರ, ಸಂಶೋಧಕ, ಅನುವಾದಕ ಮತ್ತು ಎಲ್ಲಕ್ಕೂ ಮಿಗಿಲಾಗಿ ಭಾರತೀಯ ಪ್ರಸಾರ ಸೇವೆಯ ಹಿರಿಯ ಅಧಿಕಾರಿಯಾಗಿ 33 ವರ್ಷಗಳಿಗೂ ಹೆಚ್ಚು ಕಾಲ ಸೇವೆ ಸಲ್ಲಿಸಿದ ಅನುಭವಿ.

ಡಾ। ಬೇಕಲ್ ಅವರಿಗೆ ಸಾಹಿತ್ಯ ಮತ್ತು ಪ್ರಸಾರ ಮಾಧ್ಯಮದ ಕ್ಷೇತ್ರಗಳಲ್ಲಿ ಅನೇಕ ಪ್ರಶಸ್ತಿಗಳು ಸಂದಿವೆ: 'ಇನ್ನಾದರೂ ಅರ್ಥವಾಗೋಣ' ಕವನ ಸಂಕಲನಕ್ಕೆ ಪ್ರತಿಷ್ಠಿತ ಕಡೆಂಗೋಡ್ಲು ಕಾವ್ಯ ಪ್ರಶಸ್ತಿ, 'ಮಳೆ ನಿಂತ ಮೇಲಿನ ಮರ' ಕಾದಂಬರಿಗೆ ಕರ್ನಾಟಕ ರಾಜ್ಯೋತ್ಸವ ಪ್ರಶಸ್ತಿ, 'ವಿಜ್ಞಾನೇಶ್ವರ ಆಫ್ ಮಿತಾಕ್ಷರ' ಇಂಗ್ಲಿಷ್ ಡಾಕ್ಯುಮೆಂಟರಿ ಫಿಲಂಗೆ ದೆಹಲಿ ದೂರದರ್ಶನದ ಪ್ರಥಮ ಪುರಸ್ಕಾರ, 'ವಿಜ್ಞಾನ ವಿಶ್ವ' ಸಯನ್ಸ್ ಫೀಚರ್‌ಗೆ ಆಕಾಶವಾಣಿಯಿಂದ ಸರ್ಟಿಫಿಕೇಟ್ ಆಫ್ ಮೆರಿಟ್ ಸಂದಿವೆ.

'ಫೋರ್ಟ್ಸ್ ಆಫ್ ಕೋಸ್ಟಲ್ ಕರ್ನಾಟಕ–ಎ ಸ್ಟಡಿ' ಸಂಶೋಧನಾ ಮಹಾಪ್ರಬಂಧಕ್ಕೆ ಗುಲಬರ್ಗಾ ವಿಶ್ವವಿದ್ಯಾಲಯದಿಂದ ಡಾಕ್ಟರೇಟ್ (ಪಿಎಚ್.ಡಿ.) ಲಭಿಸಿದೆ.

ವಿಶ್ವದ ಅನೇಕ ಬೆಸ್ಟ್ ಸೆಲ್ಲರ್ ಪುಸ್ತಕಗಳನ್ನು ಅನುವಾದಿಸಿದ ಶ್ರೇಯಸ್ಸು ಡಾ। ಬೇಕಲ್ ಅವರಿಗೆ ಸಲ್ಲುತ್ತದೆ: 'ರಹಸ್ಯ', 'ಮಹೋನ್ನತ ರಹಸ್ಯ' (ರೋಂಡಾ ಬೈರ್ನ್), 'ಅಂಚೆಗೆ ಹೋಗದ ಪತ್ರ' (ಮಹಾತ್ರಯ 'ರಾ'), 'ನರೇಂದ್ರ ಮೋದಿ–ಒಂದು ರಾಜಕೀಯ ವ್ಯಕ್ತಿಚಿತ್ರ'(ಆ್ಯಂಡೀ ಮರಿನೋ), 'ದೊಡ್ಡದಾಗಿ ಯೋಚಿಸುವ ಮ್ಯಾಜಿಕ್'(ಡೇವಿಡ್ ಶ್ವಾರ್ಟ್ಸ್), 'ನಿಮ್ಮ ಸುಪ್ತಪ್ರಜ್ಞಾ ಮನಸ್ಸಿನ ಶಕ್ತಿ'(ಡಾ। ಜೋಸೆಫ್ ಮರ್ಫಿ), 'ಗುರಿ'(ಬ್ರಿಯಾನ್ ಟ್ರೇಸಿ), 'ಪ್ರಶ್ನೆಗಳೇ ಉತ್ತರವಾಗಿ'(ಅಲೆನ್ ಪೀಸ್), 'ಸಕಾರಾತ್ಮಕ ಯೋಚನೆಯ ಶಕ್ತಿ'(ನಾರ್ಮನ್ ವಿನ್ಸೆಂಟ್ ಪೀಲೆ), 'ಸ್ಟೈಲಿಂಗ್ ಅಟ್ ದಿ ಟಾಪ್'(ಜಯಶ್ರೀ ಶೆಟ್ಟಿ), 'ರಿಚ್ ಡ್ಯಾಡ್ ಪೂರ್ ಡ್ಯಾಡ್'(ರಾಬರ್ಟ್ ಟಿ. ಕಿಯೋಸಾಕಿ), 'ಧ್ಯಾನ'(ಶ್ರೀ ಎಂ.), 'ನಾಲ್ಕು ಪರಮ ರಹಸ್ಯಗಳು' (ಪ್ರೀತಾಜಿ ಮತ್ತು ಕೃಷ್ಣಾಜಿ), 'ಯೋಚಿಸಿ ಮತ್ತು ಶ್ರೀಮಂತರಾಗಿ'(ನೆಪೋಲಿಯನ್ ಹಿಲ್), 'ಉಡುಗೊರೆ' (ಎಡಿತ್ ಎಗರ್), ಅಟಾಮಿಕ್ ಹ್ಯಾಬಿಟ್ಸ್ (ಜೇಮ್ಸ್ ಕ್ಲಿಯರ್) 'ನೀವು ಯೋಚಿಸಿದ್ದನ್ನೆಲ್ಲ ನಂಬಬೇಕಿಲ್ಲ' (ಜೋಸೆಫ್ ನ್ಯೂಯೆನ್), 'ಡು ಇಟ್ ಟುಡೆ' (ಡೇರಿಯಸ್ ಫೊರಾಕ್ಸ್) ಇತ್ಯಾದಿ 37 ಅನುವಾದಿತ ಪುಸ್ತಕಗಳು.